உண்மையும் பொய்யும்

உண்மையும் பொய்யும்

வைக்கம் முகம்மது பஷீர் (1908 –1994)

1908 ஜனவரி 19ஆம் தேதி கேரளா வைக்கம் தாலுகாவில் தலயோலப் பரம்பில் பிறந்தார். பத்தாம் வகுப்புப் படிக்கும்போது வீட்டைவிட்டு ஓடி, இந்திய தேசிய காங்கிரசில் சேர்ந்து உப்பு சத்தியாக்கிரகத்தில் கலந்துகொண்டார். சுதந்திரப் போராட்ட வீரராகச் சென்னை, கோழிக்கோடு, கோட்டயம், கொல்லம், திருவனந்தபுரம் சிறைகளில் தண்டனை அனுபவித்தார். பகத்சிங் பாணியிலான தீவிரவாத அமைப்பொன்றை உருவாக்கிச் செயல் பட்டார். அமைப்பின் கொள்கை இதழாக *உஜ்ஜீவனம்* எனும் வார இதழையும் துவக்கினார்.

பத்தாண்டுகள் பாரதமெங்கும் தேசாந்திரியாகத் திரிந்தார். பிறகு, ஆப்பிரிக்காவிலும் அரேபியாவிலும் சுற்றினார். இக்காலகட்டத்தில் பஷீர் செய்யாத வேலைகளே இல்லை. ஐந்தாறு வருடங்கள் இமயமலைச் சரிவுகளிலும் கங்கையாற்றின் கரைகளிலும் இந்துத் துறவியாகவும் இஸ்லாமிய சூஃபியாகவும் வாழ்ந்தார்.

சுதந்திரப் போராட்ட வீரர்களுக்கான மத்திய மாநில அரசுகளின் ஓய்வூதியம், ஃபெல்லோஷிப், இந்திய அரசின் பத்மஸ்ரீ விருது, கோழிக்கோடு பல்கலைக்கழகத்தின் டி.லிட்., சம்ஸ்கார தீபம் விருது, பிரேம் நசீர் விருது, லலிதாம்பிகா அந்தர்ஜனம் விருது, முட்டத்து வர்க்கி விருது, வள்ளத்தோள் விருது, ஜித்தா அரங்கு விருது போன்ற பல்வேறு விருதுகள் பெற்றவர்.

1994 ஜூலை 5ஆம் தேதி காலமானார்.

மனைவி : ஃபாபி பஷீர், **மக்கள்** : ஷாஹினா, அனீஸ் பஷீர்.

குளச்சல் யூசுஃப்

மொழிபெயர்ப்பாளர்

குமரி மாவட்டம், குளச்சலில் பிறந்தவர். தற்போது நாகர்கோவிலில் வசித்து வருகிறார். வைக்கம் முகம்மது பஷீரின் படைப்புகள் உட்பட முப்பதுக்கும் மேற்பட்ட நூல்களைத் தமிழில் மொழிபெயர்த்துள்ளார். செம்மொழித் தமிழாய்வு மத்திய நிறுவனத்துக்காக நாலடியார் அறநூலை மலையாளத்திலும் மொழியாக்கம் செய்துள்ளார். மொழிபெயர்ப்பிற்கான சாகித்ய அகாதெமி, தொ.மு.சி. ரகுநாதன், ஆனந்த விகடன், உள்ளூர் பரமேஸ்வரய்யர், வி.ஆர். கிருஷ்ணய்யர், நல்லி திசையெட்டும், ஸ்பாரோ, கவிக்கோ உட்பட பல்வேறு விருதுகள் பெற்றுள்ளார்.

மின்னஞ்சல்: kulachalsmyoosuf@gmail.com

அலைபேசி: 99949 23926

வைக்கம் முகம்மது பஷீர்

உண்மையும் பொய்யும்

தமிழில்
குளச்சல் யூசுஃப்

காலச்சுவடு பதிப்பகம்

உண்மையும் பொய்யும் ♦ கேள்வி – பதில் ♦ ஆசிரியர்: வைக்கம் முகம்மது பஷீர் ♦ மலையாளத்திலிருந்து தமிழில்: குளச்சல் யூசுஃப் ♦ © ஷாஹினா, அனீஸ் பஷீர் ♦ முதல் பதிப்பு: டிசம்பர் 2011, மூன்றாம் (குறும்) பதிப்பு: செப்டம்பர் 2021 ♦ வெளியீடு: காலச்சுவடு பப்ளிகேஷன்ஸ் (பி) லிட்., 669 கே. பி. சாலை, நாகர்கோவில் 629001

uNmaiyum poyyum ♦ Questions-Answers ♦ Author: vaikkam mukammatu pashiir ♦ Translated from Malayalam by: Colachel Yoosuf ♦ © Fabi Basheer, Shahina, Anees Basheer ♦ Language: Tamil ♦ First Edition: December 2011, Third (Short) Edition: September 2021 ♦ Size: Demy 1 x 8 ♦ Paper: 18.6 kg maplitho ♦ Pages: 248

Published by Kalachuvadu Publications Pvt. Ltd., 669 K.P. Road, Nagercoil 629001, India ♦ Phone: 91-4652-278525 ♦ e-mail: publications@kalachuvadu.com ♦ Printed at Clicto Print, Jaleel Towers, 42 KB Dasan Road, Teynampet Chennai 600018

ISBN: 978-93-80240-83-1

09/2021/S.No. 428, kcp 3160, 18.6 (3) rss

பொருளடக்கம்

கேள்வி - பதில்

காதலாகி	9
பொதுமக்களும் முண்டசேரியும்	14
பஷீர் நாணிக்குட்டி	16
பஷீர்'ஸ் புக் ஸ்டால்	22
பட்டினியும், சிறைவாசமும், சினிமா பத்திரிகைகளும்	26
கம்யூனிசமும் கண்ணன் பழமும்	31
மாதர் குலமும் மந்திரிப் பிரதானிகளும்	39
முண்டே செ துங் முதல் ஊறுகாய் ஜாடி வரை	45
பஷீரின் சட்டுகாலி	50
ஆர்ட்டிஸ்டின் மனைவி, முஸ்லிம் பெண்	53
பஷீர் – கள்ளுக்கடை முதலாளி	57
பெண்களின் சைக்கிள் போட்டி	60
பஷீர் த புலயன்	62
சஷ்டிபூர்த்தியும் ஸப்ததியும் சேர்த்து	70
சுல்தானின் சபை	78

கடிதங்கள்

பலவகை	89
வறட்டுச்சொறி	91
பஷீரின் மாமிசம்	98
குங்குமம்	108
தோழர் நாகம்	111

மந்திரப்பூனை	121
பெண்களுக்கு மங்களம்	123
கும்மியடியும் பஷீரும்	124
ச.சே. நாயர்	127
பத்திரிகைகள், பத்திரிகைகள்	128
பைத்தியத்தில் சொர்க்கம்	129
பைத்திய ஆஸ்பத்திரி	131
மரணம்	133
மிஸ் விஜயாம்பிக ஷீலாகாம்பி	138
ஒரு முஸல்மானும் இரண்டு கிரியத்து நாயர்களும்	142
நன்மைகளின்பால் ஆர்வத்தைத் துளிர்விடச் செய்யுங்கள்	143
நேற்று, இன்று, நாளை	154
வட இந்தியர்கள் அறிய	165
ஏன், எப்படி, எதற்காக?	169
சாபமில்லை; அனுக்கிரகம் மட்டும்	182
பொறுப்புணர்வுகள் எங்கேபோயின?	186
ஆயிரம் வருடத் தூக்கம்	189
அன்புள்ள	194
நன்மைகளின் பூக்கள் மலரட்டும்	196
தூலிகா	199
கோர முஸல்மானும் குட்டி நம்பூதிரிகளும்	205
இருட்டில்தான்	211

முன்னுரைகள்

பசி	219
உண்மையும் பொய்யும்	221
பார்கவீ நிலையம்	228

காதலாகி

இங்குள்ள முஸ்லிம்கள் அனைவரும் பாகிஸ்தானுக்குப் போய்விட வேண்டும் என்றொரு சட்டம் கொண்டு வரப்பட்டால் நீங்கள் என்ன செய்வீர்கள்?

: ராமச்சந்திரன்

பெண்களுக்கும் ஆண்களுக்குமிடையிலான வேறுபாடுகள் என்ன?

: மாதவன்

உலகத்தில் அதிகமாக இருப்பவர்கள், முட்டாள்களா, குரூரமான வர்களா?

: எம். ராமன்நாயர்

இந்த மூன்று கேள்விகளுக்கும் பதில் சொல்வதற்கு முன் கேள்வி கேட்டவர்களை உங்களுக்கு அறிமுகம் செய்து வைக்கலாம் என்று நினைக்கிறேன். இவர்கள் மூன்று பேருமே என்னுடைய நண்பர்கள்தான். பக்கத்து அறையில்தான் தங்கியிருக்கிறார்கள். மூன்று பேரும் திருமணமாகாதவர்கள். பகல் நேரங்களில் இவர்களுக்கு நிறைய வேலைகள் இருக்கும். சாயங்காலம் வந்து குளித்து முடித்தபிறகு பெரும் ரகளை செய்வார்கள். பல்வேறு பிரச்சினைகள் உருவாகும். ராமன்நாயர் ஒரு ஃபிலாஸஃபர். மாதவனும் ராமச்சந்திரனும், ராமன் நாயரை 'மிருகம்' என்று சொல்வார்கள். என்ன காரணமென்றா?

காதலாகி – என்றால் காதல் செய்பவர்களைக் குறிப்பிடுகிறது. ராமச்சந்திரனும் மாதவனும் எப்போதுமே காதலில் திளைப்பவர்கள். இவர்களது இந்தக் காதல் ஒரு வாரக்காலம் ஜீவித்திருக்கும். வேலை முடிந்து இரண்டு பேரும் இரண்டு வழிகளில் வருவார்கள்.

இது ஓரளவிலான பெரு நகரமென்பதால் டிராமிலும் பஸ்சிலுமெல்லாம் பெண்களுமிருப்பார்கள். கண்ணுக்கு இதம் தரும் ஒரு பெண்ணிடம் காதல் வசப்படுவதில் என்ன தவறிருக்க முடியும்? ஆனால், இந்த விவரம் அந்தப் பெண் களுக்குத் தெரியாது. ராமச்சந்திரனும் மாதவனும் அறைக்குள் அங்குமிங்குமாகக் கிடந்து பெருமூச்சு உதிர்ப்பார்கள். பரஸ் பரம் குரல் தழுதழுக்கக் காதலிகளைப்பற்றிப் பேசிக் கொள் வார்கள். இதைச் சுமார் இரண்டாண்டு காலமாக இந்த ராமன்நாயர் கேட்டுக்கொண்டிருக்கிறார். குறிப்பிட்ட இந்தக் கால அளவினுள் மாதவனும் ராமச்சந்திரனும் ஒரு முந்நூற் றைம்பது பெண்களிடம் காதல் வசப்பட்டிருப்பார்கள். இது என்ன கணக்கென்றா?

சில வாரங்களில் நான்கு பேர்களை வரை அவர்கள் காதலித்திருக்கிறார்கள். இப்போது ராமச்சந்திரன், தனது காதல் வளையத்தில் வைத்திருப்பது, கறுப்புச் சேலையும் கறுப்பு பிளவுசும் அணிந்த ஒரு வெளுத்த குண்டுப் பெண். மாதவனுடையவள்: நீலச் சேலையும் வெள்ளைப் பிளவுசு மணிந்த ஒரு ஒடிசல் பெண். ராமன்நாயருக்குக் காதல் எதுவும் கிடையாது. மிருதுவான எந்த உணர்வுகளுமில்லாத ஒரு மிருகம். இவருடைய அபிப்பிராயம், யுவதிகளும் இப்படியாக காதல் வசப்படுகிறார்கள் என்பது. பெண்களும் இப்படி இரவில் பெரு மூச்சுதிரக் குரல் தழுதழுக்கப் பேசுவார்களாக இருக்கும். அவர்களினிடையிலும் மெல்லிய உணர்வுகளில்லாத சில ஃபிலாஸஃபர்ஸ் இருக்கக்கூடும்... இப்படியாகப் போகும் ராமன் நாயரின் சிந்தனைகள். எதுவாக இருந்தாலும் இந்த மூன்று நண்பர்களுடைய கேள்விகளுக்கும் பதில் சொல் வதற்குமுன் எனக்குச் சில விஷயங்களைச் சொல்ல வேண்டிய திருக்கிறது.

உண்மையும் பொய்யும் என்ற பகுதியை இப்படியாகத் தான் தொடங்கவேண்டும் என்று நான் முடிவெதுவும் செய் திருக்கவில்லை. கேள்விகளுக்கும் பதில்களுக்குமெல்லாம் பெரிய முக்கியத்துவம் கொடுப்பதற்கில்லை. நான் இப்போது சொன்னதைக் கற்பனை என்றே வைத்துக்கொள்ளுங்கள். ஏனென்றால் கேள்விகளுக்கெல்லாம் ஒரு பஞ்சமும் கிடையாது. யாரும் கேட்கவில்லை என்றாலும்கூட நானே சொந்தமாகக் கேட்க முடியும். யார் பெயரிலாவது கேள்விகளைச் சுமத்தவும் முடியும். இதிலெல்லாம் என்ன அர்த்தமிருக்கப்போகிறது? என்னுடைய வேலைத் திட்டம் என்னவென்பதைச் சொல் கிறேன்.

கதைகள், காதல் கதைகள், பேய்க்கதைகள், வழுக்கைத் தலைக் கதைகள் – இந்த வகைப்பட்ட ஏதாவதொரு கதையை

வாராவாரம் சொல்வது. இடையிடையே கேலிச் சித்திரங் களும் நூல் விமர்சனங்களும் எழுதுவது. நான் இதைச் செய்யாம லிருந்தால் என் பெயர் நாறிப் போகும் போலிருக்கிறது. இப் போதே கிட்டத்தட்ட ஒன்றே கால் கோடி மலையாளிகளில் இரண்டோ மூன்றோ பேர்களைத் தவிர மிச்சமுள்ள எல்லா ருமே கேலிச் சித்திரங்களும் புத்தக விமர்சனங்களும் எழுதி விட்டார்கள். ஆகவே நானும் எழுத வேண்டும். சிரமம் பிடித்த வேலையொன்றுமில்லை. பெரிய மனிதனாகி விடவும் செய்ய லாம். புத்தக விமர்சனங்கள் எழுத, அதை வாசிக்க வேண்டு மென்பதெல்லாம் கிடையாது. சும்மா எதையாவது எழுத வேண்டும். பிறகு இடையே ஒரு வாசகத்தைப் பொருத்திவிட வேண்டும்: இந்தக் கதைசொல்லி, ஏன் வாழ்க்கையின் இரு ளடர்ந்த, சகதி படிந்த இடைவழிகளில் பிரவேசிக்கவில்லை?

அல்லது வேறு சில வாசகங்கள்: இந்தப் படைப்பாளி வெகுஜனப் பரப்பிலிருந்து அன்னியப்பட்டு நிற்கிறார். இப்படி யான ஒரு அறிவிப்பை விமர்சனத்தினிடையே நுழைக்க வேண்டும். அல்லது, இந்நூல் டிங்காஸ்ஹிக் எழுதிய உடைந்து தகர்ந்த வானம் என்ற மாபெரும் பனுவலைத் தழுவியெழுதப் பட்டிருக்கிறது. கூடவே இலக்கிய மோசடி என்றும் சேர்த்துக் கொள்ளவேண்டும். டிங்காஸ்ஹிக்கைப் பற்றியெல்லாம் யார் விசாரித்துக் கொண்டிருக்கப்போகிறார்கள். வாசகர்கள் நினைத்துக் கொள்வார்கள்: நீ இப்படி வெகுஜனங்களிலிருந்து விலகிப் போய்விட்டாயே...? உன்னால் வாழ்க்கையின் சகதி புரண்ட இருண்ட வழிகளினூடே நடக்க முடியாதாமா? பனுவல் தழுவித் திருடா! இப்படியாகப் போகிறது புத்தக விமர்சனங் கள். இனி, கேலிச் சித்திரங்கள் எப்படி?

உங்களது பெயர் வைக்கம் முகம்மது என்று வைத்துக் கொள்ளுங்கள். உங்கள் தலை வழுக்கையாக இருக்கிறது. இவ்வளவும் இருந்தாலே கேலிச் சித்திரம் தீட்டிவிட முடியும். நீங்கள் சொல்லாதவற்றையும் செய்யாதவற்றையும் – ஏன், உங்களைப் பற்றி என்ன வேண்டுமானாலும் சொல்லலாம். கேட்பதற்கு யாரிருக்கிறார்கள்? இதையெல்லாம் விடுங்கள். நான் எழுதப்போகும் கேலிச் சித்திரங்களும் நூல் விமர்சனங் களும் எப்படியிருக்கும் என்பதற்கான ஒரு சாம்பிளைச் சொல் கிறேன்:

அதாவது எப்படி எழுதப்போகிறேன் என்றால், கேலிச் சித்திரமாக இருந்தால் ஒரு இருபது பேர்களுடையதாக இருக்கும். புத்தகமாகப் போடவிருப்பது என்பதை நினை விலிருத்திக் கொள்ளுங்கள். புத்தகத்தின் தலைப்பு: 'என் வலைக் கூடையினுள்'. அதாவது நான் மீன் பிடிப்பதற்கான

ஒரு வலையுடன் நடக்கிறேன். அதை வைத்து இருபது மீன்களைப் பிடிக்கிறேன். முதலில் தேளி எனப்படும் கூரி மீன் அகப்படுகிறது. நீண்ட முகமும் இரு கொம்புகளும் கொண்ட ஒரு கரிய மீன் வகை. அதன் கொம்பில் விஷமுண்டு. நான் இந்த மீனை வர்ணிக்கும்போது உங்களுக்குப் புரிந்துவிடும். 'அட, இது நம்ம மற்ற ஆளல்லவா?' என்று! இப்படியாக, கரிமீன், திருதா, பள்ளத்தி, பூமீன் போன்ற வடிவங்களிலிருக்கும் கேலிச் சித்திரங்கள். இதில் புஞ்ஞான மீனுமிருக்கும். சாப்பிடக் கொள்ளாது. இது சாத்விக, சிருங்காரப் பாவத்துடன் நடக்கும். சுருக்கமாகச் சொல்வதானால் அந்த நபரின் பெயர் மட்டும் குறிப்பிடப்படுவதில்லை. சரி, புத்தக விமர்சனம் எப்படியிருக்கும் என்றா கேட்கிறீர்கள்?

பொதுவாக எப்படித் தொடங்குவோம்? 'என் மேஜையின் மீது கிடக்கும் இன்னாருடைய புத்தகம்' என்பதற்குப் பதிலாக நான் இப்படித் தொடங்குவேன். 'என் மேஜையின்மீது மல்லாந்து கிடப்பது நூலின் ஆசிரியராக இருந்து என் கையில் பேனாவுக்குப் பதில் பிச்சுவாக் கத்தி இருந்தால் – சே! ஆனால், இதுவெல்லாம் நான் இந்தப் பகுதியைத் தொடர்ந்து எழுதுவதாக இருந்தால் மட்டுமே! ஏன் அப்படியென்றால் தவறாமல் ஒவ்வொரு வாரமும் எழுதவேண்டாமா?

தொடர்ந்து எழுதுவதாக இருந்தால் வழுக்கைத் தலையைப் பற்றியும் என்னால் நிறைய எழுத முடியும். வழுக்கை இல்லாதவன் ஒரு ஆணாக இருக்கும் வாய்ப்புக் கம்மி என்று கூட! எப்படியென்றால், உங்களுக்குத் தெரிந்த விஷயம்தான் அது. இனி நான் எழுதும் கதைகளின் நாயகர்கள் அத்தனை பேரையும் வழுக்கைத் தலையர்களாக மாற்றுவேன். உண்மையாகவே, உலகிலுள்ள எல்லா மகான்களுமே வழுக்கையர்தான். ஷேக்ஸ்பியர், லெனின்... நான் இப்படிப் புள்ளி விவரங்களுடன் சொன்னால் அது எங்கே போய் முடியும்? அப்படியே தொடர்ந்து எழுதிக் கொண்டிருப்பதிலும் வேறு சிரமங்களிருக்கின்றன. ஷேக்ஸ்பியர் முதல் முண்டசேரிவரை.

அதாவது, ஷேக்ஸ்பியர், பைரன், நம்ம எச்.ஜி. வெல்ஸ், பெர்னாட்ஷா – அப்படியே வந்து, வால்மீகி, ராமர், சீதை... பிறகு, ஏ. பாலகிருஷ்ணபிள்ளை, வள்ளத்தோள், நாலப்பாட்டு நாராயணமேனோன், ஏ.டி. ஹரிசர்மா, எம்.பி. போள், எஸ்.கே. பொற்றெகாட், லலிதாம்பிகா அந்தர்ஜனம், கேசவதேவ், சங்கம்புழ, தகழி, ஜி.சங்கரகுறுப்பு, முண்டசேரி போன்ற முஸ்லிம்களை, அதாவது நான் ஆதாரப்பூர்வமான சான்றுகளுடன் வாதம் செய்து அவர்களை முஸ்லிம் சமுதாயத்தில் திரும்பவும் கொண்டுவந்து சேர்ப்பேன். இதையெல்லாம்

நான் வேடிக்கையாகக் குறிப்பிட்டதாகவே இருக்கட்டும். இனிக் கேள்வி – பதில்களைப்பற்றிச் சொல்கிறேன்:

இங்கே பலர் கேள்வி கேட்க நினைக்கிறார்கள். உங்களிடம் கேட்பதற்கு எதுவுமில்லையென்றால் கேட்காமலிருப்பது தான் உத்தமம். கேட்கவேண்டும் என்றால் ஏதாவது ஒரு விஷயமிருக்க வேண்டும். ஒன்றில், மனைவி கணவனை அடிக்கிறாள். இந்நிலைமையில் நான் என்ன செய்யவேண்டுமென்று கணவன் கேட்கலாம். அல்லது காதல் தோல்வி. காதலாகிக் கசிந்துருகிக் கொண்டிருக்கிறேன். இதற்கெல்லாம் நான் தர்ம உபதேசம் நல்குவதாக ஏற்றிருப்பது முழு மனதுடனில்லை எனும் முன்னுரையுடன் இனி நமது நண்பர்களின் கேள்விகளுக்குப் பதில் சொல்லப்போகிறேன். முதலில், எம். ராமன் நாயரின் கேள்விக்கான பதில்:

உலகத்தில் இன்றைய மக்கள் தொகை நூறு என்று வையுங்கள். இதில்;

முழுமூடர்கள்   – 55
பெரும் குரூரர்கள் – 20
வஞ்சகர்கள்   – 15
சோம்பேறிகள்   – 9
நல்லவர்கள்   – 1

இப்படியாக நூறு. இதில் ராமன்நாயரையும் என்னையும் சோம்பேறிகள் பட்டியலில் சேர்த்திருக்கிறேன். ஆனால், உலகில் இன்று பலகோடி மக்கள் வாழ்கிறார்களல்லவா?

கே. மாதவனின் கேள்விக்கான பதில்:

ஆண் என்றால் தலை வழுக்கையாகவே இருக்கும்.

இனி, ராமச்சந்திரனுக்கு : இந்தியாவிலுள்ள முஸ்லிம்கள் அனைவரும் பாகிஸ்தானுக்குப் போய் விடவேண்டுமென்ற சட்டம் வந்தால், நான் மூன்று பெயர்களை எனக்கெனக் கண்டுபிடித்து வைத்திருக்கிறேன். இதில் எதையாவது ஒன்றைச் சூட்டிக் கொள்வேன். பெயர்கள் கீழே தரப்பட்டுள்ளன:

வைக்கம் மம்மட பட்டாச்சாரியர்
வை.எம்.பி. நம்பூதிரிபாடு
வை.மு.ப. பணிக்கர்.

பொதுமக்களும் முண்டசேரியும்

பொதுமக்கள் சுத்த ஆன்மாக்கள் என்று திருவாளர் குட்டி கிருஷ்ணமாரார் குறிப்பிட்டுள்ளாரே, தங்களுக்குக் கோபம் வரவில்லையா? அதைப் பற்றிய தங்களது அபிப்பிராயம் என்ன?

எம்.எம். தேவகி, கோழிக்கோடு.

திருவாளர் மாரார், பொதுமக்கள் என்பதாகக் குறிப்பிட்டிருப்பது ஆண் பொதுமக்களைத்தான். வேறு வகையான பொதுமக்கள் அசுத்த ஆன்மாக்கள் என்பதாகத் திருவாளர் மாரார் சொல்லியிருந்தால் – ஈஸ்வரா! எனக்குக் கோபம் மட்டுமல்ல அதைவிட அதிகமாக ஏதாவது வந்திருக்கும். நான் திருவாளர் மாராரின் அருகில் வெகுதந்திரமாகச் சென்று குறுநகை புரியச் சொல்வேன் : 'வாருங்கள், உங்களுக்குத் தர்ம டீ வாங்கித் தருகிறேன்.' அப்படியாக நான் மாராரை ஏதாவது குறுக்குச்சந்தில் கூட்டிக் கொண்டுபோய் விலாவைக் குறி வைத்து மூன்று குத்து விட்டுவிட்டு ஓடி ஒளிந்து கொள்வேன். ஆனால், மாரார் சொல்லியிருப்பது பொதுமக்கள் சுத்த ஆன்மாக்கள் என்றுதான். இதில் அவர் ஆண்களை மட்டும்தான் உட்படுத்தியிருக்கிறார். நரங்கள் சுத்த ஆன்மாக்கள்தான். பெண் பொதுமக்களைப் பார்த்து இவர்கள் சுத்த ஆன்மாக்கள் என்று சொல்லத் திருவாளர் மாராருக்குத் தைரியமிருக்கிறதா?

கொச்சி பிரஜா மண்டலம், மந்திரி சபையின் தீவிர விமர்சகரும் மார்க்சியச் சிந்தனையாளருமான திரு. ஜோசஃப் முண்டசேரி இப்போது அந்தக் கட்சியில் சேர்ந்து தேர்தலில் போட்டியிடப் போவதாகத் தெரிகிறதே? இதைப் பற்றி நீங்கள் என்ன நினைக்கிறீர்கள்?

: பி. பாஸ்கரன், மதராசி.

அபிப்பிராயங்களொன்றும் இரும்பு உலக்கை அல்ல என்று முன்பு யாரோ சொல்லிருப்பதுபோல், இப்போது திரு. ஜோசஃப் முண்டசேரி ஒரு மார்க்சியச் சிந்தனையாளர் அல்ல என்று தங்களுக்கு ஏதாவது துப்புக் கிடைத்ததா? எப்படியாவது ஒரு மந்திரி பதவி கிடைப்பதென்பது நல்ல விஷயம்தானே? இனிக் கொஞ்ச காலத்திற்கு இலக்கியவாதிகள் நாட்டை ஆண்டால் என்ன?

பஷீர் நாணிக்குட்டி

இந்தியாவின் ஆன்மிகத் தலைமையை ஏற்றுக் கொள்ள ஸ்ரீ அரவிந்தரும் ரமணமகரிஷியும் முன்வர வேண்டுமென்று சோஷலிஸ்ட் தலைவர் திரு. ஜெயப்பிரகாஷ் நாராயணன் அழைப்பு விடுத்திருக்கிறாரல்லவா? இதைப் பற்றி உங்களுடைய கருத்து?

சி. மாதவன், முழுப்பிலங்நாடு

எதுவாயினும் இந்தியாவுக்கு ஒரு ஆன்மிகத் தலைமை முக்கியமாகத் தேவைப்படுகிறது. அரவிந்தர், ரமணமகரிஷி ஆகியோருக்கு ஜெயப்பிரகாஷ் அழைப்பு விடுத்திருப்பது தனது கட்சியின் மூலமாக ஆன்மிகத் தலைமைப் பொறுப்பைக் கொடுப்பதற்காகவா? அப்படியென்றால் கம்யூனிஸ்ட் கட்சிக்கும் காங்கிரஸ் கட்சிக்கும் குறைந்தபட்சம் ஒரு ஆள் வீதம் தேவைப்படும். ஆகவே, ஜெயப்பிரகாஷ் ரமணமகரிஷியுடன் திருப்தியடைய வேண்டும். என்றால் கம்யூனிஸ்ட் கட்சிக்கு அரவிந்தர். காங்கிரஸ் கட்சியின் ஆன்மிகத் தலைமைக்கு ஆள் கிடைக்காமலிருப்பது நியாயமா? அண்மையில் கண்டுபிடிக்கப்பட்ட 685 வயதுள்ள பிரபாகர யோகியைக் காங்கிரஸ் எடுத்துக்கொள்ளட்டும். முதியோர்களின் கட்சி என்ற நிலையில் இந்த 685 வயதான சித்தயோகி இருப்பது ஒரு அந்தஸ்தான விஷயம் தான். இப்படியாக இந்த மூன்று மகான்களும் மூன்று கட்சிகளின் மூலமாக இந்தியாவின் ஆன்மிகத் தலைமைப் பீடத்தில் அமர்ந்த கொஞ்ச நாட்களுக்குப் பிறகு இந்த மூன்று பேரையும் இதுவரையிலான வழக்கப்படி சுட்டுக் கொல்ல வேறு மூன்று நல்ல மனிதர்களை ஏற்பாடு செய்யவேண்டுமல்லவா?

கம்யூனிஸ்டுகள், வட மலபாரில் அக்கிரமத்தில் ஈடுபடுகிறார்கள்; ஜமீன், முதலாளிகள், குடியானவர்களைக் கம்யூனிஸ்ட் முத்திரை குத்தி வெளியேற்றுகிறார்கள்; காவல்துறை அதிகாரிகளின் பாக்கெட்டைப் புடைக்க வைக்கிறார்கள். சாந்திசேனா (தன்னார்வலர்கள்) இதன் மூலம் லாபமடைகிறார்கள். இவற்றில் எது அக்கிரமம்? நீங்கள் என்ன நினைக் கிறீர்கள்?

:வி. குஞ்ஞிக்கிருஷ்ணன், காஞ்ஞங்காடு

காம்பில்லாத வட்ட இலை – அது என்ன என்பதைப் போன்ற ஒரு விடுகதையா இது? ஒட்டு மொத்தமாகப் பார்க்கும் போது இதில் ஒரேயொரு அக்கிரமம்தான் உள்ளது என்ற விஷயத்தை அனைவருமே அறிவார்கள். அது என்னவென்பதை நான் குறிப்பிட்டுச் சொல்லவேண்டும் என்று எதிர்பார்க்கிறீர் களா?

கேரளத்தின் அபிமானத்திற்குரியவரும் கவிகோகிலமுமான பி. பாஸ்கர னின் பாடல்களில் ஏதாவது இசைத்தட்டில் பதிவு செய்யப்பட்டிருக்கிறதா? இருந்தால் அது எந்தக் கம்பெனியாரால் வெளியிடப்பட்டிருக்கிறது? இந்தப் பதிவுகளைப் பற்றிய உங்களது கருத்தென்ன?

கே.வி. சுமதி, திருவனந்தபுரம்.

ம்ஹூம்! கேரளத்தின் அபிமானத்துக்குரியவர்; கவிகோகிலம் – சுமதி குறிப்பிடும் ஆள், பி. பாஸ்கரன் எனும் கவிப் பையனைத்தானா? ஆம் என்றால் மேற்படியானின் இரண்டு பாடல்கள் எச்.எம்.வியில் இப்போது பதிவு செய்யப் பட்டு வெளிவந்திருக்கின்றன. பாடியவர், ஜானம்மா என்ற பெயரோ என்னமோ கொண்ட ஒரு சுமதிதான். இவரது குரலில் ஒரு அழகியல் கூறு இருக்கிறது. நறுமணம் கமழும் இனிய குரல் என்றுதான் சொல்ல வேண்டும். ஏனோ தெரியாது. எனக்கு அந்தப் பாடலைக் கேட்டபோது இப்படித்தான் தோன் றியது. அந்த இசைத்தட்டை வாங்கி உங்களுடைய கிராம ஃபோனில் போட்டுக் கேட்டு ரசியுங்கள். பாஸ்கரனின் கற்பனையும் ஜானம்மாவின் குரலும் கலந்த மோகனக் கலவை அது.

வழுக்கைத் தலையர்கள் அதிர்ஷ்டசாலிகள் என்று சொல்லப்படுகிற தல்லவா? இது உண்மைதான் என்றால் உங்களுடைய வழுக்கையின் அதிர்ஷ்டத்தைப் பற்றி என்ன சொல்கிறீர்கள்?

:எம்.பி. குமாரன்

வழுக்கைத் தலையர்கள் அதிர்ஷ்டசாலிகள் என்பது உண்மைதான். என்னுடைய வழுக்கையின் அதிர்ஷ்டத்தைப்

பற்றிச் சொல்வதென்றால்... அதிர்ஷ்டம் ஏதாவது வாங்கித் தின்பதற்குக்கூடக் காசில்லை. குடியிருக்க வீடில்லை. நான் இப்படியே அலைந்து திரிந்துகொண்டிருக்கிறேன். இருந்தாலும் எனக்கு வழுக்கையிருக்கிறதே என்ற மகிழ்ச்சியுமிருக்கிறது.

1. ஆண்கள் பிற பெண்களிடம் எடுத்துக் கொள்ளும் சுதந்திரத்தைப் பிற ஆண்கள் தங்களுடைய மனைவிகளிடம் எடுத்துக் கொள்வதை ஏன் அனுமதிக்க மறுக்கிறார்கள். காரணம் என்ன?

2. திருமணம் முடிந்ததும் பெண்கள் தங்களது பெயர்களுக்குப் பின்னால் கணவர்களது பெயர்களை ஒட்டிக்கொள்கிறார்களே? ஆண்கள் மட்டும் ஏன் பின்னால் மனைவிகளின் பெயர்களை ஒட்டிக்கொள்வ தில்லை. உதாரணமாகச் சொல்வதானால் ஒரு நாணிக்குட்டியை பஷீர் திருமணம் செய்து கொண்டதும் மறுநாள் முதல் அவள் நாணிக்குட்டி பஷீராகி விடுகிறாள். ஆனால் பஷீர் ஏன் பஷீர் நாணிக்குட்டியாக மாறுவதில்லை? பெண்கள் மட்டும் எப்போதுமே இப்படிப் பணிந்து வாழ வேண்டுமா?

கே.பி. குஞ்ஞிக்காவம்மா, கல்லாயி.

ஆணினத்தை ஒட்டு மொத்தமாக ஆட்சேபனை செய்திருக் கிறீர்கள் அல்லவா? இந்தா பிடித்துக் கொள்ளுங்கள். இன்குலாப் சிந்தாபாத். இது ஒரு இனமானக் குரல். சுய இனத்தின் கௌரவத்தை நான் என்றைக்கும் பாதுகாப்பேன். இந்த விஷயத்தில் தர்மநியாயங்கள் எதையும் நான் கண்டுகொள்ளப் போவதாக இல்லை. பரிவுக்கோ கருணைக்கோ இதில் இடமு மில்லை. கண்ணை மூடிக் கொண்டு வெட்டி வீழ்த்தப்போ கிறேன். முடிந்தால் தடுத்துக் கொள்ளுங்கள்..! இப்படியெல் லாம் தடாலடியாகச் சொல்லிவிட வேண்டுமென்றுதான் நினைத்தேன். இருந்தாலும், ஒரு ஆண்மகன் என்ற நிலையில் சிறிது கௌரவமாகப் பதிலைச் சொல்லவேண்டுமென்று முடிவு செய்திருக்கிறேன்.

பண்டைய காலம் முதல் சுதந்திரத்தைப் பற்றிப் பெண்கள் முணுமுணுக்கத் தொடங்கிவிட்டார்கள். பெண்கள் அனை வரும் ஒன்றுகூடி ஒரு நான்கு வரிப் போர்ப்பாடலும் எழுதி யிருப்பதாக நினைவு! 'தேர் ஓட்டினாள் பண்டு சுபத்ரா' என்று தொடங்கும் பாடல் எல்லாப் பெண்களுக்கும் தெரியும். இது மட்டுமே போதுமாகி விடுமா? 'அய்யோ, சுதந்திரம் தாங்கோ' என்று சொல்லி நெஞ்சிலடித்து ஏங்கியேங்கி அழுதால் யாரும் தந்து விடப்போவதுமில்லை. பெண்கள் அனைவரும் கூட்டாகச் சேர்ந்து இன்குலாப் கோஷமிட்டுக் கொழுநன் களுடன் சமர் புரியுங்கள். என்னுடைய எல்லாத் தார்மிகப்

பின்துணையையும் பெண்கள் உலகிற்குத் தர நான் தயாராக உள்ளேன். இடையே ஒரு உபதேசமும் தருகிறேன். ஒவ்வொரு மனையாட்டியும் கவனமாகக் கேளுங்கள். உங்களுடைய மணவாளன்கள் அன்னியப் பெண்களிடம் சுதந்திரம் எடுத்துக் கொள்ளும் நேரத்தில் நீங்கள் அருகில் சென்று கணவனின் கன்னத்தில் ஓங்கி இரண்டு வையுங்கள். பிறகு சொல்லுங்கள் : 'பிராண நாதா, இனிமேல் தாங்கள் இவ்விதம் செய்யலாகாது. இது எனக்கு ஏற்புடையதல்ல. மற்றொரு பிராண நாதாவிடம் நான் இவ்விதம் நடந்துகொண்டால் தங்களுக்குப் பிடிக்குமோ?'

அப்போது நாதா சொல்வான்:

'பிராண சகியே, குஞ்ஞிக்காவே, மன்னித்தருள்வாய். இனிமேல் நான் இவ்விதம் நடந்து கொள்ளேன். இருந்தாலும் நீ இவ்வளவு பலமாகக் கன்னத்தில் அடித்திருக்கலாகாது.'

இப்படியாக ஒரு பத்துக் கணவர்களுக்குத் தண்டனை கொடுத்தால் மிச்சமிருப்பவர்கள் பயந்து போய்த் திருந்திவிடு வார்கள் என்பது என் நம்பிக்கை. ஏனென்றால் பெண்கள் அடிக்கும் தாளத்திற்கேற்பத் துள்ளும் வெறும் பொம்மைகள் தான் ஆண்கள்.

இனி அடுத்த கேள்விக்கான பதில்: இந்தக் கேள்வி ஒரு சிறு நாடகத்தைப் பதிலாகப் பெறும் தகுதி படைத்தது. அப்படி யான ஒரு நல்ல கேள்வி இது.

(காலம்: நடுச்சாமம். பஷீர் ஒரு சாய்வு நாற்காலியில் அமர்ந்து தனது வழுக்கைத் தலையைத் தடவுகிறார். அறையின் நடுவே மின்சார விளக்குப் பிரகாசிக்கிறது. பஷீர் அண்ட சராசரங்களையும் பற்றிய சிந்தனையிலாழ்ந்திருக்கிறார். அனல் பறக்கும் கண்களுடன் நாணிக்குட்டி வாசலில் வந்து நிற்கிறாள்.)

நாணிக்குட்டி : (மிகுந்த கோபத்துடன்) 'நாதா!'

பஷீர் : (அலட்சியமாக) 'என்னடி?'

நாணிக்குட்டி : (உடல் நடுங்க) 'நானும் இதுபோல் திருப்பிக் கூப்பிட உரிமையிருக்கிறதல்லவா?'

பஷீர் : 'இருக்கிறதா என்று கேட்காதே! கூப்பிட்டுப் பார்.

நாணிக்குட்டி : 'கூப்பிட்டால்?'

பஷீர் : 'ஒவ்வொரு எலும்பாக எண்ணியெண்ணி ஒடிப்பேன். நான் உன் நாதன் எனும் உண்மையினை நீ மறந்து விட்டனையோ?'

நாணிக்குட்டி : *(குரல் தழுதழுக்க) 'இல்லை. இதையெல்லாம் நானாகச் சொல்லவில்லை.'*

பஷீர் : *'பரவாயில்லை, விடு. என் ஈரல்குலையான நாணிக் குட்டிக்கு என்ன வேண்டும்?'*

நாணிக்குட்டி : *'நாங்கள், மாதர் குலம் அணிதிரண்டிருக்கிறோம்.'*

பஷீர் : *'மிக்க மகிழ்ச்சி. அப்புறம்?'*

நாணிக்குட்டி : *தங்களது கடிதத்தாளில் எப்படி அச்சடித்து வைத்திருக்கிறீர்கள்?*

பஷீர் : *'என்னுடைய பெயரை?'*

நாணிக்குட்டி : *'என்னுடைய கடிதத்தாளில்?'*

பஷீர் : *'நாணிக்குட்டி பஷீர்.'*

நாணிக்குட்டி : *தங்களது கடிதத் தலைப்பில் 'பஷீர் நாணிக் குட்டி' என்று ஏன் அச்சிடவில்லை? தாய்க்குலம் எப்போ துமே இப்படிப் பணிந்து கொடுத்துத்தான் வாழ வேண்டுமா?*

பஷீர் : *(சற்றுமௌனமாக இருந்து விட்டு) 'நீ சொல்வதும் சரிதான் நாணிக்குட்டி. நான் நாளைக்கே புதிய கடிதத் தலைப்பு அச்சடித்து விடுகிறேன். தேவைப்பட்டால் என் வழுக்கைத் தலையிலும் 'பஷீர் நாணிக்குட்டி' என்று எழுதி விடுகிறேன். ஆனால் . . .'*

நாணிக்குட்டி : *(மகிழ்ச்சியுடன்) 'என்ன ஆனால்?'*

பஷீர் : *'சின்னதாக ஒரு பயம், வருங்காலத்தை நினைத்து, நீங்கள் மங்கையர் அனைவரும் சேர்ந்து இன்குலாபும் சமத்துவமுமெல்லாம் ஸ்தாபித்த கொஞ்ச நாட்களுக்குப் பிறகு புதிய ஒரு கோஷத்துடன் முன்வரமாட்டீர்கள் என்பதற்கு என்ன உத்தரவாதம்?'*

நாணிக்குட்டி : *'தாங்கள் தேவையில்லாமல் ஏதேதோ சந்தேகிக் கிறீர்கள்.'*

பஷீர் : *'ஈரல்குலையே என் நாணிக்குட்டி. என் இந்த வயதி னிடையில் நான் எத்தனை பெண்களைப் பார்த்திருக் கிறேன் தெரியுமா?*

நாணிக்குட்டி : *(கோபத்துடன்) 'எத்தனை பெண்கள்?'*

பஷீர் : *'வழியில் போகிற பெண்கள் அத்தனைபேரையுமே.'*

நாணிக்குட்டி : *(திருப்தியுடன்) 'அது சரி!'*

பஷீர் : 'தாய்க்குலம் எதற்குமே தயங்குவதில்லை. அவர்கள் பெரிய இன்குலாப் வீராங்கனைகள்.'

நாணிக்குட்டி : 'தாங்கள் என்ன சொல்ல வருகிறீர்கள்?'

பஷீர் : 'இனிக் கொஞ்ச நாட்களுக்குப் பிறகு கர்ப்பம் தரிக்க வேண்டிய கடமையும் பிரசவிக்க வேண்டிய பொறுப்பும் ஆண்களுக்குமிருக்கிறது என்றெல்லாம் நீங்கள் வாதம் செய்யத் தொடங்கிவிட்டாலோ?'

நாணிக்குட்டி : 'அப்படி நாங்கள் வாதம் செய்யவே மாட்டோம் தங்களது பாதம் பணிந்து சத்தியம் செய்கிறேன்.'

பஷீர் : 'அடியே, நாணிக்குட்டி, நீ என் வழுக்கைத் தலையைத் தொட்டுச் சத்தியம் பண்ணு.'

நாணிக்குட்டி : 'தங்களது வழுக்கைத் தலைமீதாணை.

பஷீர் : 'இன்று முதல் உனக்கும் மற்ற பெண்கள் அனைவருக்கும் எல்லாச் சுதந்திரமும் சமத்துவமும் தந்திருக்கிறேன். ஆனால், நீ ஒரு விஷயத்தை மறந்துவிடக் கூடாது. எனக்குக் குறைந்த பட்சமாக நான்கு பிரியசகிகளை மணம் செய்வதற்கான அனுமதியிருக்கிறது. மினிமம் . . .'

நாணிக்குட்டி : 'எங்களுடைய மதத்தின் அடிப்படையில் எனக்கும் ஐந்து பிராண நாதாக்களையாவது ஏற்றுக்கொள்ள இயலும் . . .'

பஷீர் : 'நான் சொன்னதை மன்னித்து விடு.'

நாணிக்குட்டி : 'நான் சொன்னதை நீங்களும் மன்னித்துக் கொள்ளுங்கள்.'

பஷீர் : 'நாணிக்குட்டி, நீ ரொம்ப நல்லவள்.'

நாணிக்குட்டி : 'தாங்கள் ஒரு மகான்.'

பஷீர் : 'இல்லை, நான் மகானில்லை.'

நாணிக்குட்டி : 'உண்மை. ஆயிரம் முறை சொல்வேன்.'

பஷீர் : 'இல்லவே இல்லை.'

நாணிக்குட்டி : 'உண்மை.'

(அப்படியாக அந்த விவாதம் அழகாகத் தீவிரமடைந்து வரும்போது மெதுவாகத் திரை விழுகிறது).

பஷீர்'ஸ் புக் ஸ்டால்

அன்பானவர்களே!

நான் தமிழ்நாடெல்லாம் சுற்றித் திரிந்து விட்டுப் பழைய எரணாகுளத்திற்கே திரும்பி வந்திருக்கிறேன். எனவே, நவ சீனாவைப் பற்றி என்னால் ஒரு புத்தகம் எழுத முடியும் ஆனால் எழுதப்போவதாக இல்லை. சீனாவுக்கே போகாத, திரு.கே. தாமோதரன் புத்தகம் எழுதி அச்சடித்து விற்று வருகிறார். சீனாவுக்குப் போய் வந்ததாகச் சொல்லப்படும் திரு. முண்டசேரி, புத்தகம் எழுதி அச்சடித்து விற்கப் போகிறார். சம்பவங்கள் இப்படி யிருக்க, நான் சீனாவைப் பற்றி கிதாபு* எதுவும் எழுத நினைக்கவில்லை. அப்படி நினைப்பதாக இருந்தாலும் ஆஸ்திரேலியாவைப் பற்றி ஒரு கிரந்தம் செய்து விடவே நினைப்பேன். சரி, அதை விடுவோம். வேறு ஒரு முக்கிய மான விஷயம் சொல்ல வேண்டியதிருக்கிறது. நான் 'பஷீர்ஸ் புக் ஸ்டால்' என்ற பெயரில் புத்தகக் கடை ஒன்றை டி.பி. ரோட்டில் திறந்திருக்கிறேன். காரணம் என்ன தெரியுமா? தெரியாத்தனமாக நான் ஒரு இலக்கிய வாதியாகிவிட்டேன். வெளியீட்டாளர்கள் என்று சொல்லப்படும் தரகு முதலாளிகள் எனக்கெதிரான பெரும் சதியாலோசனையில் ஈடுபட்டிருக்கிறார்கள். ஆகவே, புத்தகக் கடை திறக்க வேண்டிய நிர்ப்பந்தமேற் பட்டிருக்கிறது. நான், இதற்கு முன் செய்த வியாபாரத் தில், நண்பர்கள் ரொக்கப் பணமாகக் கடன் வாங்கியது 1,600 ரூபாய். புத்தகம் வாங்கிய வகையில் 2,500 ரூபாய். இவ்வளவு தொகையும் வசூலாக வேண்டியதிருக்கிறது. இப்போது என்னிடம் காசு எதுவும் கிடையாது. பணமோ

---

* புத்தகம்

புத்தகமோ, யாருமே கடன் கேட்டு வரவேண்டாமென்று கேட்டுக்கொள்கிறேன். அப்படிக் கேட்டு வருபவர்களை நான் எதிரிகளாகவே கருதுவேன். முடிந்தால் அவர்களைச் சுட்டுக் கொல்லவும் தயங்கமாட்டேன். எதுவுமே முடியாத பட்சத்தில் சாபம் போடுவேன். வேறு விசேஷங்கள் எதுவுமில்லை. நலம்! நலமென்று நம்புகிறேன். சரி, அப்புறம், நாம் இந்தப் பத்தியில் தொடர்ந்து எழுதவிருப்பது கேள்வி பதில்கள். உங்களில் யாருக் கேனும் ஏதேனும் சந்தேகங்களிருந்தால் எழுதிக் கேளுங்கள். விலாசம் தெரியுமல்லவா? கேள்விக்கான மாதிரிகளைக் காண் பிக்கிறேன். கீழே குறிப்பிட்ட இந்த நபர் கேட்பதாகக் கருதிக் கொள்ளுங்கள்.

வாட்சைப் பற்றி உங்களது அபிப்பிராயமென்ன?

: குட்டப்பன்

(கிருஷ்ணன் நாயர் வாட்சு கம்பெனி எரணாகுளம்.)

வாட்சு ஒரு கம்பீரமான பொருள். என்னிடமும் ஒரு வாட்சு இருக்கிறது. பொதுவாக உலகத்தில் செவ்வாய்க்கிழமை யென்றால் இது ஞாயிற்றுக்கிழமை என்று காட்டும். எங்கே யிருந்து கிடைத்தது என்பது தெரியவில்லை.

இலக்கியவாதிகளின் மானுஃபெஸ்டோ ஸீ வியூவில் வைத்து என்னுடைய மேற்பார்வையில்தான் தயாரிக்கப்பட்டது. அதில் ஒரு பிரதி தங்களுக்கும் அனுப்பிவைக்கப்பட்டதல்லவா? அதைப் பற்றிய தங்களது அபிப்பிராயம்?

: பிராக்குளம் பாஸி

(ஸீ வியூ ஹோட்டல் எரணாகுளம்.)

அதில் சாம்பாரின் வாசனையும் கட்லெட்டின் சுவையும் இட்டலியின் மென்மையும் இருந்தன.

ஜனநாயக முன்னணியின் தோல்வியைப் பற்றி நீங்கள் என்ன நினைக்கிறீர்கள்?

: டி.சி. கிழக்கெமுறி, கோட்டயம்.

கம்யூனிஸ்ட் சதியாலோசனையில் உருவான இந்த ஜனநாயக முன்னணி தோல்வியடைந்த விஷயத்தில் எனக்கு ஓரளவு மகிழ்ச்சிதான்! அப்புறம், தாங்கள் கட்டிய பணத்தை இழக்காமலிருந்ததில் வருத்தமும் தோன்றியது. மக்கள் ஜெயிக் கட்டும் வேறு விசேஷங்கள் ஒன்றுமில்லை.

நவீன சீனாவைப் பற்றித் தங்களது கருத்தென்ன?

: ஜோசஃப் முண்டசேரி, திருச்சூர்.

புது வேட்டியின் மீது குழந்தைகளுக்கு ஒரு ஆர்வமிருக்குமல்லவா? துவைத்த பிறகுதான் பெரியவர்கள் அது நல்லதா இல்லையா என்று தீர்மானிப்பார்கள். நானும் ஒரு கேள்வி கேட்கிறேன், புதிய பஷீர்ஸ் புக் ஸ்டாலைப் பற்றி நீங்கள் என்ன நினைக்கிறீர்கள்?

என் மகனுக்கு நான் சலீம் என்று பெயரிட்டதைப் பற்றி உங்களது அபிப்பிராயமென்ன?

: கே.பாலகிருஷ்ணன்
கௌமுதி பத்திரிகையாசிரியர்,
திருவனந்தபுரம்

நாங்களும் எங்களுடைய சமுதாயமும் மகிழ்ச்சியடைகிறோம். எல்லா இடங்களிலும் முஸல்மான்கள் உருவாகட்டும். பாலைவனத்தின் மண்துகள்கள்போல்.

ஜோனிபஷீர் அறிவது நான் அனுப்பிவைத்த 500 டாலர் கிடைத்ததல்லவா? உன்னுடைய வழுக்கைத் தலையில் காயம்பட்டதாக ஏ.ஜே. ஜான் எழுதியிருந்தார். அது குணமாகிவிட்டதா?

: ஐசன்ஹோவர்
பிரசிடென்ட்
யுனைட்டெட் ஸ்டேட் ஆஃப் அமெரிக்கா

டாலர் கிடைத்தது. நூறு டாலரை வைத்து புக் ஸ்டால் தொடங்கினேன். மீதியைத் திருமணம் செய்வதற்காக வைத்திருக்கிறேன். வழுக்கைத் தலையில் பட்ட காயம் குணமாகவில்லை. இது கம்யூனிஸ்டின் சதியாலோசனை. ஏ.கே. கோபாலன் மாஸ்கோவிலிருந்து கே. தாமோதரனுக்கு எழுதினார். இதன் அடிப்படையில்தான் சம்பவம் நடந்தது. உடனே பன்னிரண்டு பாக்கெட் எடிசன் அணுகுண்டுகள் அனுப்பி வைக்கவும். இன்னும் கொஞ்சம் டாலர் அனுப்பிவைக்கும்படியும் கேட்டுக்கொள்கிறேன். நமது சீடகோடிகள் பணக் கஷ்டத்திலிருக்கிறார்கள்.

அடேய் பஷீர், நீ ஊருக்குப் போகும்போது என்னைப் பார்க்க வந்திருந்தாய் அல்லவா? அப்போது நீ திருடிக்கொண்டுபோன என் கூலிங் கிளாசைத் திருப்பியனுப்பு. எனக்கு டெல்லிக்குப்போக வேண்டியதிருக்கிறது.

: ஸி. ராஜகோபாலாச்சாரி
முதலமைச்சர், மதறாஸ்.

நண்பரே, தெரியாமல் நடந்துவிட்டது. நமது முதலமைச்சர் எட்டுகாலி மம்மூஞ்ஞுவிடம் உடனே கொடுத்தனுப்புகிறேன்.

இவர்களில் யாரும் எதுவும் கேட்கவில்லை. அவர்களுக்கு நாம் பதில் சொல்லவுமில்லை. உங்களில் யாருக்காவது ஏதேனும் கேட்கத் தோன்றினால் எழுதிக் கேளுங்கள். நேரில் வேண்டாம். சிறு, கதை ஒன்று சொல்கிறேனே, நீதிபோதனை ஒன்றுமில்லை! முன் எப்போதோ வாசித்த ஒரு ஆங்கில ஜோக்கின் அடிப்படை யில் உருவானது. மூன்று திருடர்கள்! அல்லது வேண்டாம். கேசவதேவ், பொன்குன்னம் வர்க்கி, பஷீர் ஆகிய மூன்று பேரும் சேர்ந்து ஒரு பயணம் மேற்கொள்கிறார்கள். இரவில் ஒரு சத்திரத்தைச் சென்றடைகிறார்கள். அவர்களிடம் ஒரே ஒரு நபருக்கான உணவுதான் இருக்கிறது. அவர்கள் ஒரு முடிவுக்கு வருகிறார்கள். தூங்கும்போது மிகவும் நல்ல கனவு காணும் நபர், உணவைச் சாப்பிடலாம். அப்படியாக மூன்றுபேரும் தூங்குகிறார்கள்.

அதிகாலையில் தேவும், வர்க்கியும் எழுந்து அவசர அவசர மாகப் பல்விளக்கவும் குளிக்கவுமெல்லாம் செய்து முடிக் கிறார்கள். பஷீர் நல்ல தூக்கம் தேவும் வர்க்கியும் பஷீரை எழுப்புகிறார்கள்.

பஷீர்: இந்த அழுகி முடை நாற்றமடிக்கும் சமூகக் கட்டமைப் பினுள் வாழும் நாம் எதற்காகப் பல்விளக்க வேண்டும்? எதற்காகக் குளிக்க வேண்டும்?

பஷீர் திரும்பவும் தூங்குகிறார். தேவும் வர்க்கியும் திரும்பவும் எழுப்புகிறார்கள். தாங்கள் கண்ட கனவுலக அனுபவங்களைப் பற்றி விவரிக்கிறார்கள்.

பஷீர் சொல்கிறார்: மன்னிக்க வேண்டும் குழந்தைகாள். நேற்றிரவு பன்னிரண்டு மணிக்கு பெர்னாட்ஷாவின் ஆவி வந்து என்னை எழுப்பியது. "நீ ஏண்டா எதுவுமே சாப்பிடாமல் தூங்குகிறாய்." என்று கேட்டு என்னை எழுப்பி உட்கார வைத்தது. நான், உணவை எடுத்துச் சாப்பிட்டுவிட்டேன். மன்னித்துக் கொள்ளுங்கள்.

பட்டினியும், சிறைவாசமும், சினிமா பத்திரிகைகளும்

கம்யூனிஸ்ட்காரார்களை ஓணானுடன் ஒப்பிடுவதில் தவறிருக்கிறதா?

: சி.கே.என். மாரார், தொடுபுழா

பொறுத்திருங்கள் மாராரே, பொறுத்திருங்கள். நான் இந்த நாட்டிலுள்ள முக்கியமான எல்லா ஓணான் களையும் வரவழைத்து அவர்களது கருத்தையும் கேட்டு விட்டுச் சொல்கிறேன். அவர்களுக்கு இதில் எந்த ஆட் சேபமுமில்லையென்றால் உங்களுக்குத் தகவல் தெரிவிக் கிறேன். மன்னித்துக்கொள்ளுங்கள்.

நீங்கள் ஏதாவது அரசியல் கட்சியில் உறுப்பினராக இருக்கிறீர் களா?

: எம்.ஏ. இட்டியேரா, மடத்துப்பள்ளி

உறுப்பினர் அல்ல – பஷீரிசத்தின் உயர்மட்டத் தலைவர்

அரும்பு மீசைக்காரர்களும் ஆபாச விரும்பிகளுமான கல்லூரி மாணவர்கள், மாணவிகளின் பின்னால் நடந்து அவர்களைக் கேலி செய்வதன் காரணமென்ன?

: கெ.பி. லீலாவதி, திருவனந்தபுரம்.

கல்லூரி மாணவர்களிடம் கேட்டுப் பார்த்தேன். அவர்கள், நாங்கள் யாருமே மாணவிகளைக் கேலி செய்வதில்லையென்று சொல்கிறார்கள். ஆனால், காதலிக் கிறார்களாம். இனிமேல் காதலிக்க மாட்டார்களாம். தங்களது எதிர்ப்பைக் காட்டுவதற்காக அனைவரும் மீசையை மழித்துவிடுவதாகவும் சொல்லி இருக்கிறார்கள்.

1. இலக்கிய உலகின் ஐக்கிய முன்னணி வாதத்தைப் பற்றித் தாங்கள் என்ன சொல்கிறீர்கள்?

2. தாங்கள் மீண்டுமொரு புத்தக வியாபாரியாகக் காரணம், பணம் சம்பாதிப்பதுதானே?

: ஆர்.கே. வாசுதேவன் நம்பூதிரி, திருச்சூர்.

இரண்டாவது கேள்வியை முதலில் எடுத்துக் கொள்கிறேன். நான் எழுதத்தொடங்கி நிறைய வருடங்களாகிவிட்டன. எழுத்துமூலம் கிடைக்கிற வருமானத்தில்தான் உயிர் வாழ வேண்டியதிருக்கிறது. ஆரம்பத்தில் நான் எழுதி எழுதி நிறைய வருடங்கள் பட்டினி கிடந்திருக்கிறேன். ஜெயிலுக்குப் போயிருக்கிறேன். அடியும் உதையும் வாங்கியிருக்கிறேன். ஏராளமான கஷ்டங்களை அனுபவித்திருக்கிறேன். இருந்த பிறகும் எழுதினேன். என் பெயரில் நிறைய புத்தகங்கள் வெளிவந்திருக்கின்றன. இந்தப் புத்தகங்கள் எல்லாம் நன்றாக விற்பனையாகவும் செய்கின்றன. ஆனால், பணம் மட்டும் கிடைப்பதில்லை. எனக்கு எந்தச் சொத்தும் கிடையாது நான் எப்படி உயிர் வாழமுடியும்? ஏதோ வாழ்ந்தேன். இப்போதும் வாழ்கிறேன் அவ்வளவுதான். நான் சமீபத்தில் மதறாசுக்குப்போய்த் தங்கியிருந்தேன். எனது புத்தகங்களைத் தமிழ், தெலுங்கு, இந்தி, ஆங்கிலம் ஆகிய மொழிகளில் மொழிமாற்றம் செய்யும் நோக்கத்துடன். பம்பாயிலோ கல்கத்தாவிலோ ஒரு ஆள் ஒண்ணுக்கடித்தால் அதை மலையாளத்தில் மொழிபெயர்ப்பதற்கு இங்கே ஆட்கள் இருக்கிறார்கள். மலையாள இலக்கியத்தை மற்ற மொழிகளில் கொண்டுபோவதற்கு இங்கே சோம்பல்படுகிறார்கள். நான் மதறாசில் இருக்கும்போது ஒரு கடிதம் வந்தது. பால்யகால சகி, சப்தங்கள் போன்றவற்றின் புதிய பதிப்புகளுக்கான காலம் நெருங்கிவிட்டது. அவற்றை நாங்கள் அச்சிடலாமா? உங்களுக்குச் சேர வேண்டிய பிரதிபலன் மிகக் குறைவாகத்தான் இருக்கும். இதற்குச் சம்மதிக்கிறீர்களா?

சுருக்கமாகச் சொல்வதென்றால் நான் சம்மதிக்கவில்லை. மதறாசிலிருந்து எரணாகுளத்திற்கு வந்தேன், கையில் மிகச் சொற்பமான பணம்தானிருந்தது. புக் ஸ்டால் தொடங்கினேன். புத்தகங்கள் அச்சடித்து வெளியிடுவதற்காகப் பலரிடமிருந்தும் கடன் வாங்கினேன். இப்படியாகப் போய்க்கொண்டிருக்கிறது வாழ்க்கை.

இனி, முதல் கேள்விக்கான பதிலைச் சொல்கிறேன். எழுதுபவர்களுக்கும் ஏதாவது பலன் கிடைக்கிற விஷயம்தான் என்றால் இலக்கியத்தில் ஒரு ஐக்கிய முன்னணி உருவாவது மிகவும் நல்ல விஷயம்தான். இது, அரசியல் கட்சியின் தீர்மானங்

களில் கையொப்பமிடுவதற்கான முன்னணி என்றால் நமக்கு வேறு வேலைகள் இருக்கின்றன. நம்பூதிரிபாடுக்குப் புரிந் திருக்குமல்லவா.

நோய்களில் மிகவும் நல்ல நோய் எது?

: சி.கே. குட்டன், கோழஞ்சேரி

அப்படியான ஒரு வியாதி இருப்பதாகவே தெரியவில்லை. சுவாரஸ்யமான நோய் என்றால்... பயங்கரமான அரிப்புடன் கூடிய வறட்டுச் சொறி. இதை அனுபவம் மூலம் உணர்வீர் களாக!

பி.கே. பாலகிருஷ்ணன், தாடி வளர்ப்பதற்கான காரணமென்ன?

: எம்.பி. குமாரன், சேந்தமங்கலம்

வசதி படைத்த ஏதோ ஒரு பெண்ணின் வயதான அப்பனைக் கைக்குள் போட்டுக்கொள்வதற்கு என்பதாக விசாரித்தபோது தெரியவந்தது.

தங்களை மதறாசில் வைத்துக் கண்டதாக ஒரு ஆள் சொன்னார். ஒரு சிவப்புக் கோவணமும் உடுத்து, தலையில் ஒரு சிறு கட்டும் கையில் ஒரு சாவிக் கொத்துமாகத் தனித்தமிழனாக நடந்துகொண்டிருந்தீர்களாம், உண்மைதானா?

: எம்.பி. கிருஷ்ணபிள்ளை, எரணாகுளம்

நண்பர்களே, இது பொய். நான் இதுவரை இப்படி நடந்ததே இல்லை. சந்தேகமிருந்தால் அந்த ராஜகோபாலாச்சாரி யிடம் கேட்டுப் பாருங்கள்.

தாங்கள் சிறிது காலம் தமிழ்நாட்டிலிருந்து விட்டு இப்போது பழைய எரணாகுளத்திற்கே வந்திருக்கிறீர்கள் அல்லவா? எரணாகுளம் இப்போது ஏதாவது மாற்றங்கள் அடைந்திருப்பதாக நினைக்கிறீர்களா?

: ஜி. குமார், கொச்சி

இது சம்பந்தமாக ஒரு சிறிய கதை சொல்கிறேன். அப்படியாக, நான் நார்த் ஸ்டேஷனில் வந்திறங்கினேன். சாமான்களை எடுத்து வெளியே வைக்கச் சொன்னேன். சாமான்கள் என்றால் மூன்று பெரிய தோல் பெட்டிகள், ஒரு படுக்கை, ஒரு சாய்வு நாற்காலி, ஒரு ஸ்டூல், அப்புறம் சில மாதப் பத்திரிகைகள், புத்தகங்கள். இவ்வளவையும் நான்கு போர்ட்டர்கள் சேர்ந்து எடுத்து வெளியே வைத் தார்கள். ஆச்சரியம் என்றுதான் சொல்ல வேண்டும். அவர்

களில் யாருமே என்னிடம் கூலி வாங்கவில்லை. 'காசெல்லாம் வேண்டாம் சார்' என்று சொல்லிவிட்டார்கள். இதென்ன அதிசயமென்று நினைத்தபடியே நான் அப்படி நிற்கும்போது பத்திருபது இளைஞர்கள் என்னைச் சுற்றிக் கூடிவிட்டார்கள். ஒரு சிறு ஆரவாரம். அந்த இருபது பேரும் எனது பொருட் களைப் பங்குபோட்டு எடுத்துத் தோளிலும் தலையிலும் தூக்கிக் கொண்டார்கள். ஒரு ரிக்ஷா வண்டிக்காரன் என்னைப் பிடித்து இழுத்துக்கொண்டு போய் வண்டியிலேற்றினான். அந்த இருபது பேர்களுடன் வண்டி நகர்ந்துகொண்டிருந்தது. ஒரு டிராஃபிக் போலீஸ்காரன் என்னைப் பார்த்து சல்யூட் செய்துவிட்டுச் சொன்னான்:

"டியூட்டி முடிந்ததும் வந்து பார்க்கிறேன்."

அப்போது ஒரு பெட்டிக்கடைக்காரன் சோடாக் குப்பி யைத் திறந்து என் கையில் தந்தான். நான் அதைக் குடித்துக் கொண்டிருக்கும்போது ஒரு டீக்கடைக்காரன் சிகரெட்டுடன் வந்தான். எல்லோரும் தங்களுக்குள் கோபத்துடன் முறைத்துக் கொள்ளவும் செய்கிறார்கள். எனக்கெதுவுமே பிடிபடவில்லை.

நாங்கள் நடந்தோம். அப்போதுதான் கவனித்தேன். ரோட்டின் ஒருபுறம் ஒரு பெரிய விளம்பரம். அந்த விளம்பரத் தின் சுருக்கம், வேறொன்றுமில்லை; எரணாகுளத்தில் ஏதோ ஒரு இடத்தில் ஒரு பெரிய மனநோய் மருத்துவமனை தொடங்கிச் செயல்பட்டு வருகிறது. அவ்வளவுதான்.

எனக்கு மிகுந்த ஆச்சரியமாக இருந்தது. என்ன காரணம்? ஆட்கள் என்னிடம் இவ்வளவுக்கு அன்பாக நடந்துகொள்ளும் படி இங்கே என்ன நடந்திருக்கிறது? எரணாகுளத்தில் நானில் லாதபோது ஒரு பைத்தியக்கார ஆஸ்பத்திரி திறக்கும் அளவுக்கு எப்படி இவ்வளவு பைத்தியக்காரர்கள் உருவாகிவிட்டார்கள்?

சுருக்கமாகச் சொல்லிவிடுகிறேனே? டி.பி. ரோட்டுக்கு வந்து சேர்ந்தோம். பஷீர்ஸ் புக் ஸ்டாலின் மேல்மாடியிலுள்ள அறைக்கு வந்தோம். சாமான்கள் எல்லாம் இறக்கிவைக்கப் பட்டன. அப்போதும் ஒரு அதிசயம் நிகழ்ந்தது. ரிக்ஷாக்காரன் உட்பட யாருமே காசு வாங்க மறுத்துவிட்டார்கள். 'காசெல் லாம் வேண்டாம் சார்' என்று சொல்லிவிட்டார்கள். அவர்கள் போன பிறகு நான் குளித்து உடுப்புகளெல்லாம் மாற்றிவிட்டு ஒரு சாப்பாடு கொண்டுவரச் சொல்லிப் பையனை அனுப்பி வைத்தேன். அப்போதும் ஒரு ஆச்சரியம் நடந்தது. ஓட்டல் மானேஜரே சாப்பாட்டைக் கொண்டுவந்து தந்தார். பணம் கொடுத்தபோது அவரும் வாங்கவில்லை.

'காசெல்லாம் வேண்டாம் சார்' என்று சொல்லிவிட்டுப் போய்விட்டார்.

புதிய மனநோய் மருத்துவமனை, அப்புறம் 'காசெல்லாம் வேண்டாம் சார்' எனும் இரண்டு புதிய சுலோகங்கள். இந்த இரண்டு விஷயங்களையும் பற்றிச் சிந்தித்தவாறே நேரம் போனது தெரியாமல் அப்படியே தூங்கிவிட்டேன். அப்போது, பத்து நூறு ஆட்களின் ஆரவாரம். விழித்துப் பார்க்கும்போது ரெயில்வே போர்ட்டர்கள், ரிக்ஷா வண்டிக்காரர்கள், டிராஃபிக் போலீஸ்காரர், பெட்டிக்கடைக்காரர், ஓட்டல் காரர், சுமட்டுக்காரர்கள் – எல்லாரும் வந்திருக்கிறார்கள். குளித்து முடித்து உடுப்புகளை மாற்றிவிட்டு வந்திருக்கிறார்கள். ஒவ்வொருவரது கையிலும் ஒவ்வொரு மாதப்பத்திரிகையு மிருந்தது. விஷயத்தைச் சொன்னார்கள். அவர்கள் அனை வருமே பத்திரிகை அதிபர்கள். அதில் அதிகமும் சினிமா, கலாசார, அரசியல் மாத இதழ்கள். எல்லாருக்குமே நான் விஷய தானம் செய்ய வேண்டுமாம்.

செய்வதாக ஒப்புக்கொண்டேன். மறுநாள்தான் தெரிந்து கொண்டேன். இந்த மாத இதழ்களைத் தொடர்ந்து மூன்று மாதம் வாசிப்பவர்கள் மனநோய்க்கு ஆளாகிவிடுவார்கள். இப்படியாகப் பைத்தியமானவர்கள் நிறையபேர் இருக்கிறார் கள். அதையெல்லாம் நானும் வாசிக்க வேண்டுமாம். வாசிப்ப தாகவும் அத்தனைபேருக்குமே விஷய தானமளிப்பதாகவும் ஒப்புக்கொண்டிருக்கிறேன். வேறு, முக்கியமான மாற்றங்களைப் பற்றிப் பிறகு எழுதுகிறேன். மாதப் பத்திரிகைகள் பல்கிப் பெருகட்டும். மனநோய் மருத்துவமனை சீரும் சிறப்பும் அடை யட்டும். சுபம்.

கம்யூனிசமும் கண்ணன் பழமும்

குடிகாரர்களைப்பற்றி உங்களுடைய கருத்தென்ன?

: பானுமதி, ஆலுவா.

எனது ஏராளமான நண்பர்கள் குடிகாரர்களாக இருக்கிறார்கள். ஆகவே, கருத்து எதுவும் சொல்ல விரும்பவில்லை. சமீபத்தில் நான் வாசித்த ஒரு வரலாற்றுச் செய்தியை வேண்டுமானால் இங்கே குறிப்பிடுகிறேன். இரண்டு குடிகார அரசியல்வாதிகள். உலகிற்கு நன்மைகள் செய்ய வேண்டிய அன்றைய வேலைகள் முடிந்து பிற்பகல் மூன்று மணிக்குக் களைத்துப் போனவர்களாக ஒரு கள்ளுக்கடையில் ஏறினார்கள். ஐந்தரை மணிவரை குடித்தார்கள். இரண்டு பேரும் அப்படியே கிறக்கத்துடன் வெளியில் வந்தார்கள். நடப்பதற்கான திராணி உடம்பில் இல்லாதது போலிருந்தது. ஒரு ஆள் தரையில் அமர்ந்துவிட்டார். மற்றொருவர் ஒரு மதிலில் சாய்ந்து நின்றார். அப்படியே நீண்ட நேரம் கழிந்தது. கீழே அமர்ந்திருந்த நபர், மதிலில் சாய்ந்து நின்றவரைப் பார்த்தார். அவர் . . . சுருட்டிப் பிடித்த தனது கைக்குள் எதையோ தீவிரமாக உற்றுப் பார்ப்பதைக் கவனித்தார்.

“கையிலெ என்ன இருக்கு?” கீழே அமர்ந்திருந்தவர் கேட்டார்.

மதிலில் சாய்ந்து நின்றவர் சொன்னார்:

“தைரியமிருந்தா பாக்காமெ சொல்லு பாக்கலாம்.”

“முட்டை.”

மதிலில் சாய்ந்து நின்றவர் கைக்குள் நோட்டமிட்டு விட்டுச் சொன்னார் :

"கெடையாது."

"கரப்பான் பூச்சி."

"கெடையாது."

"மாடு."

"கெடையாது."

"யானை."

மதிலில் சாய்ந்து நின்றவர் மீண்டுமொரு தடவை கையைக் கூர்ந்துப் பார்த்துவிட்டுச் சொன்னார் :

"சரி, சொல்லு. ஆண் யானையா, பெண் யானையா?"

நான் ஆறு குழந்தைகளின் தாய். என்னுடைய கேள்விக்கு வருகிறேன். கடவுள் ஆண்களைவிடவும் அதிகமான துயரத்தைப் பெண்களுக்கு ஏன் கொடுத்தான்?

: மிஸஸ். கே.பி. செறுதுருத்தி.

மாண்புமிகு திருமதி, ஒரு குட்டிக் கதை சொல்கிறேன்:

ஒரு மத்தளமும் செண்டையும் ஒரே வீட்டில் சௌக்கியமாக வாழ்ந்து கொண்டிருந்தன. செண்டை பெண்ணும், மத்தளம் ஆணும் என்பதை நினைவிலிருத்திக் கொள்ளுங்கள். இரண்டுக்குமே நல்ல அடி விழுந்து கொண்டிருந்தது. இப்படியாக அடி விழும்போதெல்லாம் சத்தமெழுப்புவதுதான் அவற்றின் வாழ்க்கையின் நோக்கம். இந்தக் காலம் போல்தான் அந்தக் காலமும். யாருக்குமே திருப்தியென்பது கிடையாது. செண்டை நினைத்துக் கொண்டதாம்; இந்த மத்தளம் ரொம்ப அதிர்ஷ்டசாலி. அவனுக்கு என்னைப் போன்ற கஷ்டங்களெல்லாம் கிடையாது. அடியைப் படைத்த இறைவன் ஒரு சார்பு நிலையில் செயல்படுகிறான். சரி, எல்லாமே இப்படித்தான் போலிருக்கிறது என்றெல்லாம் அந்த செண்டைத்தாய் புலம்பும் போது மத்தளத் தகப்பன் நினைத்ததாம்: செண்டைப் பெண். அவளுக்கென்ன, புண்ணியம் செய்தவள். இந்த ஏழையாகப் பட்ட மத்தளம் அனுபவிக்கும் துயரங்கள் எதுவும் அவளுக்குக் கிடையாது. அடியின் மூலப் பொருளாகிய ஆண்டவன் இந்த அசிங்கம் பிடித்த செண்டையின்மீது இவ்வளவு பரிவுடன் நடந்து கொள்வதற்கானக் காரணம் என்னவாக இருக்கும்?

இந்த இரண்டு ஆவலாதிகளையும் கேட்டால் யாருக்குத் தான் கோபம் வராமலிருக்கும்? ஆனால், இறைவன் கோபப் படவில்லை. அவன் கருணைக் கடலல்லவா? செண்டை

யையும் மத்தளத்தையும் அவன் சிறு உரு மாற்றம் செய்தான். புதியதொரு சிறு வாழ்வியல் நோக்கத்தையும் உருவாக்கிக் கொடுத்தான். எப்படியென்றால், செண்டையை, குயவனின் தீச்சூளையாகவும் மத்தளத்தை அதிலிருந்து வேகும் குடமாகவும்.

இப்போது இரண்டு பேருக்குமே கஷ்டமில்லாமலாகி இருக்க வேண்டுமல்லவா? ஆனால் இரண்டு பேருமே வாய் விட்டு அழுதார்கள்.

“தாங்க முடியவில்லையே கடவுளே, எங்களை பழையது போலாக்கிவிட மாட்டாயா?”

இறைவன் சொன்னான்:

“சரி, இனிமேல் எந்தப் புகாரும் வரக்கூடாது. யார்மீதும் எனக்குச் சார்பு நிலை கிடையாது. சுகமும் சோகமும் எல்லோருக்கும் சமமாகவே பகிர்ந்தளிக்கப்பட்டிருக்கின்றன.”

இப்படியாக, செண்டை, செண்டையாகவும் மத்தளம், மத்தளமாகவும் பழைய வடிவத்திற்குத் திரும்பின. கொஞ்ச காலம் கழிந்ததும் செண்டைக்குப் பழைய சம்பவங்கள் அனைத்தும் மறந்து போயின. அழுகையும் குரல் தழுதழுப்பும் புலம்பலும் பெரு மூச்சுகளும் ஏற்படத் தொடங்கி அதிகமானபோது அறிவீனனாக இருந்தாலும் மத்தளம் ஆறுதல்படுத்தியது.

“தங்கமே, எஞ்செண்டையே, அழுவாதடி.” அப்போது செண்டை சொன்னது:

“நான் அழத்தான் செய்வேன், நீ என்ன செய்துடுவே?”

பாவம், மத்தளம். அது என்ன செய்யும்? இந்தப் பழைய சம்பவங்களின் நினைவுகள்தான், இன்று நாம் கேட்கும் மத்தள ஓசையின் சோகத் தொனி.

‘நீங்கள் என்னைக் கம்யூனிஸ்டாக்கினீர்கள்’ என்ற நாடகத்தைத் தடை செய்தது, திருவாங்கூர் – கொச்சி அரசாங்கத்தின் அழிச்சாட்டியத்திற்கான எடுத்துக்காட்டுதானே?

: கே.கே. தாமஸ், சாலக்குடி.

இல்லை தோமா. அவர்களுடைய அறிவுக் கூர்மையை தான் சுட்டிக் காட்டுகிறது. அந்த வரலாற்றை நான் இங்கே குறிப்பிடுகிறேன்.

ஒருநாள் முதல் மந்திரி ஏ.ஜே. ஜான் சோகமாக அமர்ந்திருப்பதை காவல்துறை மந்திரி டி.எம். வர்க்கீஸ் பார்த்தார்.

"ஏன் ஜான்ஃபாதர் இத்தனை சோகம்?" என்று டி.எம். வர்க்கீஸ் கேட்க,

"என்னத்தெ சொல்றது வர்க்கிஃபாதர்?" என்று ஏ.ஜே. ஜான் திருப்பிக் கேட்டுவிட்டு "பெரியவருக்குக் கொஞ்சம் கோபம்" என்கிறார்.

"யாருக்கு, ஜவஹர்லால் நேருவுக்கா?"

"இல்லே, நம்ம மலங்கோஃபாதருக்கு."

மலங்கோ மாஸ்கோவிலிருந்து கோபப்படுமளவுக்கு. என்ன விஷயம்? ஏ.கே. கோபாலன் ஏதாவது பொய் சொல்லியிருப் பாரோ? டி.எம்முக்கு எதுவுமே பிடிபடவில்லை. அவர் கேட்டார் :

"அவர் எதுக்காக ஜான்ஃபாதர் கோபப்படணும்?"

ஏ.ஜே. ஜான் எதுவும் சொல்லவில்லை. ஐயா அக்கம்பக்கம் பார்த்துவிட்டு ரகசியமாக ஒரு கடிதத்தை எடுத்து டி.எம். வர்க்கீசிடம் கொடுக்கிறார். கடிதம், மலங்கோவிட மிருந்து. அதை வாசித்த பிறகு தான் டி.எம். வர்க்கீசுக்கு விஷயம் பிடிபட்டது. ஆனால் என்ன செய்ய முடியும்?

"கேரளத்துலே கம்யூனிசம் பரவுவதற்காக நம்மால முடிஞ்ச எல்லாமே செய்துட்டிருக்கிறோமே ஜான்ஃபாதர்?"

"அப்படிக் கிடையாதுன்னு மலங்கோ ஃபாதர் எழுதி யிருக்கார். நாம மனசு வெச்சா ஆறே மாசத்துக்குள்ளாடி இந்த முதலாளித்துவக் கேரளம் சாட்சாத் பொதுவுடைமைக் கேரளமாக மாறிடும்னும் பெரியவர் நினைக்கிறார்."

"சரி, இப்போ என்ன செய்யணும்? பனம்பிள்ளிகிட்டே யோசனை கேட்போமா?"

"பார்க்கலாம்."

"அதுவும் சரிதான். அவர்கிட்டே கலந்தோசிக்காம நாமாகவே ஏதாவது செய்யணும்"

"என்ன செய்யலாம்?"

"ஆங் . . ."

ஏ.ஜே. ஜானுக்குத் திடீரென்று ஒரு ஐடியா தோன்றியது. அவர், டி.எம். வர்க்கீசின் காதுகளில் குசுகுசுத்தார்.

"பான்!"

ஏ.ஜே. ஜான் கேட்டார்:

"என்ன ?"

"ஆங் . . !"

ஏ.ஜே. ஜான் சொன்னார் :

"வர்க்கிஃபாதரே கேளும். மனிதர்கள் தின்னாததை, குடிக்காததை, கேட்காததை, பார்க்காததை, படிக்காததை, சேராததை எல்லாம் நாம தடை பண்ணுனா என்ன நடக்கும்?"

டி.எம். வர்க்கீஸ் சொன்னார் :

"அதையெல்லாம் நாம தடை பண்ணுனா மக்கள் அதையே தான் தின்பாங்க, அதையேதான் குடிப்பாங்க, பார்ப்பாங்க, படிப்பாங்க, சேருவாங்க."

"அப்படின்னா 'நீங்கள் என்னைக் கம்யூனிஸ்டாக்கி னீர்கள்' என்கிற ஒரு நாடகம் நடக்கிறதல்லவா, நம்ம கட்சி யினுடையது. அதை பான் பண்ணிடுங்க – ஆறே மாசத்துக் குள்ளாடி இந்த முதலாளித்துவக் கேரளம் . . .!"

"ஆஹா." டி.எம். வர்க்கீஸ் சொல்கிறார் :

"பொதுவுடைமைக் கேரளமாகும் . . ."

"இதைத்தான் நான் சொல்றேன்."

உடனேயே டி.எம். வர்க்கீஸ் ஒன்பது தொலைபேசிகளில் கர்ஜித்தார்.

"பான்! பான்! நீங்கள் என்னைக் கம்யூனிஸ்டாக்கினீர்கள் எனும் நாடகம் . . . பான்! பான்!"

ஏ.ஜே. ஜான் வழி மொழிந்தார்:

"பான்! பான்! பான்!"

தாங்கள் சிறுவயதில் பெரிய போக்கிரியும் பெருந் திருடனாகவுமிருந்த தாகச் சொல்கிறார்களே, உண்மைதானா?

: டி.சி. கிழக்கே முறி, கோட்டயம்

இல்லை, டி.சி. நான் மானம் மரியாதைகளுடன் வாழ்ந்த ஒரு நல்ல பையன். ஆனால், வீட்டிலோ அயல் பக்கங்களிலோ ஏதாவது காணாமல் போனால் என்னைப் பிடித்துக்கொள் வார்கள் என்பதும் ஊரறிந்த விஷயம்தான். ஆனால் உண்மையில் நான் அப்படியான பையனே கிடையாது. எனக்குத் தேவையான பொருட்களை நான் திருடாமலேயே அடைந்து

விடுவேன். உதாரணமாக இரண்டு கண்ணன் பழங்களின் கதையை இங்கே நான் குறிப்பிட முடியும்.

அப்போது எனக்குப் பன்னிரண்டு வயதிருக்கும். 'வயறன்*' என்றொரு பெயரும் அன்று எனக்கு இருந்தது. அப்படியான வயதல்லவா? எவ்வளவு தின்றாலும் பசி அடங்காது. அக்கம் பக்கங்களிலிருந்தும் நான் எதையாவது திருடித் தின்பேன். அப்புறம் தென்னை மரத்திலேறி இளநீர் பறித்துக் குடிப்பது, மாமரத்திலேறி மாங்காய் பறித்துத் தின்பது, பலா மரத்திலேறி நல்ல பழுத்த பலாப்பழம் பார்த்து ... அதில் உட்கார்ந்தே தின்பது. இதையெல்லாம் நான் தனியொருவனாகச் செய்வது கிடையாது, தெரியுமா – அப்போதைய என் திருட்டுக் கோஷ்டியிலிருந்த சிலர் இப்போது அமைச்சர்களாகவும் ஒரு ஆள் நீதிபதியாகவும் மற்றொருவர் அரசியல்வாதியாகவு மிருக்கிறார்கள். பிரச்சினைகள் இவ்விதமாக இருப்பதால் நான் அவர்களது பெயர்களை இந்த வரலாற்றில் குறிப்பிடப் போவதாக இல்லை. அக்காலக்கட்டங்களில் அப்துல்காதர் எனும் பெயரில் ஒரு நல்லவனிருந்தான். (அவனது ஆன்மா வுக்கு நித்ய சாந்தி கிடைப்பதாக. ஆமீன்) அவன் எனது மாமாவின் மகன். தொழுகை, நோன்பு போன்றவைகளைத் தவறவிடமாட்டான். பக்தன். ஆனால், சிறுவயதிலேயே அவனுடைய கால்கள் செயலிழந்து போய்விட்டன. நடக்க முடியாது. பத்து, பதினொரு வயதிருக்கும் போதே மாமா அவனைக் கடையில் வைத்துக்கொண்டார். கடை மாமா வுடையதுதான் என்பது ஞாபகமிருக்கட்டும். கடையில் பிஸ்கட், மிட்டாய், பழங்கள், பலாப்பழம், மாம்பழம் போன்றவைதான் முக்கியமான வியாபாரப் பொருட்கள். அவனுக்குக் கை எட்டும் விதமாக நீளமான ஒரு பெஞ்சு போடப்பட்டிருந்தது. அதில்தான் அமர்ந்திருப்பான். மிக நீளமான கூர்மையான முனையுள்ள ஒரு கம்பும் அவனது பக்கத்தில் எப்போதும் இருக்கும். செதுக்கியெடுத்த, கமுகுமரக்கம்பு. கூர்மையான அதன் முனையால் நான் ஏராளமான குத்துப்பட்டிருக்கிறேன். என் கோஷ்டியிலுள்ள சக திருடர்களும் பட்டிருக்கிறார்கள்.

நான் பக்கத்தில் சென்றால் போதும் உடனே அவன் சொல்வான் :

"இக்காக்கா* அங்கியே நின்னா போரும்."

அவனைவிடவும் ஒரு வயதோ, என்னமோ நமக்கு அதிகம். ஆகவே அவன் என்னை இக்காக்கா என்றுதான்

---

* பெருந்தீவனக்காரன்

* வயதில் மூத்த சகோதரன், மாமாவின் மகன்

சொல்வான். இருந்தாலும் பக்கத்தில் அண்ட விடமாட்டான். இந்த முடைநாற்றம் பிடித்த சமூக அமைப்பிற்கெதிராக ஏதாவது செய்தே தீரவேண்டுமென்று நான் நினைத்தேன். அப்படியிருக்கும்போது நல்ல பக்குவமான ஒரு குலை கண்ணன் பழம் கடையில் தொங்குவதைக் கண்டேன். இரண்டு பழங்கள் தின்றால் நல்ல சுவாரஸ்யமாக இருக்கும்போல் தோன்றியது. ஆனால் அவனோ, அந்த நீளமான கம்பை வைத்துக் குத்துவான். என்ன செய்வது?

நான் மிகுந்த சோகத்துடன் அங்கே நின்றிருந்தேன். அவன் கேட்டான்:

"இக்காக்காவுக்கு என்ன வருத்தம்?"

நான் சொன்னேன்:

"நான் ஒரு கனவு கண்டேன்."

"என்ன கனவு?"

நான் சோகத்துடன் சென்று கண்ணன் பழக்குலையின் பக்கத்தில் பெஞ்சில் அமர்ந்தேன். அவனும் என் பக்கத்தில் வந்து அமர்ந்து கொண்டான். அவனது கையில் பலாப்பழத்தை வெட்டுகிற ஒரு பெரிய கத்தியுமிருந்தது. இக்காக்கா ஏதாவது வேண்டாத்தனம் காட்டினால் போட்டுவிட வேண்டியது தான். இதுதான் அவனது எண்ணம்.

நான் சொன்னேன்:

"டேய், நான் இறந்து போவேன். கனவு கண்டுட்டேன். அதனால இறந்துருவேன்."

நான் இறந்து விடுவேன் என்றால் அது பெரிய சோகமான விஷயம்தானே?

அவனுக்கும் சோகம் உருவானது.

நான் கேட்டேன்:

"நான் இறந்து போனா நீ என்ன பண்ணுவே?"

அப்படியான ஒரு நிலை ஏற்பட்டால் பல்வேறு காரியங்கள் செய்வதற்கிருந்தன. குர்ஆனிலுள்ள யாசீன் எனும் அத்தியாயத்தை உடல் அசைவுகளுடன் உருப்போட்டு, இறந்து போன ஆளை நினைத்து எதையாவது சாப்பிட்டால் அது

சுவர்க்கத்திலிருக்கும் அந்த இறந்துபோன ஆளைச் சென்றடையும்.

அவன் சொன்னான்:

"இக்காக்கா இறந்து போனா... நான் ஒவ்வொரு வெள்ளிக்கிழமை இரவும் யாசீன் ஓதிட்டு ஒறட்டி*யும் இறைச்சியும் தின்கிறேன்."

நான் சொன்னேன் :

"அதொண்ணும் எனக்கு வேண்டாம்."

"வேறென்ன வேணும்?"

நான் சொன்னேன் : "கண்ணன் பழம்"

"சரி, அப்படின்னா கண்ணன் பழம் தின்கிறேன்." என்று அவன் சொல்லி முடிப்பதற்குள் நான் சட்டுபுட்டுனு இரண்டு பழங்களைப் பிய்த்தெடுத்தேன். அவன் என்னை வெட்டவில்லை. வெட்டுவதற்காகக் கத்தியை ஓங்கியதும் சொன்னேன்:

"நான் இறந்துபோன பிறகு முதல் வெள்ளிக்கிழமை நீ யாசீன் ஓதும்போது பழம் தின்ன வேண்டாம்."

---

* பச்சரிசி தோசை

மாதர் குலமும் மந்திரிப் பிரதானிகளும்

தாங்கள் இந்த உலகத்தில் அதிகமாகப் பயப்படுவது எதைப்பார்த்து?

: எம்.ஆர். கர்த்தா, சேர்த்தலை

அழிவை.

மலையாளியின் ஏஜெண்டும் கரஸ்பாண்டென்டுமாகச் செயல்படுவதற்கு எரணாகுளத்திலும் கோட்டயத்திலுமாக இரண்டுபேர் தேவையிருப்பதாக ஒரு பத்திரிகையில் விளம்பரம் பார்த்தேன். ஒரு பத்திரிகையாளராகிய தங்களுக்கு இதில் ஆட்சேபமெதுவும் தோன்றவில்லையா?

: கே.கே. வாசு, கொச்சி

இல்லை வாசு. சுயப்பார்வை கொண்டவன் ஒரு பத்திரிகையாளனாக முடியாது. அதற்கெல்லாம் ரொம்பக் கெட்டியானத் தோல் வேண்டும். ஆனால், என்னிடம் அது இல்லை. மற்றபடி, மேற்கண்ட விளம்பரத்தில் நான் ஆட்சேபிப்பதற்கு என்ன இருக்கிறது? ஏஜெண்டும் கரஸ்பாண்டெண்டும் பத்திரிகை அதிபரும், ப்ரூஃப்ரீடரும், கம்போசிடரும், பியூனுமாக வேலை செய்வதற்கு ஆள் தேவைப்படுவதாக ஒன்றும் விளம்பரம் செய்யவில்லையே?

தாங்கள் ஒரு பெண்ணிய விரோதி என்று சொல்லப்படுகிறதல்லவா, அது ஏன்?

: பி.கே. இந்திரா, கொல்லம்

தங்கமே, இந்திரா. குழந்தை கேள்விப்பட்டது பச்சைப் பொய். என்னைத் தீவிரமாக வெறுக்கும் யாராவது கொல்லத்தில் இருப்பார்களாக இருக்கும். உண்மையைச் சொல்வதானால் எனக்குப் பெண்கள்மீது ரொம்பவே மரியாதை உண்டு. பெண்கள் மட்டும் இல்லாமலிருந்திருந்தால் ஈஸ்வரா . . . ஒரு கதை சொல்கிறேனே?

பண்டொரு காலத்தில் ஒரு அறிவுஜீவி இருந்தார். அதாவது, இப்போதும் ஐயா அறிவுஜீவியாகத்தானிருக்கிறார். ஏழெட்டுப் புத்தகங்களும் எழுதியிருக்கிறார். பெரிய பிரசங்கவாதி. இப்போது ஒரு பத்திரிகையாளர்.

இந்தத் தலைவரிடம் பத்துப் பதினான்கு வருடங்களுக்கு முன் நான் அறிமுகமாகிறேன். யூத் லீக் எனும் பெயரில் அப்போது ஒரு அமைப்பு செயல்பட்டுக்கொண்டிருந்தது, மாகாண காங்கிரசின் தத்துப்புத்திரனாக! மேற்படி அமைப்பைச் சேர்ந்த சில தலைவர்கள், திருவிதாங்கூரிலிருந்து, சசியோத்தமன் சர் சி.பி. ராமசாமி ஐயரின் போலீஸ் சேனைக்குப் பயந்து எரணாகுளத்தில் வந்து தங்கியிருந்தார்கள். (அன்றைய சி.பி. போலீஸ், பிறகு பட்டம் தாணுப்பிள்ளையிடமும் தொடர்ந்து சி. கேசவனிடமும், இப்போது ஏ.ஜே. ஜானிடமும் இருக்கிறது.) இந்தத் தலைவர்கள் தங்கியிருந்த அறையின் பக்கத்தில்தான் என் அறையுமிருந்தது. கேசி. ஜார்ஜ், டி.வி. தாமஸ், என். ஸ்ரீகண்டன் நாயர், எம்.என். கோவிந்தன் நாயர் ஆகியோர்களுடன் நமது அறிவுஜீவியும் தங்கியிருந்தார். பெரிய சிந்தனையாளரான மேற்படியான், இந்தக் காலக்கட்டங்களில் பல்விளக்கவோ குளிக்கவோ ஒன்றும் செய்வதில்லை.

“அழுகி முடைநாற்றம் வீசும் இந்தச் சமூக அமைப்பினுள் வாழும் நான் எதற்காகப் பல் துலக்க வேண்டும்? ஏன் குளிக்க வேண்டும்?” இதுதான் அந்தச் சிந்தனையாளரின் கேள்வி. திருவுடையார் காரல்மார்க்ஸின் கேபிடல் எனும் புத்தகத்தைத் தான் உறங்கையில் தலைக்கு வைத்துக்கொள்வார்.

மற்றவர்கள் எழுந்து குளிப்பது போன்ற எல்லா வேலைகளையும் செய்து முடித்துவிட்டு நாஸ்தா செய்யக் கிளம்பும்போது நமது இந்த அறிவுஜீவி வாசிப்பதிலிருந்து விடுபட்டு எழுவார். எழுந்து, குழாயடிக்குச் செல்வார். பெருவிரலையும் சுண்டுவிரலையும் லேசாகத் தண்ணீரில் நனைத்துக் கண்களி

லிருக்கும் பீளையைத் துடைத்துவிட்டு மற்றவர்களுடன் சேர்ந்துகொள்வார். பெரியவரைப் பல்துலக்க வைக்கவோ குளிக்க வைக்கவோ யாராலும் முடியவில்லை. அப்போது நான் ஒரு தடவை, கே.சி. ஜார்ஜிடம் சொன்னேன்:

"நான் இவரைத் தந்திரமாக, வைக்கத்திற்கு அழைத்துக் கொண்டு போய்விடுகிறேன். அங்கிருந்து நான்கைந்து மைல் தூரத்தில் தலயோலப்பரம்பு என்ற ஒரு கிராமம் இருக்கிறது. அங்கே எனது வீட்டு முற்றத்தில் வயதான ஒரு பலாமரம் நிற்கிறது. அதில் இவரைக் கட்டிப்போட்டு நான் குளிப்பாட்டி விடுகிறேன். பெரியவரின் உடம்பில் ஒட்டியிருக்கும் வைட்டமின், பலாமரத்தின் மூட்டில் விழுந்தால் பலாப்பழம் அப்படியே காய்த்துக் குலைத்துவிடும். வேண்டுமென்றால் இரண்டு ரூபாயும் கொடுக்கிறேன்."

ஜார்ஜ் சொன்னார்:

"அது நல்லதுதான்."

ஆனால், நமது அறிவுஜீவி இதற்கு உடன்பட மறுத்து விட்டார். பிறகு, அவரைப் போலீஸ் இன்ஸ்பெக்டர்களும் சிறை அதிகாரிகளும் குளிக்க வைத்துவிட முயற்சி செய்துபார்த் தார்கள். கடைசிவரை அவர் குளிக்கவுமில்லை, பல் துலக்கவு மில்லை.

காலம் மீண்டும் கடந்தது. உலகத்தில் ஆச்சரியமான பல சம்பவங்கள் நடந்தேறின. எனது தலையின் சிகரப்பகுதி யில் வழுக்கை விழுந்தது. காரூர் நீலகண்டபிள்ளை, பி.கேசவதேவ் போன்றவர்களின் மீசை நரைத்துப் போய்விட்டது. அவர்கள் மழுங்கச் சிரைத்துக்கொண்டார்கள். சி. கேசவனின் மகனா கிய பாலன் எனும் பையன் மீசை வளர்த்து, பத்திரிகையாள ராகி, கல்யாணம் செய்து சலீமின் வாப்பாவும் ஆனான். ஏ.கே. கோபாலன், மாஸ்கோவுக்குப் போனார். முண்டசேரி கம்யூனிஸ்ட் சீனாவுக்குப் போய்வந்த பிறகு 'சீனா முன்னேறு கிறது' என்றொரு புத்தகம் எழுதி வெளியிட்டார். எனது தலையின் சரிவுப் பிரதேசங்களிலிருந்த சில முடிகளும் நரைக்கத் தொடங்கியிருந்தன. 'பஷீர்ஸ் புக் ஸ்டால்' என்ற பெயரில் நான் ஒரு புத்தக வியாபாரியாக ஆனேன். இப்படியாக வாழ்ந்து கொண்டிருக்கும்போது அழகான ஒரு பெண் என் கடைக்கு வந்தாள். கூடவே, எருமைமாடுபோலிருக்கும் அறிவுஜீவியான நம் கதாநாயகனுமிருந்தார். ஆச்சரியமென்றுதான் சொல்ல வேண்டும். ஐயா, குளித்திருந்தார். பல் துலக்கியுமிருந்தார். சுத்தமான நல்ல ஆடைகளும் உடுத்திருந்தார். நான், டோன்ட்

கேர் போல் அவரைப் பார்த்தேன். பிறகு அழகான அந்தப் பெண்மணியைப் பார்த்தேன். அப்போது அறிவுஜீவி சொன்னார் :

"இவள், மிஸஸ் நான்."

அப்போது அந்தப் பெண் சிரித்தாள். நானும் சிரித்தேன். நான் அந்த மாதுவிடம் கேட்டேன்:

"என்னை ஏன் சாப்பிடக் கூப்பிடவில்லை? நான் வேண்டு மானால் முக்கிய விருந்தினராக வருகிறேனே?"

"நாளைக்கு மத்தியானம் வாருங்கள்." என்று அந்த மாதர் குலத் திலகம் அழைப்பு விடுத்தது.

நான் மறுநாள் குளித்து முடித்துக் காலையில் எட்டு மணிக்கே அவர்களின் வீட்டில் ஆஜர் திணித்தேன். தேவை யில்லாமல் எதற்கு வேறு இடத்தில் போய்ச் சாயா குடிக்க வேண்டும்?

அந்த மிஸஸ் நான், எனக்குச் சாயா தந்தார். அப்போது அறிவுஜீவி எழுந்து கண்ணைக் கசக்கியபடியே வெளியே வந்து அவரும் சாயா குடிக்கத் தொடங்கினார். உடனே மிஸஸ் நான், பட்டாசு வெடித்ததுபோல் சொன்னார்:

"ஸ்டாப்! பல்லை விளக்கிட்டு, குளித்த பிறகு ஆகலாம்"

அறிவுஜீவி முகத்தைக் கழுவியவாறே பல்துலக்கவும் குளிக்கவும் சென்றார். ஐந்து நிமிடத்திற்குப் பிறகு திரும்பி வந்ததும் மிஸஸ் சொன்னார்:

"போ போதாது. நல்லது போல் குளிக்க வேண்டும்."

அறிவுஜீவி திரும்பவும் போய்க் குளித்துவிட்டு வந்தார். மிஸஸ், துவைத்த சட்டையும் வேட்டியும் கொடுத்தார்.

அப்போதுதான் எனக்குப் புரிந்தது. ஆண்களிடம் உருவாகும் புரட்சிகரமான மாற்றங்களுக்கு யார் காரணமென்பது. இப்படி யாக எவ்வளவோ விஷயங்களைப் பற்றிச் சொல்ல முடியும். இந்திரக் குழந்தாய், இப்போது நீ புரிந்திருப்பாயே, நான் பெண்ணிய விரோதியல்ல என்பதை?

நமது மந்திரிப் பிரதானிகளைப் பற்றித் தங்களுடைய மேலான அபிப்பிராயமென்ன?

: பி.ஜே. ஆன்றனி, எரணாகுளம்

பொதுவாக எனக்கு நமது அமைச்சர் பெருமான்களைப் பற்றி நல்ல அபிப்பிராயம்தான் மிஸ்டர் ஆன்றனி. நீங்கள் இதை நம்பமாட்டீர்களென்றால் நான் ஒரு கதை சொல்வேன்.

முன்பு ராணுவ அமைச்சராக இருந்த சர்தார் பல்தேவ் சிங்கைப் பற்றி நீங்கள் கேள்விப்பட்டிருப்பீர்களே? இவரது செகரட்டரியாக இருந்த மதறாஸ்காரன் சுப்ரமணியத்திற்கு அவரது தாய் இறந்துவிட்டதாக ஒரு தந்தி வந்தது. தந்தியை வாங்கி மேஜையின் மீது வைத்துவிட்டு அவர் மதறாசுக்குப் புறப்படுவதற்காகப் பெட்டியையும் தூக்கிக்கொண்டு புகை வண்டி நிலையத்துக்குப் புறப்பட்டார். கொஞ்சநேரத்திற்குப் பிறகு அலுவலக அறைக்குள் சென்ற பல்தேவ்சிங், தந்தியைப் பார்த்தார். தாய் இறந்து போனதாகத் தந்தியிலிருந்த வாசகத்தைக் கண்டதும் அவரும் பெட்டியைத் தூக்கிக்கொண்டு புகைவண்டி நிலையத்துக்கு ஓடினார். அங்கே வைத்து சுப்ரமணியனைப் பார்க்கிறார்.

சுப்ரமணியன் சொன்னார்:

“எனது அம்மா இறந்து போய்விட்டார்கள்.”

பல்தேவ் சிங் சொன்னார்:

“என் அம்மாவும் இறந்து போய்விட்டார்கள்.”

இவர்கள் இப்படியே நிற்கும்போது நிலையத்தின் இரண்டு வாசல்கள் வழியாக மௌலானா அபுல்கலாம் ஆசாதும் ஜவஹர்லால் நேருவும் அங்கே வந்து சேருகிறார்கள். நேருவைக் கண்டதும் மௌலானாஆசாத் சொன்னார்:

“ஜவஹர், என் உம்மா இறந்து போய்விட்டார்கள்.”

நேரு சொன்னார்:

“மௌலானா சாஹேப், எனது தாயும் இறந்து போய் விட்டார்கள்”

இதைக் கேட்டுக்கொண்டு நின்றிருந்த பல்தேவ்சிங்கும் சுப்ரமணியனும் சொன்னார்கள்:

“எங்களுடைய அம்மாமார்களும் இறந்து போய் விட்டார்கள்.”

கொஞ்சநேரத்திற்குப் பிறகு ஜவஹர்லால் நேரு கேட்டார் :

“மௌலானா சாஹேப், தங்களுடைய உம்மா நீண்ட காலத்துக்கு முன்பே இறந்து போய்விட்டார்கள் அல்லவா?”

மௌலானாவுக்கு நினைவுக்கு வந்தது. “ஒரு உம்மாதான் இருந்தாள். அவள் ஏற்கனவே இறந்துபோயும் விட்டாள்.”

மௌலானா கேட்டார்:

"ஜவஹர், தங்களுடைய தாயும் முன்பே இறந்துவிட்டார்கள் அல்லவா?"

"நான் அதை அவ்வளவாகக் கவனிக்கத் தவறிவிட்டேன். பல்தேவின் மேஜைமீது ஒரு தந்தியிருப்பதைப் பார்த்தேன்."

பல்தேவும் மௌலானாவும் இதையே சொன்னார்கள்:

"அதைப் பார்த்துத்தான் நாங்களும் ஓடி வந்தோம்."

சுப்ரமணியம் தமிழில் சொன்னார்:

"என்ன பைத்தியங்களப்பா இது. அது எனக்கு வந்த தந்தி. இறந்துபோனது என் அம்மாதான். போங்கப்பா நீங்க."

முண்டே செ துங் முதல் ஊறுகாய் ஜாடி வரை

ஜோசஃப் முண்டசேரியை நீங்கள் முஸல்மான் என்று சொன்னதாகக் கேள்விப்பட்டேன். உண்மைதானா?

: கே.கே. கிருஷ்ணன், எரணாகுளம்

முகம்மதலி ஜின்னாவின் சீடர்களில் யூசுஃப் மும்தாஸலி எனும் பெயருள்ள ஒருவர் இருந்தார். முஸ்லிம் லீகில் தீவிரமாகப் பணியாற்றியவர். இந்த மும்தாஸலி திருச்சூரில் வாழ்ந்த காலக்கட்டத்தில் வடக்கன் பாதிரியாரின் தலைமையில் ஒரு கூட்டம் ரோமன் கத்தோலிக்கர்கள், ஜனாப் மும்தாஸலியை விரட்டிப் பிடித்துக் கழுத்தில் ஒரு ஜெபமாலையும் அணிவித்து ஜோசஃப் முண்டசேரி என்று நாமகரண மும் சூட்டினார்கள். அப்படியாக யூசுஃப் மும்தாஸலி ஜோசஃப் முண்டசேரியானார். காலங்கள் கடந்தன. அவர் காந்திக்கும் காங்கிரசுக்குமெதிராகப் பயங்கர மாகச் சொற்பொழிவாற்றி வந்தார். அப்படியிருக்கும் போது பனம்பிள்ளி கோவிந்தமேனோன் போன்ற காந்தியின் சீடர்கள் ஒரு கதர் சட்டையையும் ஒரு கதர் வேட்டியையும் கொடுத்து முண்டசேரியை காங்கிரஸ் வேதத்தில் சேர்த்தார்கள்.

'மகாத்மா காந்தி கீ ஜெய்! பாரத மாதா கீ ஜெய்' என்று அலறியபடியே முண்டசேரி திரும்பவும் பயங்கர மாகச் சொற்பொழிவாற்றினார். காங்கிரசின் வைரி களான கம்யூனிஸ்ட்காரர்களுடன் சேர்ந்து போராட்டம் நடத்தினார். விவரம், ஸ்டாலினுக்கும் மா செ துங்கிற் கும் கே. தாமோதரனுக்கும் ஏ.கே. கோபாலனுக்கும்

போகிறது. தொடர்ந்து சீனாவுக்கு வரும்படி அழைப்பு வருகிறது. ஐயா செஞ்சீனம் சென்று வருகிறார். 'சீனா முன்னேறுகிறது' என்றொரு கிரந்தத்தை வெளியிட்டார். இப்போது கம்யூனிஸ்ட் காரர்களுக்கு அனுகூலமாக பயங்கரமாகச் சொற்பொழி வாற்றுகிறார்.

இப்போது, நமது பழைய மும்தாஸலியின் பெயர் : முண்டே செ துங்.

ராஜாஜி, அண்மையில் இளைஞர்களிடம் பேசும்போது அவர்கள் அனைவரும் கறுப்புப் பெண்களைத் திருமணம் செய்ய வேண்டுமென்று ஆவேசமாகக் குறிப்பிட்டார். இப்படியான, அழுகி முடைநாற்றமடிக்கும் ஒரு சமூக அமைப்புக்கெதிராக தாங்கள் என்ன செய்யப் போகிறீர்கள்?

: பி. மாலதி, மதறாஸ்

குமாரி மாலதி பயப்படத் தேவையில்லை. கறுப்புத் தமிழச்சிகள் ஏராளமாக இருக்கிறார்களல்லவா – அவர்களைக் குறிப்பிட்டுத்தான் ராஜாஜி சொல்லியிருப்பார். மாலதியைப் போன்ற வெளுத்த பெண்களான மலையாளிகள் ஏன் பயப்பட வேண்டும்? கேரளம், சென்னைக்குள் ஐக்கியமாகி விடப் போவதில்லை. ராஜாஜியின் பேச்சைக் கேட்டுகொண் டிருந்தவர்களில் மாலதியின் வருங்காலப் புருஷனும் இருந்தானோ?

சத்யன்* எந்த ஜாதியைச் சேர்ந்தவர்? அவர் முன்பு என்ன வேலை பார்த்துக்கொண்டிருந்தார்? அவரது விலாசம்?

: கே. சிவன்நாயர், தொடுபுழை

சத்யன் ஜாதியில் பரவர். முன்பு அவர் தென்னை மரமேறும் வேலை செய்துகொண்டிருந்தார். அவரது விலாசம் கீழே கொடுக்கப்பட்டுள்ளது.

ஸ்ரீமான் பரவன் சத்யன்
தென்னைமரத் தொழிலாளி
தலயோலப் பரம்பு
வைக்கம் – திருக்கொச்சி

ஐக்கிய கேரளத்திற்காக நீங்கள் ஒரு போராட்ட பஷீராகத் தயாரா?

: எம்.பி. குமாரன், எரணாகுளம்

---

* பிரபல சினிமா நடிகர் சத்யனைப் பற்றிய கேள்விதான். சத்யன் எனது நண்பர். முன்பு, போலீஸ் இன்ஸ்பெக்டராக வேலைப் பார்த்துவந்தார்.

இல்லை. புக் ஸ்டாலில் உதவிக்கு வேறு ஆள் இல்லை. தங்களுக்குக் குறிப்பிட்டுச் சொல்லும்படியாக வேறு ஜோலி யொன்றும் இல்லைதானே? ஆகவே, தாங்கள் ஒரு போராட்டக் குமாரனாகலாம். பஷீர்ஸ் புக் ஸ்டாலின் எதிரிலேயே வந்து பட்டினி கிடக்கலாம். வாழ்த்துக்கள்.

தொண்ணூறாம் கோழி முட்டையிடுற அழகாட்டம் குந்திக்கினு ஒக்காந்து மாத்ருபூமியிலே எயிதிக் குவிக்கிற அந்த உறூப்பாய் ஆருண்ணா? நெஜமாலுமே நீங்கொ சரியான வாப்பாவோட மவனாங்காட்டி அந்த ஆளோட பேரைச் சொல்லுங்கோ பாக்கலாம்.

: சலீம், கே.எ., போர்ட் கொச்சி

எந்தங்கக் கொளுந்தே சலீமே, நீ விளயாடி விளயாடி ஒன் வாப்பாவையும் தொட்டு விளயாடுதியா மவனே? ஒங்கண்ணுலெ உள்ள சில்வரைப் பேத்துருவேண்டா பேமானி. ஒன் வாப்பா பெரீய மனுசனா இருக்கலாம். ஆனா, ஒன் கேள்விக்கு, நா என்ன பதிலெச் சொல்ல? அந்த ஆளு ஒரு காபிரு* உறூபு. அவரோட உண்மையான பேரு, குட்டிக் கிஷ்ணமாரார்னு தோணுது. நீ, அந்த என்.வி. கிஷ்ணவாரிய ருக்கு எழுதிக் கேளேன். அந்த ஆளு சரியான வாப்பாக்குப் பொறந்தவனாயிருந்தா உனக்குப் பதில் எழுதுவாரு.

அஸ்ஸலாமு அலைக்கும்.

தங்களைப் பிரதியாக்கி நான் ஒரு நியுசென்ஸ் வழக்குத் தொடுத்தால் தாங்கள் தலைமறைவாகி விடுவீர்களா?

: சி. கிருஷ்ணன்குட்டி, நிரணம்

தொடுங்க, கிருஷ்ணன்குட்டி. நான் தலைமறைவாகி விடப்போவதில்லை. பயந்துவிடவும் மாட்டேன். எனது சீட கோடிகளான கே.கே. தாமஸ் பி.ஏ., பி.எல், ஜோசஃப் ஸ்டான்லி எம்.ஏ., பி.எல், போன்ற புத்தம்புது வழக்கறிஞர்கள் பயில்வான் களைப் போல் நெஞ்சை நிமிர்த்தி சும்மாவே திரிகிறார்கள். மேற்படியார்கள் கிருஷ்ணன்குட்டியான தங்களைச் சரிப் படுத்தி எடுத்துக்கொள்வார்கள்.

பி.கே. பாலகிருஷ்ணன் ஒரு சிந்தனையாளர்தானா?

: சர்க்கார் முகம்மது, இடவனக்காடு

உங்களது கேள்வி ‘மிஸ்டர் தோட்டா’னைப் பற்றியதா? அதாவது, *Thoughtan* = சிந்திப்பவன், கிரீஸிலோ எங்கோ

---

* முஸ்லிம் அல்லாதவர்

வாழ்ந்திருந்த ஒரு தாடிக்காரன். ஆகவே, அவர் சிந்தனையாள ராகத்தானே இருக்க வேண்டும்? மேலும் அதிக விவரங்களுக்கு எ. பாலகிருஷ்ணபிள்ளை மற்றும் இஸ்லாமின் பாதுகாவல ரான சரித்திரக் கேரளம் பி.ஏ. செய்யது முகம்மதுவை அணுகவும்.

அகில கேரள வழுக்கை யூனியன் அமைப்பதாக இருந்தால் அதன் தலைவராகத் தங்களையே தேர்ந்தெடுப்பதாக சி.என். ஸ்ரீகண்டன் நாயர் ‘தாராபத’த்தில் எழுதியிருந்தார். இது குறித்துத் தங்களது கருத்து என்ன?

: ஆர். பாலகிருஷ்ணன், திருவனந்தபுரம்

எனக்கு அருகதையில்லாத ஒரு பதவி அது! அதன் தலைவராகத் தேர்ந்தெடுக்கப்பட வேண்டியவர் சுத்த வழுக்கைய ராகவே இருக்க வேண்டும். நான் சுத்த வழுக்கையல்ல. எனது மண்டையின் முகட்டுப்பகுதியில் மட்டும்தான் மயிரில்லை. அடிவாரப் பகுதிகளில் நிறையவே இருக்கிறது. கழுத்தின் மேற்பகுதிகளில் ரோமத்தின் சிறு துணுக்குகள் கூட இல்லா தவர்கள்தான் தலைவராகவும் செயலாளராகவும் தேர்ந் தெடுக்கப்பட வேண்டும். இந்தத் தகுதிகளுடன் இரண்டுபேர் திருவனந்தபுரத்தில் இருக்கிறார்கள். அவர்களைப் பார்த்தால் இப்போது வழுக்கையர்போல் தெரியமாட்டார்கள். அந்த இரண்டு திருடர்களும் மக்களை வஞ்சித்துக் கொண்டிருக் கிறார்கள். அரையங்குலத் தடிமனில் மெழுகு புரட்டி முடியை ஒட்டி வைத்திருக்கிறார்கள். அவர்களில் ஒருவரைத் தலைவ ராகவும் மற்றொருவரைச் செயலாளராகவும் நியமிப்பதுதான் சரி. அவர்கள் இரண்டுபேர்களுடைய பெயர்களையும் சொல்லி விடுகிறேன். ஒன்று, கௌமுதி பத்திரிகையின் அதிபர் கே. பால கிருஷ்ணன், இரண்டாமவர் தாராபதம் பத்திரிகையின் அதிபர் சி.என். ஸ்ரீகண்டன் நாயர். இதில் தங்களுக்குச் சந்தேகமெதுவும் இருந்தால் திருவனந்தபுரத்திற்குப் போய், அவர்களுடைய சிண்டைப் பிடித்து இழுத்துப் பார்க்கலாம். தொட்டாலே போதும் கையோடு ஒட்டிக்கொண்டு வந்துவிடும்.

காதலின் ஆத்மார்த்த நிலைகளைக் குறித்துத் தங்களது கருத்தென்ன?

: ஆர்.எம். மாணிக்கத்து, மதறாஸ்

இது சம்பந்தமாக, உப்புமாங்கா ஜாடி அல்லது கண்ணாடி மகாத்மியம் என்றொரு வரலாற்றைக் குறிப்பிடுகிறேன்.

பண்டொரு காலத்தில் கண்ணாடி அணிந்த மூன்றுபே ரிருந்தார்கள். ஒரு வழக்கறிஞர், ஒரு ஆயுர்வேத வைத்தியர், ஒரு நீதிபதி. இந்த ஆயுர்வேத வைத்தியரின் மகளை உடல்

மற்றும் மனரீதியாக வழக்கறிஞர் காதல் செய்துகொண் டிருந்தார். வைத்தியரின் மகளும் இதுபோலவே செய்துகொண் டிருந்தாள். வைத்தியருக்கும் இதில் உடன்பாடுதான். திரு மணமும் உறுதிசெய்யப்பட்டது. இந்த உற்சாகத்தில் வழக் கறிஞர் கண்ணாடியின் ஃப்ரேமை மாற்றுகிறார். அப்படியாக ஒருநாள் மத்தியான நேரத்தில் வழக்கறிஞர், வைத்திய சாலைக்குச் செல்கிறார். அங்கே, வைத்தியரும் நீதிபதியுமிருக் கிறார்கள். அவர்களிடம் வழக்கறிஞர் சொல்கிறார் : “நான் கண்ணாடியின் ஃபிரேமை மாற்றிவிட்டேன். இதை நான் சும்மா ஒரு ஃபேஷனுக்காக மட்டுமே அணிந்திருக்கிறேன். மற்றபடி, கண்ணில் எந்தப் பிரச்சினையுமில்லை” என்று சொல்லிவிட்டுக் கண்ணாடியைக் கழற்றி மேஜையின்மீது வைக்கிறார். உடனே, வைத்தியரும் நீதிபதியும் சொன்னார்கள் : நாங்களும் ஃபேஷனுக்காகவே அணிந்திருக்கிறோம். அவர்களும் கண்ணாடியைக் கழற்றி மேஜையின்மீது வைத்தார்கள். பிறகு உலக விஷயங்களை அலசத் தொடங்கினார்கள். அப்போது ரோட்டில், வெயிலில் எதுவோ அசைவதைக் கண்டதும் வைத்தியர் கேட்டார் : “அந்த ஆள் சுமந்துகொண்டு போவது கண்ணாடி போட்ட ஊறுகாய் ஜாடிதானே?”

நீதிபதி சொன்னார் : “கண்ணாடி ஜாடியேதான் சந்தேக மில்லை.” வழக்கறிஞர் சொன்னார்: “கண்ணாடியல்ல, வெறும் சாதாரண ஜாடிதான்.” வைத்தியர் சொன்னார்: “சரி, எதுவாக வும் இருக்கட்டும். நமக்கு இரண்டு ஜாடி வாங்க வேண்டிய திருக்கிறது. சந்தேகத்தையும் தீர்த்துவிடலாமே.” வக்கீல் எழுந்து கையை அசைத்துக் கூப்பிட்டார். அந்த ஆள் வைத்தியசாலை யின் முன்பு வந்து நின்றதும் மூன்றுபேரும் கண்ணாடியை எடுத்து அணிந்துவிட்டுப் பார்த்தார்கள். அங்கே விரித்துப் பிடித்த ஒரு சிறு குடையுடன் வைத்தியரின் அழகான மகள் நின்றிருந்தாள்.

பஷீரின் சட்டுகாலி

சிரிப்புக் கதைகள் எழுதும் பிரபல கதாசிரியர் டி.சி. கிழக்கெமுறி திருமணமானவரா?

: வி. லீலாதாமஸ், கூத்தாட்டுக்குளம்

பிரபல சிரிப்புக் கதையாசிரியர் டி.சி. கிழக்கெமுறி பிரபலமான புத்தக வியாபாரியாக வாழ்ந்து வருகிறார். அவருக்குத் திருமண வாழ்க்கையைப் பற்றிக் கனவு காண்பதற்குக் கூடத் திராணியில்லை. டி.சி.யின் நண்பனான நான் அழகன். திருமணமாகாதவனும் கூட!

கேள்வி-பதில் பகுதியின் தலைப்பில் உண்மையும் பொய்யும் என்ற வார்த்தைகளைப் பிரிக்கும் இடத்தில் வழுக்கைத் தலையுடனிருக்கும் உருவம் நீங்கள்தானா?

: எஸ்.கே. ஆனி, வாடானப்பள்ளி

ஆமாம் என்று சொல்வதாகவே வைத்துக்கொண்டால்?

இந்த உலகத்தில் வாழ என்னென்ன வித்தைகளைப் படிப்பது பயனுள்ளதாக இருக்கும்? எல்லா வித்தைகளையும் படித்த ஒருவரின் பெயரைச் சொல்வீர்களா?

: கே.எ. சிவராமன் நாயர், தொடுபுழை

சொல்கிறேன். மூணுசீட்டு விளையாட்டுக்காரனின் மகள், ஆனைவாரியும் பொன்குருசும், உள்ளூரின் முக்கியப் பிரமுகர் போன்ற திவ்ய கிரந்தங்களை வாசிக்கவும்.

நரக வாழ்க்கையையும் நாகரிக வாழ்க்கையையும் நான் ஒன்றாகவே கருதுவதில் தவறெதுவும் இருக்கிறதா?

: கே.கே. சகோதரன், ஆலுவா

உங்களைப் பொறுத்தவரை தவறில்லை.

தொழிலாளியின் வேர்வைத் துளிகள் விலைமதிக்கப்படுவது?

: எம்.என். ஹாரி.ஃபீன், கொல்லம்

முதலாளித்துவ அமைப்பில்.

வழக்கறிஞர்கள் எல்லாம் கம்யூனிஸ்ட் தலைவர்களாகவும் தொழிலாளர் சார்புடையவர்களுமாக மாறுவதன் காரணமென்ன?

: ஏ. ராமய்யன், கொச்சி

தெரியவில்லையே! ஒருவேளை பட்டினி கிடந்து சாவதற்கு விருப்பமில்லாத காரணத்தால் இருக்குமோ?

ஒரு பெண், தனது குழந்தைகளைத் தனது இளமையின் மீதான கேள்விக்குறிகளாகக் கருதுவது தவறாகுமா?

: கே.ஏ. கோபாலன், காஞ்ஞூர்

அவளது கணவனுடைய அபிப்பிராயம் என்னவென்று கேட்டுப்பாருங்கள்.

பொன்குன்னம் வர்க்கியும் பஷீரும் எழுதிய புத்தகங்களைக் குழந்தைகள் வாசிக்கக்கூடாது என்று ஒரு யோக்கியர் அறிவித்திருப்பதன் நோக்கமென்ன?

: பி.எம். யோகன்னான், புத்தன்குருசு

மொழியின் வீரியம்தான் காரணமாக இருக்கும்.

நான் தங்களது வாசகன். பலர் என்னிடம் தங்களுக்குப் பைத்தியம் என்று சொல்கிறார்கள். நான் அவர்களிடம் என்ன பதிலைச் சொல்வது?

: எம்.டி. அபூபக்கர், பொன்னானி

உண்மையைச் சொல்லிவிட வேண்டியதுதான்.

ரஷியாவில் மலங்கோவ் பரியாவை முண்டசேரி ஆக்கியதைப் பற்றி நீங்கள் என்ன சொல்கிறீர்கள்?

: கே. ராகவன், திருச்சூர்

ஒன்றும் சொல்லவில்லை

விவசாயி ஒருவன் யாரைக் காதலிக்க வேண்டும்?

: கே.டி. இத்தாலுட்டி, கொண்டோட்டி

அவனது மனைவியை! கண்ட பெண்களைப் போய்க் காதலித்தால் இத்தாலுட்டியே, உதை விழும்.

அணுகுண்டு வழுக்கை, பீரங்கி வழுக்கை, பாம்புக்காட்டு வழுக்கை, டிசர்ட் வழுக்கை ஆகிய சதுர் வழுக்கைத் தலைகளில் உங்களது வழுக்கை எந்த இனத்தில் வருகிறது பஷீர்?

: எம்.கே. பவித்ரன், நாயரம்பலம்

இதில் எந்த இனத்தையுமே சாராதது பஞ்சம வழுக்கை. இது, பஷீர் பிராண்ட்.

சீனாவுக்குப் போய் வந்தவர்களெல்லாம் யானையைப் பார்த்த குருடர்கள் போல் பரஸ்பரம் முரண்பட்ட கருத்துக்களைத் தெரிவிப்பதற்கான காரண மென்ன? கொஞ்சம் சொல்லுங்களேன்?

: தாட்சாயணி, குமரகம்

நான் ஜோதிடம் சொல்பவனல்ல.

கடவுளுக்கும் மனிதனுக்கும் என்ன வேறுபாடு?

: ஒ.ஆர். விக்சிஃப், கொச்சி

கடவுள் ஒரு பெரிய நாவலாசிரியர் என்று வைத்துக் கொள்ளுங்கள் . . . அவரது நாவல்களில் ஏதோவொன்றில் வரும் ஒரு சிறு அத்தியாயம்தான் மனிதன்.

பஷீரின் சட்டுகாலி எனும் கதை, மாப்பஸானின் *Artist's Wife* இன் தொடர்ச்சி யென்று ஒரு நண்பர் சொல்கிறார். நான் இதற்கு என்ன பதில் சொல்வ தென்பதையும் நீங்களே சொல்லிவிடுங்கள்.

: முகம்மது எடச்சால், தொடுபுழை

தொடர்ச்சியாக இருக்கலாம். ஆனால், தெரிந்தே செய்த தல்ல! ஏனென்றால் நான் யாரையும் பின்பற்றுபவன் கிடையாது. திருடுவதுமில்லை. அப்புறம், தங்களுடைய நண்பர் சொல்வது போல் சட்டுகாலி மாப்பஸானின் தொடர்ச்சி அல்ல! எதற்காக மாப்பஸானைத் தொடர வேண்டும்? இந்த நாட்டிலுள்ளவர் களுக்கு எந்தவித அனுபவமும் ஏற்படக்கூடாதாமா? இரண்டு கைகளும் இரண்டு கால்களும் வட்ட முகமும் இருப்பதால் தங்களது நண்பரைச் சர்ச்சிலின் மகனென்று சொல்லிவிட முடியுமா?

ஆர்ட்டிஸ்டின் மனைவி, முஸ்லிம் பெண்

திருமணமானதன் அடையாளமாகப் பெண்கள் கழுத்தில் தாலி அணிந்திருக்கிறார்களல்லவா? இதுபோல் திருமணமான ஆண்களுக்கும் ஒரு அடையாளம் இருக்க வேண்டாமா?

: கே.எஸ். வினாயகன், கும்பளங்கி

இருக்க வேண்டும். இதற்கான குரல் கொடுக்க வேண்டியவர்கள் பெண்கள் அல்லவா? அவர்களே அமைதியாக இருக்கும்போது நாம் ஏன் தேவையில்லாமல் இதைக் கிளப்பிவிட வேண்டும்? ஆப்பிரிக்காவில் ஏதோ ஆதிவாசி மக்களிடம் ஒரு வழக்கமிருப்பதாகக் கேள்விப்பட்டேன். திருமணம் முடிந்ததும் கணவனின் மூக்கைத் துளைத்து ஆறு அங்குல நீளமான ஒரு மரக் குச்சியை சொருகி வைத்து விடுவார்களாம். இப்படியான ஏற்பாடு நல்லதென்றுதான் தோன்றுகிறது. ஏனென்றா? அங்கே மனைவி பிரசவித்த உடனே கணவன் பாயை விரித்துப் படுத்துவிடுவானாம். நெய், பால், இறைச்சி போன்றவைகளை ஐயாவுக்கு நாற்பது நாள் வரை கொடுத்து மனைவி பணிவிடை செய்ய வேண்டும்.

இதை இங்கும் நடைமுறைக்குக் கொண்டுவந்தால் அப்பாவிக் கணவர்கள் பிழைத்துக்கொள்வார்கள்.

வழக்கமாக, பஷீரின் 'உண்மையும் பொய்யும்' ரசனையுடன் வாசிக்கும் அறுபது வயதைக் கடந்த என் பாட்டிக்கு ஒரு சந்தேகம். "ஏ, புள்ளெ. அந்தாளு பேரென்ன, பசிருன்னா?

அந்தாளு ஏன் பரிசையெல்லாம் ஜோனோ[*]ப்பிள்ளையளுக்கே கொடுக்குறான். சொந்த ஜாதி பாத்துதானே?" இது குறித்துத் தங்களின் பதிலென்ன பஷீர்?

: எம்.கே. சிவனம்மா, நாயரம்பலம்

ஜோனகப் பெண்ணாகிய மதிப்புக்குரிய பாட்டீ! நான் முழு நிரபராதி. பரிசு கொடுப்பவன் நானல்ல! இந்த விஷயத்தில் குற்றவாளி, நர்மதா பத்திரிகையின் உரிமையாளர் ஆர்ட்டிஸ்ட் ராகவன்நாயர்தான். அவரது மனைவியின் பெயர் மட்டும் தான் நாயர். உண்மையில் அந்தப் பெண் முஸ்லிமாகத்தான் இருக்க வேண்டும். அவர் சொல்லித்தான் இவர் கொடுக்கிறா ராக இருக்கும். பாட்டிக்கு என்மீது பிணக்கம் வேண்டாம்.

நான் ஒரு விவசாயி. தங்களது தலையிலிருக்கும் தரிசுப் பிரதேசம் மரச்சீனிக் கிழங்கு பயிரிட ஏற்ற இடம்தானா?

: கே.கே. ஷண்மாதுரன், கோதாடு

அன்புள்ள கோதாட்டுக்காரா, நீங்கள் எப்போதும் செய்வது போன்ற செம்மீன் பிடிக்கும் வேலையையும் மணல் அள்ளும் வேலையையும் தொடர்ந்து செய்துகொண்டிருங்கள். வேறு விசேஷங்கள் எதுவுமில்லை. நலம். நலமறிய அவா!

மனித வாழ்க்கையின் மிகப்பெரிய ஆசை எதுவாக இருக்கும்?

: பி. தாமோதரன் வைத்தியர், தத்தமங்கலம்

வைத்தியர்களிடம் போய் மாட்டிக்கொள்ளக் கூடாது என்பதுதான் மனித வாழ்க்கையின் ஆகப்பெரிய விருப்பம். இது சம்பந்தமாக ஒரு கதை சொல்ல வேண்டும். அதைப் பின்பொருமுறை வைத்துக்கொள்கிறேன்.

இப்போதெல்லாம் இரவு நேரங்களில் நண்பர்களைச் சந்திக்கும்போது 'குட் நைட்' சொல்வதற்குப் பதிலாக 'பஷீரின் தலை' என்றுதான் நாங்கள் முகமன் கூறிக்கொள்கிறோம். இதில் உமக்கு வருத்தமெதுவும் உண்டா? உண்டென்றாலும் நான் அதைப் பொருட்படுத்தப் போவ தில்லை. என்ன சொல்கிறீர்?

:எம்.ஆர். ரவீந்திரன், செறாயி

இது சம்பந்தமாக ஒரு சின்ன அறிவுரை: இரவு நேரங் களில் வெளியே இறங்கிக் கண்ட இடங்களில் அலையக்கூடாது. வீட்டில் உட்கார்ந்து ராமாயணம் வாசிக்கவும். அதுதான் நல்லது! நான் இதைச் சொல்வதற்கான காரணம்; நீ ஒரு

---

* முஸ்லிம்

முழு மடையன் என்பதால்தான். இரவில் நண்பர்களைக் காணும்போது 'குட் ஈவினிங்' என்றும் பிரியும்போதுதான் 'குட் நைட்' என்றும் சொல்ல வேண்டும். ஆகவே, இப்போது பஷீரின் தலை.

சமீபத்தில் ஒரு பத்திரிகையில் தங்களுக்குப் பைத்தியம் தொடங்கி விட்டதாகவும் பல சிகிச்சைகள் செய்து பார்த்த பிறகும் குணமாகாததால் உடனடியாக, ஊளம்பாறை பைத்திய ஆஸ்பத்திரிக்குக் கொண்டுபோக விருப்பதாகவும் படித்தேன். இது உண்மைதானா?

: ஏ.பி. ராமன், பொய்யா, பூப்பத்தி

காவல்துறையின் உடனடிக் கவனத்திற்கு. நீங்கள் சென்ற வருடம் பொய்யாவிலிருந்து பிடித்துக்கொண்டு போய் ஊளம்பாறை லாக்கப்பில் போட்டிருந்த கிறுக்கன் குஞ்ஞிராமன் எனும் ஏ.பி. ராமன் எப்படியோ ஊளம்பாறையை ஏமாற்றித் தப்பித்துப் பொய்யாவில் போய்ச் சேர்ந்திருப்பதாக தகவல் கிடைத்திருக்கிறது. மேற்படியானை உடனடியாகச் சுற்றி வளைத்துக் குதிரை வட்டத்திற்கு அனுப்பி வைக்கவும்.

நான் ஒரு நண்பரை உயிருக்குயிராகக் காதலிக்கிறேன். நாங்கள் சம வயதினர்கள் என்பதால் வீட்டிலுள்ளவர்கள் திருமணம் செய்து கொள்ள அனுமதிக்க மறுக்கிறார்கள். நான் என்ன செய்ய வேண்டும்?

: ஆர். பத்மினி, கோழிக்கோடு

வீட்டிலுள்ளவர்களின் அனுமதி தேவையில்லையென்று வருவதுவரை பொறுமையுடன் இருங்கள். இது சம்பந்தமாக எனது நண்பர் ராமுவின் பரிதாபக் கதையைக் கூறுகிறேன்: தோழர் ராமுவுக்கு வரும் கன்னி மாதம் பத்தாம் தேதி வயது எழுபது நிறைவடைகிறது.*

பதினேழாவது வயதில் நமது ராமுவை ரமணி சந்தித்தார். முதல் சந்திப்பிலேயே பரஸ்பரம் அவர்கள் காதல் வசப்பட்டு விட்டார்கள். ஆனால், தலைவிதி, என்ன செய்ய முடியும்? இரண்டுபேருமே சமவயதினர் என்பதால் வீட்டுக்காரர்கள் திருமணத்திற்குச் சம்மதம் தெரிவிக்க மறுத்துவிட்டார்கள். அப்படியாக வாழ்க்கை சென்றுகொண்டிருந்தது. ரமணியின் தாய் தந்தையரும் ராமுவின் தாய் தந்தையரும் இப்போதும் உயிருடன் இருக்கிறார்கள். அவர்களின் இறப்பை வேண்டி ரமணியும் ராமுவும் குருவாயூரப்பனுக்கு நேர்ச்சைகள் நேர்ந் திருக்கிறார்கள். பலன் எதுவும் கிடைக்கவில்லை. கடைசியில் ராமுவும் ரமணியும் இந்த முடைநாற்றம் வீசும் சமூகக்

---

* புரட்டாசி மாதம்

கட்டமைப்பிற்கெதிராக மிகப்பெரும் போராட்டத்தைத் தொடுப்பதற்காகக் கம்யூனிஸ்ட் கட்சியில் சேர்ந்திருக்கிறார்கள்.

பத்மினி உட்பட்ட அத்தனை சமவயதுக்காரர்களாகிய ஒடுக்கப்பட்ட காதல் புறாக்களே, நீங்கள் அனைவரும் உடனடியாகக் கம்யூனிஸ்ட் இயக்கத்துடன் இணைந்து தோளோடு தோள் சேர்ந்து தாய் தந்தையர்க்கெதிரான போராட்டத்திற்கு முன்வர வேண்டும். இன்குலாப், சிந்தாபாத்!

தாங்கள் ஒரு இறுக்கமான கம்யூனிஸ்ட் பிற்போக்குவாதி என்பதாகக் கேள்விப்பட்டேனே, சரிதானா?

: எம். முகம்மது, நீலிமங்கலம்

பிற்போக்குவாதிதான். ஆனால் கம்யூனிஸ்ட் அல்ல.

டி.சி. கிழக்கெமுறி, 'பூஷண'த்தில் 'ஆண்களின் விஷய'த்தில் தன்னை ஒரு ஆண் என்று ஸ்தாபிப்பதற்கு முயற்சி செய்திருக்கிறார். கூடவே இருந்த நானும் நீங்களும் உயிருடனிருக்கும்போது இதை ஒப்புக் கொள்ளமுடியுமா? இனிமேலும் டி.சி., இதை நிறுவிக்காட்ட முயற்சி செய்தால் அவரது எலும்பை உடைத்து விடுவோமா?

: சாமுவேல், நாகர்கோவில்

*அன்புள்ள சாமுவேல், விஷயம், ரொம்பக் கேவலமானது தெரியுமல்லவா? ரகசியமாகவே இருக்கட்டும். டி.சி. ஆண்தானென்று முட்டாள் உலகம் நம்பிவிட்டுப் போகட்டும். அதுதானே நல்லது?**

* டி.சி.க்கு இப்போது ஆகமொத்தம் ஒரு மனைவியும் மூன்று பிள்ளைகளுமிருக்கிறார்கள். : பஷீர் (1978)

பஷீர் – கள்ளுக்கடை முதலாளி

இங்கே நாங்கள் சில பேர் வேலையில்லாமல் இருக்கிறோம். நாங்கள் அனைவரும் ஒன்றுசேர்ந்து வேலையற்றோர் தொழிலாளர் சங்கம் அமைப்பதாக உத்தேசித்துள்ளோம். அதன் தலைமைப் பொறுப்பைத் தாங்கள் ஏற்றுக்கொள்வீர்களா?

: எம்.எல். வர்க்கீஸ், வெள்ளிக்குளங்கரை

அன்புள்ள வெள்ளிக்குளங்கரை, உங்களுடையது நல்ல முயற்சி. ஆனால், தற்போது என்னால் அதன் தலைவர் பதவியை ஏற்க முடியாத நிலை இருப்பது குறித்து வருத்தப்படுகிறேன். நீங்கள் உடனே, கோஷங்களை முழக்கியபடியே ஊர்வலமாக எரணாகுளத்திற்கு வாருங்கள். உங்களை வரவேற்க இந்நகரத்திலிருக்கும் ஆயிரத்து ஐந்நூறுக்கதிகமான வழக்கறிஞர் தொழிலாளர்கள் புறப்பட்டு விட்டார்கள். அதன் முன் வரிசையில் நிற்கும் ஜோசஃப் ஸ்டான்லி, கே.கே. தாமஸ் ஆகியவரில் யாராவது ஒருவரைத் தலைவராக்குங்கள். வாழ்த்துக்கள்.

1. எந்த வழுக்கைத் தலையைப் பார்த்தாலும் உடனே எனக்கு உங்களின் ஞாபகம்தான் வருகிறது. இதற்கு என்ன காரணம்?

2. எல்லோருமே தங்களது வழுக்கைத் தலையைப் பற்றியே இப்படிப் பிரஸ்தாபித்துக் கொண்டிருப்பதில் தங்களுக்கு வருத்தமிருக்கிறதா?

3. நீங்கள் ஏன் ஒரு துப்பறியும் நாவல் எழுதக்கூடாது?

4. இந்த வாழ்க்கை உங்களுக்குத் திருப்திதானா?

5. தங்களுக்கு எம்.பி. போள் விருது கிடைத்ததன் நினைவாக 'எங்க உப்பப்பாவுக்கொரு ஆனை இருந்தது' எனும் புத்தகத்தை எனக்கு அனுப்பி வைப்பீர்களா?

: பி.ஜி. மாலா, கொச்சி

திருமதி பி.ஜி. மாலா, ஜ்யூ டவுன் கொச்சி எனும் முகவரிக்கு 'எங்க உப்பப்பாவுக்கொரு ஆனை இருந்தது' எனும் புத்தகப் பிரதியொன்று பதிவுத் தபாலில் அனுப்பிவைக்கப் பட்டிருக்கிறது. வழுக்கைத் தலையைப் பார்க்கும்போதெல் லாம் எனது ஞாபகம் இனி அதிகமாக வரும். வழுக்கையைப் பற்றி யாராவது பிரஸ்தாபிக்கும்போது வருத்தமெதுவும் ஏற்படுவ தில்லை. எதற்காக வருத்தப்பட வேண்டும்? இறைவன் தந்த தல்லவா? துப்பறியும் நாவல் எழுதும் பொறுப்பைப் போஞ்ஞிக்கர ராஃபி, ஏ.எஸ். ராபர்ட் எனும் இரண்டு பையன்களிடம் ஒப்படைத்திருக்கிறேன். இந்த வாழ்க்கையில் நான் திருப்தி யாக இருக்கிறேனோ அதிருப்தியாக இருக்கிறேனா என்பது தெரியவில்லை. மாலாவுக்குத் திருப்தியிருக்கிறதா?

சார், நான் எனது பீடி வியாபாரத்தை நிறுத்திவிட்டேன். இப்போது 'புத்தன் மாத்ரு பூமியுடெ மலையாள ராஜ்யதீபம்' எனும் சினிமா மாத இதழ் தொடங்கியிருக்கிறேன். முதல் இதழில் தாங்கள் ஒரு கதை எழுதி அனுப்பி உதவி செய்வீர்களா?

: சி.பி. அப்துல் காதர், எரணாகுளம்

எந்த வழியுமில்லை, அப்துல் காதர். இருந்தாலும் உனது மாத இதழின் பெயர், பிரமாதம்! வாழ்த்துக்கள். நான் புறப்பட்டு விட்டேன். சேந்தமங்கலம் பஸ் தயாராக நிற்கிறது. புத்தக வியாபாரத்தையும் இலக்கியத் தொழிலையுமெல்லாம் நிறுத்தி விட்டேன், மகனே!

நான் இப்போது கோதுருத்திக் கள்ளுக்கடையின் உரிமை யாளன். இது எப்படி நடந்தது என்றா கேட்கிறாய்? கொஞ்ச நாட்களுக்கு முன் நமது சீடகோடிகளான வழக்கறிஞர்கள் ஸ்டாலினும் தாமசும் நானும் சேர்ந்து சும்மா அப்படியே நடந்துகொண்டிருந்தோம். நடந்து நடந்து நாங்கள் கடவில் பாப்பூட்டியின் வீட்டுக்கு வந்து சேர்ந்தோம். விருந்தினர்களாகத் தான். ஆளுக்கொரு தம்ளர் பச்சைத் தண்ணீர் குடித்துவிட்டுப் பாப்பூட்டியுடன் ஆத்மிக விஷயங்களைப் பற்றிக் கதைத்துக் கொண்டிருக்கும்போது ஒரு கூட்டம் கிறிஸ்தவ மூடர்கள், புல்லயில் மாத்து என்பவரது தலைமையில் உள்ளே புகுந்து எங்களைத் துவந்த யுத்தத்திற்கு அழைத்தார்கள். நாங்கள் இதற்கு மறுக்கவும் 'என்னடிமைகளே போற்றிக்கொண்டாலும் எங்கிருந் தாலும் வா' என்று முஷ்டி சுருட்டிச் சுவடு வைத்து, கல்லுங்கல்

வர்க்கி தாமஸ் எனும் முனிபுங்க முதியவர் எங்களைச் சவிட்டு நாடகத்துக்கு அழைத்தார். அப்போது முரட்டு ஆகிருதியான வழக்கறிஞர் தோமா, ஒன்றுமறியாத அப்பாவிபோல் சமைய லறைக்குள் போய்ச் சரணடைந்தார். இருந்தபிறகும், வீரனாகிய நான் மட்டும் அவர்களோடு மோதி நின்றேன். முஷ்டி சுருட்டி 'என்னடா தோமா, எங்கே இருந்தாலும் உடனே சீட்டு விளையாட வா!' என்று அலறியதும் உடனே சீட்டு விளையாடத் தயாரானார்கள். ஊரில் பெரிய செல்வந்தனாக இருந்து வேட்டி மடிப்பில் தற்போது காலணாவுமில்லாமல் இருக்கும் பிரசித்தி பெற்ற கள்ளுக்கடை உரிமையாளரான மாத்து, தனது கோதுருத்திக் கள்ளுக்கடையைப் பணயம் வைத்து சூதாடினார். விளையாடி, விளையாடி மாத்துவும் அவரது கோஷ்டியும் தோற்றுப் போனார்கள். கள்ளுக்கடை எங்கள் வசம் வந்தது. மேற்படி கடைக்கு உடனே வர்க்கி தாமஸ் எனும் முதிய முனிபுங்கவரை ரிசீவராக்கினோம். பாப்புட்டி மானேஜராகவும் நியமிக்கப்பட்டார். ஆனால் அவருக்கு ஷாப் சம்பந்தமான எந்த அதிகாரமும் கிடையாது என்பது கோதுருத்திவாசிகளுக்கு அறிவிக்கப்பட்டுமிருக்கிறது.

சவிட்டு நாடகத்திலேற்பட்ட எங்களது தோல்வி, வெற்றியாக மாறுவதற்குத் தோதுவாக ஏராளமான சவிட்டு நாடகங்கள் இப்போது எங்களின் கைவசமிருக்கின்றன.

'என்னடிமைகளே போற்றிக்கொண்டாலும் எங்கிருந்தாலும் வா.'

---

* மிதி நாடகம்: போர்த்துகீசியரால் உருவாக்கப்பட்டதாகச் சொல்லப்படும் இக்கலை கேரளக் கிறிஸ்தவர்களால் பின்பற்றப்படுகிறது! கதகளியின் கைமுத்திரைகள்போல் கால்சுவடு வைப்புகள் இக்கலையின் பிரதான அம்சமாகக் கொள்ளப்படுகிறது. இக்கலையில் தமிழ் கலந்த மலையாள மொழி பேசப்படுகிறது.

பெண்களின் சைக்கிள் போட்டி

என்னுடைய பஷீர் சாரே, எங்க ஊர்க்கோயிலில் சந்தனம் அரைக்கும் சாணைக்கல் உடைந்துபோய் விட்டது. அதற்குப் பதிலாகத் தங்களின் வழுக்கைத் தலை கிடைத்தால் வசதியாக இருக்கும். என்ன சொல்கிறீர்கள்?

: எம்.என். மேனோன், குழூர்

கோயிலில் பிரதிஷ்டிக்கப்பட்டிருப்பவர் யார்? சிவனாக இருந்தால் தயவுசெய்து என்னைக் கூப்பிடாதீர்கள். ஏதாவது பெண் தெய்வங்களாக இருந்தால் மட்டும் வருகிறேன்.

1. பெண் விடுதலைக்கெதிராக நீங்கள் பேசியதாக அறிந்தேன்; உண்மைதானா?

2. நாடு முழுவதும் படர்ந்து பிடித்திருக்கும் சைக்கிள் போட்டியில் பெண்களுக்கான இடமில்லாதது ஏன்?

: கே.ஜி. மாதவிக்குட்டி, பெரும்பாவூர்

பெண் விடுதலைக்கெதிராக அப்படி நான் பேசவே இல்லை. சிந்திக்கவுமில்லை – கனவுகூடக் கண்டதில்லை. சுருக்கமாகச் சொல்லப்போனால் பெண் விடுதலைக்காக வீரதீரத்துடன் போராடும் ஒரு முன்னணிப் படைவீரன் நான். சென்ற புதன் கிழமை, மணி பத்து பெண் விடுதலைக் கெதிரான இரண்டு பேர் என்னிடம் வாதம் செய்தார்கள். நான் உடனே, கொந்தளித்துப் போய் அவர்களைத் துவந்த யுத்தத்திற்கு அழைத்தேன். அவர்கள் இரண்டு பேரும் சேர்ந்து என்னை அடித்தார்கள். எனது விலாப் புறத்திலிருந்த ஒரு எலும்பு உடைந்தது. தலையின் இடது சரிவுப் பிரதேசத்திலிருந்து ஒரு கொத்து மயிர்களையும்

பிடுங்கினார்கள். நான் சொல்வது உண்மைதான். மிச்ச மிருக்கும் எனது ஒவ்வொரு எலும்பையும் ஒவ்வொரு முடியையும் பெண் விடுதலைக்காக இழந்துவிடவும், அதாவது அர்ப் பணித்துவிடவும் சித்தம் செய்திருக்கிறேன். பெண் விடுதலைக் கெதிராக இனி யார் என்ன சொன்னாலும் சரி, உடனே நான் துவந்த யுத்தம் நடத்த அறைகூவல் விடுவேன்.

அப்புறம், சைக்கிள் போட்டி பெண்களுக்குத் தோதுப் படாது. பேச்சுப்போட்டியென்றால் பரவாயில்லை.

அதன் சாம்பிள் பத்திரிகைச் செய்தி எப்படியிருக்க வேண்டும் தெரியுமா?

“நாடு முழுவதும் படர்ந்து வியாபித்திருக்கும் சைக்கிள் போட்டியைப் பெண்கள் வெறுப்புடன் உற்று நோக்குகிறார்கள் என்பதற்கான ஒரு நல்ல உதாரணம்தான் பெரும்பாவூரில் நடந்த, கே.ஜி. மாதவிக்குட்டியின் பேச்சுப்போட்டி. மேற்கண்ட வீரப்பெண்மணி 108 மணிநேரம் வாய்மூடாமல் பேசிக்கொண் டிருந்தார். ஆகார நீராகாதிகளைக்கூட அவர் பேசிக்கொண்டே தான் மேற்கொண்டார். மாதவிக்குட்டிக்கு ஏராளமான பரிசுப் பொருட்கள் குவிந்தன. சட்டி, பானை, அகப்பை, ஈர்க்கோரி போன்றவற்றுடன் ஒரு கன்றுக்குட்டியும் மாதவிக்குட்டிக்குக் கிடைத்தது. இந்த 108 மணிநேரச் சாதனை ஒரு உலகச் சாதனை என்பதாகப் பெரும்பாவூர்காரர்கள் சொல்லிக்கொள் கிறார்கள்.

இதுபோல், அழுகைப்போட்டியில் ஈடுபடவும் பெண் களால் இயலும். சிறு அசைவுகளைச் சொல்லிக்கூடக் பெண் களால் அழமுடிகிறதல்லவா? அப்புறம், பேன் பார்க்கும் போட்டி, பொய் சொல்லும் போட்டி, தொண்டை தழுதழுக் கும் போட்டி, பெருமூச்சு விடும் போட்டி இப்படியான போட்டிகள் நிறைய இருக்கின்றன. மாதவிக்குட்டிக்குப் பிடித்தமான போட்டி எது?

பஷீர் த புலயன்

1. உங்களது தலையை, அடுத்த விசு தினத்திற்குப் பட்டாசு மருந்து அரைப்பதற்குத் தருவீர்களா? வாடகை எவ்வளவு வேண்டும்?

2. சந்திர மண்டலத்தில், எந்தக் கட்சியையும் எந்த மதத்தையும் சேராத மனிதர்கள் நிறைய இருக்கிறார்களாம். மதப்பிரச்சாரத் திற்காக, கட்சிப் பிரச்சாரத்திற்காக அங்கே முதலில் போய்ச் சேருபவர்கள் யாராக இருக்கலாம்?

: பி.வி. பிள்ளை, ஜலந்தர் கன்டோன்மென்ட்

'தலை' குளிர, தேவிகோயிலில் சந்தனம் அரைக்கத் தலையைத் தருவதாக ஒப்புக்கொண்டிருக்கிறேன். நமது வாசுபிள்ளை சந்திர மண்டலத்திலிருந்து நேற்று முன்தினம் திரும்பி வந்தார். அவர் அங்கே ஒரு சாயாக் கடை திறப்பதற்காகப் போயிருந்தார். ஆனால், அங்கே யாருமே இல்லையாம். எனது உச்சந்தலை போல் சுத்த சூனியமாக இருக்கிறதாம் சந்திரமண்டலம்.

சிறு அளவிலான விஷயம்; ரசனை மிகுந்தது; பஷீரைப் புகழ்வது போன்ற கேள்விகளுக்குத்தான் பரிசு கிடைக்குமா?

: வி. பரதன், பள்ளுருத்தி

நர்மதா பத்திரிகை அதிபரின் மனைவியைப் புகழ்ந்து அனுப்பும் கேள்விகளுக்கு ஒரு வேளை பரிசு கிடைக்கலாம். ஐயாவும் அம்மாவும் சேர்ந்துதான் பரிசுக்கான கேள்வியைத் தேர்வுசெய்கிறார்கள். புரிந்து கொண்டீர்களா?

தாங்கள் சமீபத்தில் பி.ஜி. மாலாவுக்கு 'எங்க உப்பப்பாவுக்கொரு ஆனை இருந்தது' எனும் புத்தகத்தைச் சும்மா கொடுத்தீர்கள்

அல்லவா? அது போல் 'ஆனையை அள்ளியும் பொன்குருசும்' 'உள்ளூரின் முக்கியப் பிரமுகர்' ஆகிய இரண்டு புத்தகங்களை எனக்கு இனாமாக அனுப்பித் தருவீர்களா?

: எம்.கே. ஆயிஷா, திருவனந்தபுரம்

பி.ஜி. மாலாவுக்குப் புத்தகம் அனுப்பியது சும்மா ஒன்று மல்ல. எம்.பி. போள் அவார்டு வாங்கியதன் நினைவாக ஒரு புத்தகம் அனுப்பிக் கேட்டார். ஆனால், ஆயிஷா அப்படியான எந்தக் காரணமும் சொல்லவில்லையே? வெறுஞ்சும்மா அனுப்பி வைக்கச் சொல்கிறீர்கள். ஆல்ரைட்! சும்மாவே அனுப்பி வைக்கிறேன். சரியான முகவரியை எழுதி அனுப்புங்கள்.

நீங்கள் ஒரு மகான் என்றும் எல்லா மகான்களுக்கும் வழுக்கைத் தலை இருக்குமென்றும், உண்மையில் உங்களுக்கு வழுக்கைத் தலை இல்லையென்றும் அது, தினமும் வழுக்கையாக்கப்படுகிறதென்றுமெல்லாம் மே மாத *விஸ்வரூபத்தில்* ஆர்.எம். மாணிக்கத்து எழுதியிருந்தார். இது உண்மைதானா பஷீர்?

: பி.வி.எஸ். பாலன், கவளப்பாறை

பாலா, ஆர்.எம். மாணிக்கத்து ஒரு பொய்யன்.

நர்மதா விசேஷப் பதிப்பில் பஷீரின் 'மலங்கேளன்' ஏன் இடம்பெறவில்லை?

: பி.சி. மாம்மன், கோட்டயம்

எழுதவில்லை.

நர்மதா பத்திரிகை அதிபரின் மனைவி முஸ்லிம் பெண்ணா?

: எஸ். முகம்மது குஞ்ஞி, ஆலப்புழை

இல்லை, முகம்மது குஞ்ஞி. நல்ல, நாயர் குலத்தில் பிறந்த அழகும் அடக்கமும் உள்ள ஒரு நாயர் பெண். நர்மதா பத்திரிகை அதிபர் உண்மையாகவே நல்ல நாயர்தானா என்பது எனக்குத் தெரியாது.

தங்களை ஒரு புலயர் பெண் காதலிப்பதாக வைத்துக்கொள்ளுங்கள். நீங்கள் புலயர் சமுதாயத்திற்கு மாறி அவளைத் திருமணம் செய்வீர்களா?

: எம். ஜானம்மா, திருச்சிவபேரூர்

புலயர் சமூகத்தில் மகான்கள் குறைவல்லவா? ஆகவே, பஷீர் த புலயன் அல்லது வைமுபா புலயன் எனும் பெயரில் அவளைத் திருமணம் செய்துகொள்ளத் தயார். ஒரு நூறு ரூபாய் முதலில் மணியார்டர் அனுப்பச் சொல்லவும். 'பஷீர்

சஷ்டியப்தபூர்த்தி ஃபண்ட்' என்றொரு விஷயம் இங்கே நடக்கிறது, அதற்காக! சொல்வது புரிந்ததல்லவா, ஜானம்மா.

நண்பர்களே,

இந்த முறை கேள்வி – பதில் பகுதி கிடையாது. உடல்நிலை சரியில்லை. கொஞ்ச நாட்களாக ஜலதோசம். அது சரியானதும் பிறகு காய்ச்சல். படுக்கையில் அல்ல. அமர்ந்துதான் இருக்கிறேன். பயங்கரமான தலைவலியுமிருக்கிறது.

கொஞ்ச நாட்கள் இனி யாருமே கேள்விகள் அனுப்ப வேண்டாம். இங்கே குவிந்து கிடப்பவற்றிற்கெல்லாம் முதலில் பதில் சொல்லிவிடுகிறேன். நீங்கள் அனைவரும் நலம் என்று நம்புகிறேன்.

இப்படிக்கு,
பஷீர்

இனி வருபவை, திருவனந்தபுரத்திலிருந்து வெளிவந்துகொண்டிருந்த 'மைத்ரி'யில் எழுதிய கேள்வி – பதில்கள்:

எனது தோழி ஒருத்தியின் விஷயம் இது. காதல் திருமணம். இரண்டு குழந்தைகளுமிருக்கின்றன. அவளது கணவன் முன்போல் அவளிடம் பிரியமாக இருப்பதுபோல் தெரியவில்லை. எப்போதுமே உர்ரென்று இருக்கிறார். சந்தோஷமாக இல்லை. சாப்பாட்டிலும் தொட்டதற்குமெல்லாம் குற்றம் சொல்கிறார். சரியாகச் சாப்பிடுவதுமில்லை. எப்போதுமே கோபம்தான். கணவர்களெல்லாம் ஏன் இப்படியாகிவிடுகிறார்கள், இதற்கான காரணமென்னவென்று சொல்வீர்களா?

: எம். தாட்சாயணியம்மா, எரணாகுளம்

கணவன் எனப்படும் அந்த அப்பாவி மனிதனைத் தொந்தரவு செய்ய வேண்டாமென்று விண்ணப்பித்துக் கொள்கிறேன். அவருக்கு உடல் சோர்வாகயிருக்கலாம். வைட்டமின், இரும்புச்சத்து, கால்சியம், ஈஸ்ட் போன்ற மாத்திரைகளும் பால், முட்டை, சூப்பு போன்றவைகளும் நல்ல சுவையான கூட்டுக் கறிகளும் வைத்துச் சாப்பாடு கொடுக்கவும். ஒரு மாதத்தில் அன்பின் கொலைக்கூக்குரல் கேட்கும். பிரியத்தின் கர்ஜனைக் குரலுடன்.

N.B: *குழந்தைகளின் எண்ணிக்கையை மட்டும் இரண்டுடனே நிறுத்திக்கொள்ளுங்கள். ஜாக்கிரதையாக!*

இஸ்லாமியப் புரோகிதர்கள் திருமணம் செய்துகொள்ளலாமா? அல்லது கத்தோலிக்கப் புரோகிதர்களைப்போல் திருமணம் செய்யாமல்தான் வாழவேண்டுமா?

: கே. பானுமதி, பட்டாம்பி

இஸ்லாமியர்களில் புரோகிதர்கள் கிடையாது. யார் வேண்டு மானாலும் விருப்பம்போல் திருமணம் செய்துகொள்ளலாம். என்ன விஷயம் பானுமதி?

நீங்கள் முதலில் எழுதிப் பிரசுரமான கதை எது? அதற்குப் பிரதிபலன் எதுவாவது கிடைத்ததா?

: உலகன்னான், ஏலூர்

'தங்கம்.' பிரதிபலனாகப் பதினொன்றரையணா ரொக்க மாகக் கிடைத்தது. (அதாவது, பத்திரிகை அலுவலகத்தின் எதிரிலிருந்த சிறு ஓட்டலில் நான் பாக்கி வைத்திருந்த இந்தத் தொகையை பத்திரிகை அதிபர் கொடுத்தார்.)

இரண்டு விடலைப் பையன்கள் எப்போதுமே என் பின்னால் திரிகிறார்கள். இதற்கான காரணமென்ன என்று சொல்லுங்களேன் பஷீர்.

: வி.என். சந்தனா, கோட்டயம்

உம், சந்தனா! சுகந்தமான பெயர். இந்த விடலைப் பையன் களை அனுப்பி வைத்தவன் நான் அல்ல! அவர்களாகவே வாசம் பிடித்து வருகிறார்களாக இருக்கலாம். ஆகவே, சந்தனா, உங்களது பதிவிரதா சக்தியைப் பிரயோகித்து அவர்களைச் சபித்துப் பஸ்பமாக்கி விடவும். உடனடியாக!

இறை விசுவாசிதானா நீங்கள்? பள்ளிவாசலுக்குப் போவதுண்டா? தொழும் வழக்கமிருக்கிறதா?

: அப்துல், சேர்த்தலை தெற்கு

எல்லைகளில்லாப் பிரார்த்தனையே வாழ்க்கை.

பஷீரின் திருமணம் காதல் திருமணமா? வரதட்சணை வாங்கித்தான் திருமணம் செய்துகொண்டீர்களா?

: எம். ராஜகுமாரி, குருவாயூர்

இரண்டு இந்துப் பெண்களின் நடுவே, சேலைத்தலைப்பை முக்காடாகப் போட்டிருந்த ஒரு இளம்பெண். இப்படியான ஒரு புகைப்படம். நடுவிலிருக்கும் "இந்த பெண்ணைத் திருமணம் செய்கிறாயா? செய்கிறாய். அல்லது செய்ய வைப்போம்." நான் சொன்னேன் : அவளை ஒரு தடவை நேரில் பார்த்து வயது முதிர்ந்த எனது போதாமைகளைப்பற்றி அவள் என்ன சொல்கிறாள் என்பதை அறிந்துகொள்ள வேண்டுமே?

"அது நியாயம், போவோம்."

நாங்கள் போனோம். எம்.வி. தேவன், வி. அப்துல்லா, எம். அப்துல்ரகுமான், எம்.டி. வாசுதேவன் நாயர்,

கே.எ. கொடுங்ஙல்லூர், திக்கோடியன், கே.டி. முகம்மது, என்.பி. முகம்மது, கே. பரமேசுவரன் நாயர் அண்ட் செல்ஃப்.

நான் தேவனிடம் சொன்னேன் : "மகனே, நான் அவளிடம் விடும் வசனங்களை நீ எழுதியெடுக்க வேண்டும்." காகிதமும் பென்சிலுமாகத் தேவன் வாசலில் தயார்! (தேவன் அந்தக் காட்சியைக் காகிதத்தில் பதிவு செய்துகொண்டார்.) அவள் ஒரு அறையில் ஜன்னலின் பக்கத்தில் நிற்கிறாள். நான் உள்ளே சென்று பதற்றத்துடன் பார்த்துவிட்டுச் சொன்னேன்: "ஆகா . . ! யூ ஆர் கோல்டன் கேர்ள்." இந்த கோல்டன் கேர்ளில் விழாத பெண்கள் இருக்கமுடியுமோ? வரதட்சணை விஷயங்களைப் பேசுவதற்கான வாய்ப்புக் கிடைக்கவில்லை. அவளுக்கு நினைவு திரும்பும்போது, என் மனைவியாக அக்னியைச் சாட்சியாக வைத்து என் வீட்டிலிருக்கிறாள். ஆனால், இப்போது வரதட்சணை சம்பந்தமாகக் கூச்சலிடவும் கொலைத்தாண்டவம் புரியவு மெல்லாம் இயலாமல் ஆத்மிக விஷயங்களில் முழுகி வாழ்ந்து கொண்டிருக்கிறேன் . . . கிம் பஹுனா.

N.B.: இந்தத் திருமண விஷயத்தின் பிரதானப் புரோகிதன் ராமுகாரியத் எனும் தடியன். ராஜகுமாரிக்குக் கல்யாணம் ஆகவில்லையா?

பெண்ணையும் நாயையும் எந்த அளவுக்கு அடித்துச் சரிப்படுத்த முடியுமோ அந்தளவுக்கு நல்லதென்று தாமஸ் முள்ளூர் சொல்கிறார். பஷீர் அவர்கள் என்ன சொல்கிறீர்கள்?

: எச். ரகுவரன், தேங்காய்ப்பட்டணம்

இந்தக் கேள்வியை நான் சிலரிடம் வாசித்துக் காட்டினேன். மாளுக்குட்டி, வாஸந்தி டீச்சர், ஃபாபி, சியாமளா, மாளுக்குட்டி யின் கணவன் சங்கரன்.

மாளுக்குட்டி : தாமஸ் முள்ளூரின் மூக்கை நறுக்க வேண்டும்.

வாஸந்தி டீச்சர் : அந்தக் காலமாடனை விளக்குமாற்றால் சாத்த வேண்டும்.

ஃபாபி : அவனைத் தலைகீழாகத் தொங்கவிட்டு கீழே புகைமூட்டம் போட வேண்டும்.

சியாமளா : அவனுக்குச் சாப்பாட்டில் எலி விஷம் கலந்து கொடுக்க வேண்டும்.

சங்கரன் : தாமஸ் முள்ளூர் சொன்னதில் நியாயமிருக்கிறது.

அப்போது, பெண்கள் அனைவரும் சேர்ந்து 'சங்கரனைக் கொல்ல வேண்டும்' என்று அலறினார்கள்.

சங்கரனைக் கொல்வதற்காக மாளுக்குட்டி அவனை வீட்டிற்குப் பிடித்துக்கொண்டு சென்றாள்.

வாஸந்தி டீச்சர்: கேள்வி கேட்ட தேங்காய்ப்பட்டணத்துக்காரன் ரகுவரனின் ஒருபுறக் காதை அறுத்தெறிந்துவிட வேண்டும்.

(மெதுவாக) பாவம் முள்ளூர், பாவம் சங்கரன், பாவம் ரகுவரன், பாவம் பஷீர்.

கதை எழுதுவதில் பெரும்பங்கு வகிக்கும் நினைவுமனத்தின் செயல்பாட்டு யுத்தியையும் பிக்காசோவின் யுத்தியையும் பற்றி வைக்கத்தின் அபிப்பிராய மென்ன?

: கே. ரவீந்திரன், காயங்குளம்

இந்தக் கேள்வியை வைக்கம் சந்திரசேகரன் நாயர், குங்குமம், கொல்லம். என்ற முகவரிக்கு எழுதிக் கேளுங்கள். இந்த நாயர் தான் உலகத்தில் ஒரேயொரு வைக்கம்..! பிக்காசோ உத்தியும் டுக்காசும்தான்.

சில இளம்பெண்கள் முதியவர்களைத் திருமணம் செய்துகொள்ளச் சம்மதிப்பதற்கான காரணமென்ன?

: பி. பாலகிருஷ்ணன், நேமம்

அளவிலா அன்பு, பக்குவம், உலக அனுபவம், அறிவு போன்றவைகள் முதியவர்களிடம் நிறைவாக இருக்கும் என்பதை உணர்ந்து.

N.B: நேமத்தைச் சேர்ந்த பாலகிருஷ்ணப் படுக்கூசே, நீ என்னுடனும் குஸ்தி கேசவதேவுடனும் மல்யுத்தம் செய்து வெற்றிபெற முடியுமா? முடியும் என்றால் உடனே புறப்படு.

இ.எம். சங்கர நம்பூதிரிப்பாடின் மந்திரி சபை மதுவிலக்கை ரத்துசெய்து விட்டதைப் பற்றி பஷீர் காக்கா என்ன சொல்கிறீர்கள்?

: சி.கே. ஆயிஷா பீவி, ஆலப்புழை

இ.எம்.எஸ். எடுத்த முடிவு தவறு! பத்து இருபது வருடங்களாக மலபாரில் பூரண மதுவிலக்குத் தீவிரமாக அமுல்படுத்தப் பட்டிருந்தது. அப்போது ஒரு குப்பி நல்ல கள்ளின் விலை நாற்பது காசு. இப்போது இ.எம்.எஸ்சின் கள்ளுக்கடையில் கலப்பு சிலோன் கள் ஒரு குப்பியின் விலை ஒரு ரூபாய்.

முன்பு, ராக் என்று சொல்லப்படும் டபுள் ஸ்ட்ராங் சாராயம் ஒரு குப்பி இரண்டு ரூபாயாக இருந்தது. இப்போது இ.எம்.எஸ்சின் சாராயக்கடையில், போதை குறைவான அரசுச் சாராயத்தின் விலை, பதினைந்து ரூபாய். ஆகவே, திரு. கேளப்ப னின் பெருந்தலைமையில் சாராயக்கடைகளையும் கள்ளுக்கடை

களையும் சுற்றி வீரத்துடன் தர்ணா செய்வதற்கு மலபார்க் காரர்கள் ஆயத்தமாகிக் கொண்டிருக்கிறார்கள். ஜாக்கிரதை.

'கள்ளளவு நல்லதொரு பானம் இந்தக் குவலயத்திலில்லையடீ கண்ணே' என்று பாடிய அந்த மூடன், காரிகையெனும் ஒன்றை ஏன் கவனத்தில் கொள்ளவில்லை? எது நல்லது? கள்ளா? காரிகையா?

: சி. சுகுமாரன், பரணங்ஙானம்

கள்ளுண்டவனும் காரிகையும் இலக்கும் லகானுமில்லாமல் பேசிக்கொண்டிருப்பார்கள் ஆகவே, இரண்டுமே பஹுபஹு.

பஷீர் பெரியாப்பா, ஒரு விஷயம் கேட்க வேண்டும். எனது தோழி ஒருத்திக்குப் பதினாலாவது வயதில் திருமணம் நடந்தது. புருஷன்கார னுடன் ரொம்பப் பிரியம் வைத்திருந்தாள். பத்தொன்பதாவது வயதில் புருஷன் இறந்துபோய்விட்டான். இருபத்தொன்றாவது வயதில் மீண்டும் திருமணம் நடந்தது. இந்தப் புருஷனிடமும் நல்ல பிரியம் வைத்திருக் கிறாள். இப்போது அவளுக்கு ஒரு சந்தேகம். 'இறுதி நாளில் சுவர்க்கத் தில் வைத்து இரண்டு புருஷன்களையும் சேர்ந்து ஏற்றுக்கொள்ள வேண்டியது வருமோ' என்று.

: பி. ஹாஜறாபீவி, முர்யாடு, கோழிக்கோடு

ஹாஜறாபீவி என்னைப் பெரியாப்பா என்றெல்லாம் கூப்பிட்டிருக்க வேண்டாம். எனக்கொன்றும் அவ்வளவு வயதாகி விடவில்லை. பல கணவனுடைமை சுவர்க்கத்தில் கூடுமென்று தான் தோன்றுகிறது. அல்லது இன்னொன்று செய்யலாம். அவளிடம் உடனே இறந்துபோய்விடத் தயார்தானா என்று கேள். அப்படியென்றால் இப்போதையை புருஷன் வேறு ஒருத்தியைக் கட்டுவான். பிறகு, சுவர்க்கத்தில் வைத்துப் பல கணவனுடைமைப் பிரச்சினை உருவாவதற்கான வாய்ப்பே இல்லை. நீ என்ன சொல்கிறாய்?

கேசவதேவ், பாலகிருஷ்ணன், பஷீர் – ஆகிய மூவரும் சென்ற ஒரு கப்பல் விபத்தில் சிக்கி, நீங்கள் மூன்றுபேரும் ஒரு தீவில் உயிர் தப்பி விடுகிறீர்கள். அப்போது அந்தத் தீவில் கே.ஆர். விஜயாவும் அம்பிகாவும் இருக்கிறார்கள். பஷீர் என்ன செய்வீர்கள்? பாலகிருஷ்ணனைக் கொல் வீர்களா, கேசவதேவைக் கொல்வீர்களா?

: ஸ்டாலின், திருச்சூர்

சலாம், தோழரே. நேற்றைக்கு, செத்துப்போய்விட்டதாக அறிந்தேனே? பொய்யான தகவலாக இருக்கலாம். இப்போது திருச்சூரில்தான் இருக்கிறீர்களா? மகிழ்ச்சி! அப்புறம், நம்ம இந்தக் கொலை செய்கிற விஷயம்: கேசவதேவையும் பால கிருஷ்ணனையும் அம்பிகாவுக்கும் கே.ஆர். விஜயாவுக்கும்

அன்பளிப்பாகக் கொடுத்துவிட்டு ஏதாவது குகைக்குள் புகுந்து தெய்வமே என்று தியானத்தில் ஆழ்ந்துவிடுவேன். சுபம்.

பத்திரிகை ஆசிரியையின் குறிப்பு

பேப்பூர் சுல்தான் திருமேனியின் சன்னிதானத்திற்கு நேரடியாகவும், மைத்ரி பத்திரிகை அலுவலகத்திற்குமாகக் கேள்விகள் ஏராளமாக வந்து குவிந்துவிட்டன. இதழ் அச்சாகி முடிந்த பிறகும் கூடக் கேள்விகள் வருவது நின்றபாடில்லை. மிச்ச மிருக்கும் கேள்விகளைப் பிரசுரிக்கவே இரண்டு இதழ்கள் தேவைப்படும். நாங்கள் என்ன செய்ய முடியும்? வாசகர்களாகிய நீங்களே குருவிடம் சொல்லுங்கள். கேள்விகளுக்குப் பதில் எழுதச்சொல்லி! ஆமாம். எங்களுக்கு வேறு வழி தெரியவில்லை. குரு எங்களுக்கு எழுதிய கடிதத்தின் ஒரு பகுதியைக் கீழே தருகிறோம்:

'எனக்கும் நிறைய கேள்விகள் வந்து சேர்ந்துவிட்டன. எல்லாவற்றிற்கும் பதில் சொல்ல நேரமில்லை. பதில் கிடைக்காதவர்கள் மன்னித்துக்கொள்ளும்படி கேட்டுக்கொள்கிறேன்.'

மங்களம்.

சஷ்டிபூர்த்தியும் ஸப்ததியும் சேர்த்து

கோழிக்கோட்டுக்குப் போனால் பேப்பூருக்குப் போகாமலிருக்க முடிவதில்லை. ஒவ்வொரு தடவை போகும்போதும் பேப்பூருக்கும் போய்விடுவேன். பேப்பூர் விசேஷமாகப் பார்ப்பதற்கு எதுவுமில்லாத ஒரு இடம்.

ஆனால், பஷீர் எனும் ஒரு மனிதன் பேப்பூரில் தான் வசிக்கிறார். போய்ப் பார்க்காமலிருப்பதற்கு மனது இடந்தராது. எவ்வளவுதான் முயற்சி செய்தாலும் கடைசி நேரத்திலாவது போய்விடுவேன்.

விசேஷப் பதிப்பு வெளியிட வேண்டிய காலக் கட்டமாக இருந்ததால் ஏதாவது எழுதிக் கேட்கலாம் என்று எதிர்பார்த்துத் தான் சென்றேன். நர்மதாவுக்கு ஏதாவது எழுத வேண்டும் என்று தோன்றினால் எழுதி யனுப்புவார். வற்புறுத்த வேண்டுமென்ற தேவை எதுவு மில்லை. மையையும் கற்பனையையும் நிர்ப்பந்தம்செய்து வரவழைக்க முடியாது. பெரும்பாலும் நர்மதாவுக்கு எதிர்பாராத நேரங்களில்தான் எழுதியனுப்புவார். கட்டுரையுடன் இப்படியொரு குறிப்பும் தவறாமல் இடம் பெறும். 'இதற்குச் சன்மானம் எதுவும் அனுப்ப வேண்டாம்.'

பஷீர் பணம் வாங்காமல் எழுதுவாரா? விலை மதிக்க முடியாத அவரது தூரிகை இப்படியும் அசை யுமா? கேள்வி உங்களது தொண்டையில் நிற்கிறது, அல்லவா? ஆனால் அப்படி நடந்திருக்கிறது.

வண்டி நிற்குமிடத்திலிருந்து 'என்' சேப்பில் ஒரு தாழ்ந்த இடைவழியுண்டு. மழைக் காலங்களின் வீட்டின் படிக்கட்டு வரை படகில் போகலாம். வேனிற் காலமென்பதால் நடந்தேதான் சென்றோம். இரவு

நேரம்! பெயரைச் சொல்லி, சத்தமாகக் கூப்பிட்டோம். குரலைக் கேட்டதும் புரிந்துகொண்டிருக்க வேண்டும். வழக்கம்போல் நாயர்களைத் திட்டிக்கொண்டே வெளியே வந்தார். முக்கியமாகச் சொன்ன விஷயம், இரண்டு நாயர்கள் வீடு புகுந்து தொந்தரவு செய்ய வந்திருக்கிறார்கள் என்பது தான். இந்த அச்சுறுத்தலுக்கும் சவாலுக்கும் நாங்கள் அசைந்து கொடுக்கவில்லை. வாசல் கதவு திறந்தது. வராந்தாவிலிருந்த வெளிச்சம் வழுக்கைத் தலையில்பட்டு வெளிக்கேட்டுவரை பிரதிபலித்தது. பஷீரே வந்து கேட்டைத் திறந்தார். நாங்கள் உள்ளே நுழைந்தோம். அறையிலிருந்த செயர்களை எடுத்து வராந்தாவில் போட்டு அமர்ந்து கொண்டோம்.

இரவு மணி பத்தாகிவிட்டது. சோறு ரெடி பண்ணுவோமா என்று கேட்டார். வேண்டாமென்றோம். அப்படியென்றால் இதைச் சாப்பிடுங்கள் என்று சொல்லிக் கட்டன் சாயா நிறைத்து வைத்திருந்த ஃப்ளாஸ்கையும் தம்ளர்களையும் கொண்டுவந்து வைத்தார். தம்ளர்களில் ஊற்றித் தந்த சூடான சாயாவை ஊதி ஊதிக் குடித்தோம். ஒவ்வொரு முறையும் வாய் நிறைந்த சிரிப்புடன் உலகிலுள்ள பல விஷயங்களையும் தொட்டுச் செல்லும் வழக்கம் அன்றும் நடந்தது. கதைகளை யும் நாவல்களையும் பற்றிப் பேசினார். திரைப்படங்கள் பற்றி யும் அவற்றின் பண்பாட்டுக் கூறுகள் பற்றியும் பேசிக்கொண் டிருந்தார்.

உடல்நிலை சரியில்லாமலிருக்கிறார். இரண்டு கைகளிலும் வலியும் வீக்கமுமிருந்தன. கொஞ்ச நாட்களாகவே ஓய்வில்தான் இருக்கிறார். தைலம் புரட்டி, களரி ஆசானை வைத்துத் தினமும் தடவிக் கொண்டிருக்கிறார். தைலத்தின் வாசம் அங்கே தங்கி நின்றிருந்தது. ஆகவே, நர்மதா விசேஷப் பதிப்பிற்கு ஏதாவது எழுதச் சொல்வதற்கு மனம் வரவில்லை. இருந்தாலும் நர்மதா வாசகர்களுக்காகப் பஷீரின் படைப்பு ஒன்று இடம் பெற வேண்டுமென்ற விஷயத்தை நந்தகுமார் நினைவுபடுத்தத் தவற வில்லை. எங்களது விவாதம் பிறகு கேள்வி பதிலாக மாறியது. இதில் வரும் கேள்விகளுக்கான பதில்களில் பஷீரின் தனித் தன்மையையும் ஈடுபாட்டையும் முழுவதுமாகக் காண முடியும்.

(கேள்விகளையும் பஷீரின் மொழியிலான பதில்களையும் அப்படியே சேர்த்திருக்கிறோம்.)

1. தங்களுடைய வாழ்க்கை வரலாற்றை எப்போது எழுதப்போகிறீர்கள் பஷீர்?

நான் இதுவரை எழுதிய எல்லாமே என் வாழ்க்கையின் கதைக் கூறுகள்தான். பெரும்பாலான எனது எல்லாக் கதை களுமே சுய வாழ்க்கையின் அனுபவங்களே! 'பால்ய காலத் தோழி'யிலும் எனது வாழ்க்கையில் நடந்த சம்பவங்களைத் தான் எழுதியிருக்கிறேன். கதைக்குத் தேவையான பாவனை களைச் சேர்த்து அவற்றை மெருகுபடுத்தியிருப்பேன் அவ்வளவு தான். இவ்வளவு அதிகமாக வாழ்க்கைக் கதையை எழுதிய பிறகு இனி, தனியாக எதற்கு மற்றொன்று எழுத வேண்டும்? சம்பவங்களும் அனுபவங்களும் நிறையவே இருக்கின்றன எழுது வதற்கு. நான் இந்தியாவில் எல்லா இடங்களிலும் வசித்திருக் கிறேன். அரேபியா போன்ற அயல் தேசங்களிலும் வாழ்ந்திருக் கிறேன். காஷ்மீரில் ஷேக் அப்துல்லாவின் வீட்டில் விருந்தின னாகத் தங்கியதுண்டு. பழைய ஆனந்த பவனிலும் தங்கியிருக் கிறேன். இதையெல்லாம் இனிமேல் எதற்குத் தனியாகச் சொல்ல வேண்டும்? சுய சரிதையென்றால் உயிருடனிருப்பவர் களைப்பற்றியும் இறந்துபோனவர்களைப் பற்றியுமெல்லாம் எழுதவேண்டும் அல்லவா? அப்படி வரும்போது மனதிற்குப் பிடிக்காத பல சம்பவங்களைப் பற்றியும் எழுத வேண்டியதாகி விடும். வேதனைகள் ... மற்றவர்களுக்கு வருத்தத்தை ஏற்படுத்தும் எதையுமே நான் பேசுவதுமில்லை. எழுதுவதுமில்லை. எரணாகுளத்தில் நான் புத்தகக் கடை நடத்திக்கொண்டிருந்த காலக்கட்டம் நினைவிருக்கிறதல்லவா? அப்போது நிறைய ஆங்கிலப் புத்தகங்கள் வாசிப்பேன். ஆங்கிலப் புத்தகங்கள் வாசிப்பதற்காகவே புத்தகக் கடை தொடங்கினேன். அப்போ தெல்லாம் மலையாளப் புத்தகங்களை வாசிப்பதில்லை. செம்மீன்கூட வாசிக்கவில்லை. வாசிக்காமலிருந்ததற்கான காரணம், வாசித்தால் வாங்க வருபவர்களிடம் அபிப்பிராயம் சொல்ல வேண்டியது வருமே என்ற பயம்தான்! நான் சொல்வதைக் கேட்டு அவர்கள் வாங்காமல் போனால் நஷ்டம் எனக்குத்தான். ஆகவேதான் மலையாளப் புத்தகங் களை வாசிக்காமலிருந்தேன். செம்மீனைத் திரைப்படமாக மதராசில் வைத்துப் பார்த்தேன். அதற்குத் தங்கப்பதக்கம் கிடைப்பது தொண்ணூற்றைந்து சதவீதம் உறுதியென்பதை அப்போது நான் ராமு காரியாத்திடமும் பாபுவிடமும் சொல்லவும் செய்தேன்.

2. நல்ல நாவல், நல்ல திரைப்படமாக முடியுமா?

நல்ல நாவலை நல்ல ஒரு திரைப்படமாக்குவது சிரமம் தான். ஸ்டைரன் பக்கின் 'பேள்' இதற்கான சிறந்த உதாரண

மல்லவா? நல்ல நாவலின் காவியநயமும் பரவச உணர்வும் திரைப்படமாகும்போது இழந்து விடுகிறது. சுருக்கமாகச் சொல்வதென்றால் நல்ல ஒரு நாவலை வாசித்துக் கொண் டிருக்கும் வாசகர்களுக்கு ஏற்படும் ஒரு பிரபஞ்ச வெளி, திரைப்படமாகப் பார்க்கும்போது பகுதி அளவிலாவது இல்லாமல் போகிறது. நேர்மாறாக, அது கைத்திறன் சார்ந்து உன்னதமாகவும் அமைந்து விடலாம். டேவிட் லீனின் 'டாக்டர் ஷிவாகோ' நல்ல ஒரு திரைப்படம் என்பதாகக் கேள்விப் பட்டேன். நான் பார்க்கவில்லை. நாவல் எனும் நிலையில் அது சுமார் ரகம் என்றும் கேள்விப்பட்டிருந்தேன்.

3. பால்யகால சகியைத் திரைப்படமாக எடுத்தது பற்றி நீங்கள் என்ன நினைக்கிறீர்கள்?

ஒரு நாள், காலில் செருப்புக்கூட இல்லாத, காலுறை மட்டும் அணிந்த ஒரு சேட்டு இங்கே வந்தார். பால்யகால சகியைத் திரைப்படமாக எடுக்க வேண்டுமென்று சொன்னார். அதை நல்ல ஒரு திரைப்படமாக எடுப்பதில் சிரமங்களிருக் கும் என்று சொன்னேன். ஆனால், சேட்டு விடுவதாக இல்லை. ஆகவே, யோசிப்போம் என்று சொல்லி வைத்தேன். சாயாவும் குடித்துவிட்டு சேட்டு போன பிறகு சேட்டுக்கு வண்டிச்சத்தம் கூடக் கொடுக்கவில்லையே என்று வருத்தமாக இருந்தது. சேட்டு மீண்டுமொரு நாள் வந்தார். பால்யகாலத் சகியைத் திரைப்படமாக எடுத்தே தீர வேண்டுமென்று வற்புறுத்திச் சொன்னார். நான் சம்மதம் தெரிவித்தேன். நான் எழுதியதை அப்படியே திரைப்படமாக எடுத்தால் போட்ட முதல் நஷ்ட மாகாது என்றும் சொன்னேன். சாயாவும் குடித்துவிட்டு சேட்டு கிளம்பினார். இம்முறையும் வண்டிச்சத்தம் கொடுக்க மறந்தது பற்றி வருத்தப்பட்டுக் கொண்டேன். பிறகுதான் தெரிய வந்தது, சேட்டு, கொச்சியில் ஒரு பெரிய செல்வந்தர் எனும் விஷயம். எப்படியோ, 'பால்ய காலத் சகி'யுடன் திரைப்பட மெடுக்கும் எனது ஆசை தீர்ந்தது. 'பால்யகால சகியை' வாசித்த வர்கள் திரைப்படத்தைப் பார்த்தால் ஏமாந்து போவார்கள். காசு பார்க்கும் நோக்கத்துடன் அவர்கள் அதில் என்னென் னவோ சேர்த்துவிட்டார்கள். கடைசியில், நான் திரைப் படத்தைப் பார்த்தபோது அதிர்ந்து போய்விட்டேன். வருத்த மாகவுமிருந்தது.

4. மதுவருந்தும் வழக்கத்தைப் பற்றி என்ன நினைக்கிறீர்கள்?

மது, மனிதர்களுக்குத் தேவைதானா..? பொதுவாக, இந்தியர்களுக்கு மது தேவையில்லை. மதுவருந்துபவர்கள்

ஊட்டச்சத்து மிகுந்த நிறைய ஆகாரவகைகள் சாப்பிடவேண்டும். ஐரோப்பா போன்ற நாடுகளில் உள்ளவர்கள் நிறைய ஊட்டச் சத்து மிகுந்த உணவு வகைகளைத் தின்பவர்கள். அவை ஜீரண மாவதற்காகவும் அவர்கள் மது அருந்துகிறார்கள். இங்கே நமக்கு வயிற்றுக்குத் தேவையான ஆகாரம்கூடக் கிடைக்காத நிலைமை! இதில் மதுவும் குடித்தால் குடல் வெந்து செத்துப் போவதுதான் நடக்கும். இங்கே, நாம் குடிப்பதன் மூலம் ஆயுளைக் குறைத்து விடுகிறோம். குடித்துவிட்டு எழுதத் தொடங்கும்போது அதில் மென்மையோ அழகியல் உணர்வு களோ இல்லாமலாகிவிடுகின்றன. சுய நினைவை இழந்த அந்த நிலையில் விவேகமற்ற உணர்வுகள்தான் மேலெழுந்து வருகின்றன. அன்புணர்வு போன்ற நல்ல குணங்களும் நல்ல சிந்தனைகளும் அந்த நேரத்தில் இல்லாமலாகிவிடுகின்றன. இப்படியான சூழலில் எழுதப்படும் விஷயங்களில் வெறும் இறுக்கம் மட்டுமே இருக்கும். அவற்றில் நல்ல குணாம்சங்கள் இழந்துபோய்விடுகின்றன. மது திறந்து விடுவது அழிவின் வாசல் கதவுகளைத்தான்.

5. ஆணின் திருமண வயது எப்போது முடிவடைகிறது?

ஆணின் திருமண வயது முடிவுக்கு வருவதுண்டா? அவன் செத்துப்போகும்போதுதான் அவனது திருமண வயதும் பூர்த்தி யாகும்.

6. குடிகாரர்களைப் புறக்கணித்துவிட்ட பிறகு அவர்களது மனைவியர்கள் என்ன செய்வார்கள்?

மனைவிகள் ராணுவத்தில் சேர்ந்து விடலாமே? யுத்தம் செய்து வீர மரணமடையலாம். அல்லது தீவட்டிக் கொள்ளைக் காரிகளாக மாறிப் புகழ் பெறலாம்.

7. இலக்கியவாதிகளின் படைப்பின் நோக்கம், பணம் சம்பாதிப்பது மட்டுமே என்று ஒரு ஆட்சேபக்குரல் உயர்ந்திருக்கிறதல்லவா? இதைப் பற்றித் தங்களது கருத்தென்ன?

நான் முதலில் ஆங்கிலத்தில்தான் எழுதத் தொடங்கினேன். கேரளாவுக்கு வெளியே எட்டு பத்து வருடங்கள் தங்கியிருந்த தால் ஹிந்தியும், ஆங்கிலமும் தான் எனக்கு அதிகப் பரிட்சயம். கேரளத்தில் நிரந்தரமாக வசிக்கத் தொடங்கிய பிறகு இனி என்ன செய்யலாம் என்று யோசித்தேன். எழுத்துக்காரனாக முடிவு செய்தேன். என்ன எழுதலாம்? கவிதையாகவே எழுதுவதா உரைநடைக் கவிதை எழுதுவதா என்று தொடர்ந்து யோசனை செய்தேன். உரைநடைக் கவிதை எழுதுவோமென்று முடிவு

செய்து கொண்டேன். ஆனால், மலையாள மொழி, போது மான அளவுக்குக் கை வசமாகவுமில்லை. அப்போது ஒருவர் சொன்னார்: மொழி வசப்படவேண்டுமென்றால் சங்கம் புழை யின் கவிதைகளை வாசிக்க வேண்டும் என்று!

அப்போது, சங்கம்புழையின் 'ரமண'னை அவரது நண்பர் களான சி.கே. பாவாவும் ஏ.கே. ஹமீதும் சேர்ந்து ஐந்நூறு பிரதிகள் அச்சடித்து வைத்திருந்தார்கள். எதுவுமே விற்பனை யாகாமல் அதை அப்படியே கட்டி வைத்திருந்தார்கள். அதி லிருந்து ஒரு பிரதியை எடுத்துக் கொண்டுவந்து வாசித்துப் பார்த்தேன். கடைசியில், மிச்சமிருந்த இருநூற்றைம்பது பிரதி களைச் சங்கம்புழையே நடந்து திரிந்து விற்க வேண்டிய தாயிற்று. இன்று, சங்கம் புழையின் 'ரமணன்', ஒரு லட்சத் திற்குமதிகமான பிரதிகள் விற்பனையாகிவிட்டன. இவ்வளவு அதிகமாக விற்பனையான நூல்கள் மலையாளத்தில் இல்லை என்றே சொல்லலாம்.

எழுதத் தொடங்கிய பிறகு ஆங்கிலத்தில் எழுதுவதுதான் நல்லது என்று எனக்குத் தோன்றியது. அப்படி எழுதியிருந் தால் 'பால்யகாலத் சகி'யே நான்கைந்து கோடி பிரதிகளாவது விற்பனையாகியிருக்கும். மலையாளத்தில் இதில் எத்தனையோ மடங்கு குறைவாகவே விற்பனையாகிறது. வியாபாரம் என்ற நிலையில் இலக்கியப் படைப்பு நஷ்டம்தான். எனக்கு வாழ்க்கையில் பெரிய ஆசைகள் எதுவும் கிடையாது. மணி மாளிகை கட்டவேண்டும் கார் வாங்க வேண்டுமென்றெல் லாம் ஆசைப்பட்டதில்லை. நானும் என்னுடைய குடும்பமும் மற்றவர்களைச் சாராமல் வாழ்ந்துவிட வேண்டும் என்ற ஆசையிருக்கிறது. பணம் சம்பாதிப்பதற்கு நாவல் எழுது வதைவிட, லாபகரமான மற்ற பல வியாபாரங்கள் இருக் கின்றன. அது போன்ற வியாபாரங்களை எனக்குச் செய்யவும் தெரியும். இலக்கியவாதியானதற்காக நான் வருத்தப்படவோ பச்சாதாபப்படவோ செய்கிறேனா என்றால் இல்லையென்றே சொல்வேன். இருந்தாலும் நூறு ராத்தல்* தூக்க முடிந்த நான் இன்று வெறும் பத்து ராத்தல்தான் தூக்குகிறேன். நல்ல லாபமுள்ள வேறு வியாபாரங்களில் ஈடுபட்டிருந்தேன் என்றால் நிறைய பணம் சம்பாதிக்க முடியுமாக இருந்தது. என்னைப் பொறுத்தவரை, நான் நாவலோ கதை களோ எழுதுவது பணம் சம்பாதிப்பதற்காக அல்ல! மாதமொன்றுக்கு நான்கு புத்தகங்கள் வீதம் எழுதி அச்சடிப்பது என்னால் இயலாத விஷயம். நான் இறந்து போனால் மற்றவர்கள் பணம் வசூல்

---

* சுமார் 450 கிராம்

செய்து என் மனைவியையும் குழந்தைகளையும் பாதுகாக்க வேண்டிய கதி வந்துவிடக் கூடாதே என்ற பயமிருக்கிறது. அல்லாஹ்விடம் பிரார்த்திக்கவும் செய்கிறேன். எதிர்காலம் எப்படி அமையப்போகிறதென்பது யாருக்குத் தெரியும்.

8. கேரள சாகித்ய அகாதமி இன்றைய நிலையில் திருத்தியமைக்கப் பட்டதைப் பற்றித் தங்களது கருத்தென்ன?

எனக்கு அது சம்பந்தமாக எதுவும் தெரியவில்லை. எதுவாக இருந்தாலும் திருத்தியமைக்கப்படுவது நல்லதற்காகவே இருக்கும்.

9. மகாகவிகளாகும் திறமையுள்ளவர்கள் நிறைந்த கேரளத்தில் இன்று ஐஸ்ஃப்ரூட் போன்ற சினிமாப் பாடல்கள் எழுதப்படுவது குறித்து என்ன நினைக்கிறர்கள்?

எனக்குத் தெரியாத எவ்வளவோ விஷயங்களில் ஒன்று கவிதை! மிகக் குறைவாகவே சினிமா பார்ப்பேன். ரேடியோ கேட்பதுகூடச் செய்திக்காக மட்டும்தான். மனைவியும் பிள்ளை களும் சினிமாப் பாடல்கள் கேட்கும்போது நான் வெளியே சென்று விடுவது வழக்கம். பெரிய காவியப் படைப்பொன்றை எழுதினால் கிடைப்பதைவிட அதிகமான பணம் சினிமாவுக்குப் பாடல் எழுதினால் கிடைக்கும். மகாகவிகள் அதிகரிப்பது பொதுவாக அவ்வளவு நல்லதல்ல! ஆகவே, சில கவிஞர் களாவது மகா கவிகளாகாமல் சினிமாப் பாடல்கள் எழுதி வாழ்வது நல்லதுதான்.

10. பாலியல் இலக்கியத்தின் வளர்ச்சி சமூகத்தை எப்படிப் பாதிக்கிற தென்று சொல்ல முடியுமா?

பாலியல் எழுத்துகளின் வளர்ச்சி மத்திய அரசின் கவனக் குறைவினால்தான் அதிகரிக்கிறது. பாலியல் எழுத்துகள் இங்கே சுயமாக எழுதப்படுவதில்லை. அமெரிக்காவிலிருந்து லட்சக்கணக் கான புத்தகங்கள் இறக்குமதியாகின்றன. அவற்றில் ஏராள மான பாலியல் புத்தகங்களுமுண்டு. அவற்றின் மொழி பெயர்ப்புகள்தான் இங்குள்ள பாலியல் புத்தகங்கள். இங்கே அதை ஆசிரியர்களும் மாணவர்களும் வழக்கறிஞர்களும்கூட வாசிக்கிறார்கள். நான் இவ்வளவு சொல்வதற்கான காரணம், சமீபத்தில் ஒரு புத்தகக் கடைக்குப்போய் வாசிப்பதற்கு நல்ல ஒரு புத்தகம் வேண்டுமென்று கேட்டபோது ஆங்கில மொழியி லுள்ள இரண்டு பாலுறவு சம்பந்தமான புத்தகங்கள் கிடைத்தன. இதையெல்லாம் அதிகமாக யார் வாங்குகிறார்கள் என்று கேட்டபோது மாணவர்களும், ஆசிரியர்களும் வழக்கறிஞர்

களும் என்பதாகப் பதில் வந்தது. பாலியல் சம்பந்தமான இலக்கியத்தின் வளர்ச்சி சிறிதும் ஆரோக்கியமானதல்ல.

11. நண்பர்களின் மனதிற்குள் பஷீர் நுழைந்தேறிய பின் அங்கே நிரந்தரமாகத் தங்கி விட முடிகிற ரகசியம் என்ன?

இதற்கு நான் பதில் சொல்ல விரும்பவில்லை. நான் மட்டுமே ஒரு நல்ல பையனாக இருக்கிறேன் என்ற தொனி இந்தக் கேள்வியிலிருக்கிறது என்று நினைக்கிறேன். நான் யாருடைய மனதிற்குள்ளும் அடாவடியாக நுழைவதில்லை. எனக்கு ஏராளம் நண்பர்கள் இருக்கிறார்கள். நான் அவர் களை நேசிக்கவும் செய்கிறேன். நான் யாரையுமே வேதனைப் படுத்துவதில்லை. நானொரு அப்பிராணியான மனிதன். ஆகவே, நண்பர்கள் என்னை எல்லா ஆபத்துகளிலிருந்தும் காப்பாற்றி விடுகிறார்கள்; நட்பு பாராட்டுகிறார்கள்.

12. தங்களது சஷ்டிபூர்த்தியை எப்போது கொண்டாடப் போகிறீர்கள்? சஷ்டிபூர்த்தியின் ஏற்பாடுகளைப் பார்த்தால் இந்தநாட்டில் இலக்கியவாதி மட்டுமே சஷ்டிபூர்த்தியை அடைகிறான் என்பதுபோல் அல்லவா தெரி கிறது. என்ன சொல்கிறீர்கள்?

பத்து வருடங்களுக்கு முன் சில நண்பர்கள் சேர்ந்து என் சஷ்டிபூர்த்தியைக் கொண்டாட வேண்டுமென்று சொன் னார்கள். 5,000 ரூபாய் தருவதாகவும் சொன்னார்கள். நான் ஒப்புக் கொள்ளவில்லை. 25,000 ரூபாய் கேட்டேன். தரவில்லை. விழா எடுக்க வேண்டாம் என்று சொல்லிவிட்டேன். இப்போது ஒரு லட்சம் தருவதாக இருந்தால் சரி. எனது சஷ்டிபூர்த்தி, சப்ததி, இரண்டையும் சேர்த்தே கொண்டாடிவிடலாம். ஆனால், சஷ்டிபூர்த்தி விழாவின் போது புத்தகம் அச்சடித்து வெளியிட வேண்டாம் என்பது மட்டும்தான் என் வேண்டுகோள். இந்த நாட்டில் இலக்கியவாதி மட்டுமல்ல, யார் வேண்டுமானா லும் சஷ்டிபூர்த்தி கொண்டாடுவதற்கு எந்த சாஸ்திரவிதியும் தடைபோடுவதாக நான் நினைக்கவில்லை. யாரும் கொண்டாட லாம். சுபம்!

(பக்கத்தில் எங்கோ கோழி கூவியது. நேரம் : அதிகாலை மணி மூன்று. நாங்கள் விடைபெற்றோம்.)

: ஆர்ட்டிஸ்ட் ராகவன்நாயர், வி.டி. நந்தகுமார்.

சுல்தானின் சபை

(கல்ஃப் பாய்ஸ் மாத இதழ்,
கோழிக்கோடு 1982 டிசம்பர்)

பூமியில் எங்களைப் போன்ற பெண்ணினங்கள் மட்டும் இல்லையென்றால் ஆண்களாகிய நீங்கள் சோகத்துடன் நெஞ்சிலறைந்து கூட்டமாகச் சேர்ந்து கதறிவிட மாட்டீர்களா?

: எம்.எம். கதீஜா, கோழிக்கோடு.

சும்மா போ, புள்ளே! இந்த உலகிலுள்ள ஆணினங்களாகிய நாங்கள் மகிழ்ச்சி ஆரவாரத்துடன் ஆனந்தக் கூத்தாட்டம் போடுவோம். உலகில் சாந்தியும் சமாதானமும் கை கூடி விட்டதே என்று! தலையணை மந்திரங்களில்லை. சண்டைகளில்லை. பரிபூரணமான குஷி! மனித வர்க்கத்தை நிலை நிறுத்துவதற்காக நாங்களே நிறைய குழந்தைகளைப் பிரசவிப்போம். எங்களுடைய பிரசவம் மூக்கு வழியாக நடக்கும். பிரசவத் தும்மல்! எறும்பு போலுள்ள குழந்தைகளை நாங்கள் தும்மிப் பிரசவிப்போம். டுங்காஸ்! புரிந்ததா புள்ளே?

இங்கே, சௌதி அரேபியாவில் திருடினால் கையை வெட்டி விடுவார்கள். கொலை செய்தால் தலையை வெட்டுவார்கள். விபச்சாரம் செய்பவர்களைக் கல்லெறிந்து கொல்வார்கள். எனவே, இங்கே திருட்டும் கொலையும் விபச்சாரமும் மிகவும் குறைவு. சௌதி அரேபியாவிலுள்ள இந்தச் சட்டங்களை இந்தியாவிலும் அமுல்படுத்துவது நல்லதுதானே?

இந்தியாவிலும் உலகத்திலுள்ள மற்ற தேசங்களிலும் மனிதத் தன்மையுடன் கூடிய சட்டங்கள் இருப்பதாகவே சொல்லப்படுகின்றன. திருட்டும் கொலைபாதகச் செயல் களும் விபச்சாரமும் எங்கு பார்த்தாலும் நடக்கின்றன. அமெரிக்காவில் நிமிடத்திற்கொரு கொலையும் நிமிடத் திற்கு இரண்டு பாலியல் பலாத்காரமும் நடப்பதாக

எங்கோ படித்த ஞாபகம் வருகிறது. திருட்டும் கொள்ளையும் இரவு பகலென்று பாராமல் நடந்து கொண்டே இருக்கின்றன. முன்னேற்றமடைந்த நாடாக இருந்தாலும் முன்னேற்ற மடையாத நாடாக இருந்தாலும் இதுதான் நிலைமை. திருட்டும் கொள்ளையும் விபச்சாரமும் நடக்காத எந்த ஒரு தேசமும் உலகில் கிடையாது. குற்றச் செயல்பாடுகள் மனிதனின் பூர்வக் குணம். இது, மோசமான சமூகக் கட்டமைப்பின் ஒரு வெளிப்பாடு. இவையனைத்துமே ஒரு சமூக வியாதிதான். இப்படியெல்லாம்தான் சொல்லக் கேள்வி. எதுவாக இருந்தாலும் ராணுவமும் காவல் துறையும் லாக்கப் பும் சிறைச்சாலைகளும் தூக்கு மரமும்... விஷவாயுக் கூடமும் மின்சார நாற்காலியும்... இந்த நவீன யுகத்திலும் நடைமுறையில் இருக்கிறதல்லா? பெண் மற்றொரு பெண்ணைத் திருமணம் செய்து கொள்கிறாள். ஒரு ஆண் மற்றொரு ஆணை! மது, போதை மருந்துகள்... குற்றவாசனைகள், தண்டனை முறைகள்...

நினைவுக்கு வருகிறது. நான் நிறைய போலீஸ் லாக்கப்புகளில் கிடந்திருக்கிறேன். சிறுநீர், அசிங்கம், வேர்வை – எல்லாம் கலந்த எரியும் துர்நாற்றம். அசுத்தம். வெறுந்தரையில் நெருக்கமான படுக்கை. அடி, குத்து, உதை, அருவருப்பூட்டும் வசைகள்... இப்போது உலக்கை உருட்டல்.

நான் மூன்று சிறைச்சாலைகளில் அடைக்கப்பட்டிருக்கிறேன். கடுந்தண்டனை விதிக்கப்பட்டு, அடியும் குத்தும் உதையும் கெட்டவார்த்தைகளும் குறைவுதான். இல்லையென்றே சொல்லலாம். கிட்டத்தட்ட நிம்மதியான வாழ்க்கை. உணவு, உடை, படுக்கை எல்லாமே ஃப்ரீ! மருத்துவ வசதியும் ஃப்ரீ தான்! காலையில் கஞ்சியும் கட்டிச் சட்டினியும். ஆரம்பக் காலங்களில், கஞ்சியில் சிறு வெள்ளைப் புழுக்கள் கிடப்பதைப் பார்த்ததாக நினைவு. இது, பிரிட்டிஷ் அரசாங்கம் இந்தியாவை அடக்கியாண்ட காலத்தில் நடந்த விஷயம். மத்தியானம், சோறும் ஒரு கறியும். இரவும் இதேதான்! பீடி, கஞ்சா, சாராயம் ஆகியவை ரகசியமாகக் கிடைக்கும். சிறைச்சாலைக்கு வெளியே, தூரத்தில் கைதிகள் கல்லுடைக்குமிடத்தில் ஏராளமான பாவப்பட்டவர்களின் குடிசைகள் இருந்தன. அங்கேதான் வியாபாரம் நடந்து வந்தது. விபச்சாரமும் நடக்கும். பணமிருந்தால் எது வேண்டுமானாலும் கிடைக்கும். வார்டன்களும் மனிதர்கள் தானே கண்களை மூடிக் கொள்வார்கள்.

சிறையில், அப்போதெல்லாம் திருடர்களுக்குக் கறுப்புத் தொப்பி, கொலைகாரர்களுக்குச் சிவப்புத் தொப்பி, அரசியல் கைதிகளான எங்களுக்கு வெள்ளைத் தொப்பி. அதில் கறுப்புக்

கோடுகளுமிருந்ததாக நினைவு. குற்றவாளிகளான கைதிகளுக்கு அன்று பத்திரிகைகள், ரேடியோ, ஃபேன் போன்ற வசதிகள் கிடையாது. இருந்தாலும்கூடச் சிறை வாழ்க்கை சுகமானதுதான். இன்றைய சிறைக் கைதிகளின் வாழ்க்கை மேலும் சுகமானது. குற்றவாளிகள் தொழில் அடிப்படையில் ஒன்று சேர்ந்துவிட்டார்கள். உரிமைகளுக்காகத் தீவிரமான முழக்கங்களை அவர்கள் முன் வைக்கிறார்கள். இது போன்ற எதுவுமே இல்லாத காலத்தில் நான் கடுந்தண்டனை அனுபவித்தேன். பகல் நேரங்களில் சிறைச்சாலையின் எல்லாப் பகுதிகளிலும் சுற்றித் திரிந்துகொண்டிருப்பேன். ஒவ்வொரு குற்றவாளிகளிடமும் போய்ப் பேசிக் கொண்டிருப்பேன். அப்படி நிறைய பேர்களின் வாழ்க்கைக் கதைகளை அறிந்துகொண்டேன். அங்கிருக்கும் தொண்ணூறு சதவீதம் கைதிகளும் ஏற்கனவே கைதியாக இருந்தவர்கள்தான். ஒரே குற்றத்தின் பேரில் பல முறை தண்டனைகளை அனுபவித்தவர்கள். யாருமே, மனந்திருந்திக் குற்றம் செய்வதிலிருந்து விடுபட்டுவிடவில்லை. தண்டனைக் காலம் முடிந்ததும் விடுதலையாகிச் சென்று பிறகு வேறு ஏதாவது புதிய குற்றம் செய்து தண்டனை பெற்றுத் திரும்பவும் சிறைக்கு வருவார்கள்.

குற்றவாசனை என்பது ஒரு பிடிபடாத விஷயமாகவே எனக்குப் பல தடவை தோன்றியிருக்கிறது. குற்றமென்பதுதான் என்ன ?

எங்கள் வீட்டில் ராமன் எனும் பெயருள்ள ஒரு ஆதிசண்டாளன் இருந்தான். புனிதப் புலயன். ஐயா, தலை மயிரெல்லாம் நீளமாக வளர்த்த ஒரு ஹிப்பி. அவன் இந்த வீட்டில் என்ன வேலை செய்கிறான் என்பது எங்களுக்கும் தெரியாது, அவனுக்கும் தெரியாது. தின்பதும் குடிப்பதும் தூங்குவதுமெல்லாம் இங்கேதான். நாங்கள் ஏழைகள் என்பதால் எங்கள் வாழ்க்கை முறையும் அப்படித்தானிருக்கும். காலையில் சாயா, மத்தியானம் எளிய முறையில் சோறு, ஏதாவதொரு குழம்பு. கொஞ்சம் மோர். இரவில் கஞ்சி, பொரித்த அப்பளம். இதெல்லாம் புனிதப் புலயனான ராமனுக்கும் உண்டு. இங்கே வேலி கட்டுவதோ அது போன்ற லொட்டு, லொடுக்கு வேலையோ இருந்தால் அதற்கு நியாயமான கூலியும் கொடுப்பதுண்டு. பெரும்பாலும் அவனுக்கு வெளியில் எங்காவது வேலையிருக்கும். அப்போதும் வழக்கமான சாப்பாட்டிற்கு வீட்டுக்கு வந்துவிடுவான். நியாயமான கூலி என்று சொன்னேனோ? நியாயமான கூலி என்றெல்லாம் சொல்ல முடியாது. அரசாங்கம் இதையெல்லாம் கவனிப்பதுமில்லை. தொழிலாளர்களுடைய, விவசாயிகளுடைய ஆட்சியல்லவா

வரப்போகிறது? கூலி உயர்வு ராக்கெட் வேகத்தில் பறக்கிறது. வெள்ளிக்கிழமை முப்பது, சனிக்கிழமை நாற்பது என்று அது உயர்ந்து கொண்டே போகிறது. காசு கிடைத்தால் ராமன் போதுமான வரைக்கும் கள்ளுக் குடிப்பான். ஆடவும் பாடவும் செய்வான். கள்ளுண்ட வயிற்றுடன் இந்த வீட்டுக்கு வரக்கூடாதென்று சொல்லியிருக்கிறோம். ஆகவே, ஏதாவது கடைத் திண்ணையில் படுத்துத் தூங்கிவிட்டுக் காலையில் சாயா குடிக்க வந்து விடுவான். சில மாதங்களுக்கு முன் ராமனுக்குக் கொஞ்சம் பணம் கிடைத்தது. ஒரே இருப்பில் இருபத்தைந்து ரூபாய்க்குக் கள்ளை ஊற்றிக் கொண்டான். அப்படியே ஆட்டம் பாட்டத்துடன் நடந்துகொண்டிருந்தான். இரவு நேரம். மெயின் ரோட்டில் விளக்குகள் எரியத் தொடங்கின. கார்களும் பஸ்களும் சீறிப்பாய்ந்து கொண்டிருந்தன. ராமன் ஆடியபடியே நடுரோட்டில் நின்றிருந்தான். அப்போது அவனுக்குச் சிறுநீர் கழிக்கவேண்டும்போல் தோன்றியிருக்கிறது. வேட்டியை அவிழ்த்துத் தலையில் கட்டிவிட்டு நடுரோட்டில் நின்று ராமன் நீட்டிப் பிடித்துச் சிறுநீர்ப் போட்டி நடத்தினான். ராம சிறுநீர் கண்ணாடிக் கம்பிபோல் நேராகச் சென்று விழுந்தது ஒரு போலீஸ் வேனில்! ராமன் சிறுநீர் பெய்து தீரும்வரை போலீஸ் தரகர்கள் சடன் பிரேக்கிட்டு நடுரோட்டில் நிறுத்திய வேனிலேயே அமர்ந்திருந்தார்கள். ராமன் ஆசுவாசமடைந்ததும் இரண்டு போலீஸ் தரகர்கள் அவனை அப்படியே பய பக்தியுடன் தாங்கிப் பிடித்து வேனுக்குள் ஏற்றிச் சுகமாகச் சாய்ந்து அமரச் செய்தார்கள். வேன், ராமனைச் சுமந்தபடி பாய்ந்து சென்றது.

நேரம் விடிந்ததும் ராம உறவினர்களான இரண்டு ஆதிபுலயர்கள் வீட்டுக்கு வந்து சொன்னார்கள்: "நம்ம ராமனை அரெஸ்ட் செய்து கொண்டு போய்விட்டார்கள். எந்தக் காரணமுமே இல்லாமல்".

"யார், போலீஸ் தரகர்களா?"

"ஆமா! காரணமே இல்லாமல் ஒரு தொழிலாளிமீது தாக்குதல் நடந்திருக்கிறது. ஜாமீனில் எடுக்கவேண்டும். வக்கீல் செலவெல்லாம் இருக்கிறது. ஒரு இருபத்தைந்து ரூபாய் தாருங்கள்."

நியாயமான விஷயம்தான். ரூபாய் கொடுத்தேன். ரூபாயை வாங்கிவிட்டுச் சென்ற ராம உறவினர்களான அந்த ஆதிபுலயர்களை இதுநாள்வரை பார்க்க முடியவில்லை.

ஒரு மாதம் வரை ராமன் ஜெயிலில் கிடந்தான். பிறகு தீர்ப்பு வெளியானது. ஐம்பது ரூபாய் அபராதம் மட்டும்.

அதையெல்லாம் கட்டிவிடலாம்தானே? மலர்ந்த முகத்துடன், அழகாக, பளபளப்புடன் வந்த ராமன் சமையலறைப் பகுதிக்குச்சென்று சிறையனுபவங்களைப் பற்றிப் பெண்களிடம் விவரித்துக் கொண்டிருந்தான். ஜெயிலில் முகச்சவரமும் முடி வெட்டுவதுமெல்லாம் இலவசம். ஜெயில் வாழ்க்கை இந்த வீட்டில் வாழ்வது போல் ஒன்றுமில்லை. பரமசுகம்! குளிப்பதற்கு ஷவர். காலையில் பல் விளக்கி, குளித்து முடித்த உடன் வயிறு நிறையச் சப்பாத்தியும் உருளைக்கிழங்குக் கறியும் சாயாவும். மத்தியானச் சாப்பாட்டிற்கு இரண்டு மூன்று கூட்டுக் கறிகள். மீனும் இறைச்சியும் மாற்றி மாற்றிக் கிடைக்கும். நான்கு மணிக்குச் சாயாவும் பலகாரமும். இரவு வயிறு நிறையச் சோறு. படுப்பதற்கு நல்ல பாய். ராமத் தொழிலாளி திரும்பவும் ஒரு தடவை சொன்னான் :

" ஜெயில் வாழ்க்கை, இங்குப் போலில்லை. பரமசுகம்!"

செய்திப்பத்திரிகைகளும் ரேடியோவும் ஃபேனுமெல்லாம் இருக்கிறது. போலீஸ் தரகர்களை ஏதாவது சொல்லித் திட்டிவிட்டோ வேனில் சிறுநீர் கழித்துவிட்டோ நானும் என் குடும்பமும் ஜெயிலுக்குப் போய்க் கடுந்தண்டனை அனுபவித்தால் என்ன என்று தோன்றுகிறது.

யோசிச்சிட்டிருக்கேன். சந்தர்ப்பம் வரட்டும்...

நாட்டை ஆளவேண்டிய புனிதத் தொழிலாளர் வர்க்கத்திலுள்ள ராமப்புலயன் இப்போது வீட்டிலிருந்து வெளியே மெயின் ரோட்டுக்குக் கிளம்பினால் அவன் திரும்பி வரும் விஷயத்தில் எனக்குப் பலத்த சந்தேகமிருக்கிறது. போலீஸ் வேனைக் கண்டதும் போராட்டக் குணமுள்ள ராமத் தொழிலாளி திடீரென்று வேன்மீது சிறுநீர் கழித்துவிட்டால்..?

பெண்களாகிய எங்களுக்கு ஆண்களாகிய நீங்கள் சம உரிமையும் சமத்துவமும் தராமலிருப்பதற்கான காரணமென்ன?

: கே.டி. சாவித்திரிக் குட்டி, சசாங்கன், அபுதாபி.

விருப்பமில்லேன்னே வெச்சுக்கிடுங்களேன். என்ன செய்துடுவீங்க? மூக்கு வழியா உறிஞ்சு எடுத்துடுவீங்களோ? பிறகு?

ஒழுங்கு மரியாதையாக ஏகபத்தினி விரதம் அனுஷ்டிக்காமல் ஆண்களாகிய நீங்கள் ஒன்றிற்குமதிகமான பெண்களைத் திருமணம் செய்து கொள்வது திமிர்தானே?

தங்கமே, சாவித்திரிக் குட்டீ, அமைதியாக உட்கார்ந்து யோசிப்போமே? சாவித்திரிக் குட்டிக்கும் மற்றும் கோடிக்

கணக்கான மனைவி பதிவிரதைகளுக்கும் இப்போது என்ன சுதந்திரக் குறைவிருக்கிறது? அமைதியாகக் கொஞ்சம் யோசித்துப் பார்க்க முடியுமா?

சர்வமான சுதந்திரமும் சாவித்திரிக் குட்டிகளாகிய கோடானுகோடி மனைவியர்களுக்கும் இருக்கிறது. கணவர் களாகிய நாங்கள்தான் அப்பாவிகள்! கோடானுகோடி கணவர் களாகிய எங்கள் உயிர் யாரிடமிருக்கிறது? உங்களிடம். மனைவி களாகிய நீங்கள் நினைத்த மாத்திரத்தில் எப்போது வேண்டு மானாலும் எங்களைக் கொன்றுவிட முடியும். சாப்பாட்டில் விஷம் கலந்து தந்தாலே போதுமே? அப்பாவிகளான நாங்கள் தின்றோ குடித்தோ ஜீவன் முக்தியடைவோம். உலக நாடு களின் உன்னதப் பதவிகளில் அமர்ந்திருப்பவர்களுக்கு நான்கோ ஐந்தோ விசேஷ, உணவு – குடிநீர் பரிசோதகர்கள் இருக்கிறார்கள். ஆதி புராதனக் காலந்தொட்டே இருக்கும் ஒரு ஏற்பாடு இது. பரிசோதகர்கள் தின்றும் குடித்தும் சாகாமலிருந்தால் தலைவர்கள் நிம்மதியாகச் சாப்பிடுவார்கள். இதுபோல், ஏழை பாழைகளாகிய, தரித்திரவாசிகளாகிய எங்களைப் போன்ற கணவர்கள் சாப்பாட்டுப் பரிசோதகர்களை ஏற்பாடு செய்து கொள்ள முடியுமோ?

நாங்கள் சாவித்திரிக் குட்டிகளாகிய எல்லா மனைவி களையும் நேசிக்கிறோம். நம்புகிறோம். கணவர்களாகிய எங்களைப்போல் அல்ல நீங்கள். உங்களுக்கு எல்லாவற்றிலுமே சுதந்திரமிருக்கிறது. உங்களுக்காகவே எல்லா இல்லங்களும். உலகை நாங்கள் ஆள்வதும், உங்களுக்காகவே. இதெல்லாம் போதாதா? எதற்கு வீணாக இந்தத் தகராறு?

ஏகபத்தினி விரதம்! பல கணவருடைமையும் இருக்கிற தல்லவா? அதை விடுவோம். சசாங்கனுக்கும் எனக்கும் மருந்து போல் ஒரே ஒரு சாவித்திரிக் குட்டிகள்தானே இருக்கிறார்கள். எனது ஃபாபி பஷீர் எனும் சாவித்திரிக் குட்டி இப்போது பக்கத்து வீட்டில்தான். நான் எங்களது தோட்டத்தில் ஒரு மரநிழலில் சாய்வு நாற்காலியில் அமர்ந்திருக்கிறேன். பிரபஞ்சங் களைப் பற்றியெல்லாம் சிந்தித்துக் கொண்டிருக்கிறேன். அப்போது பயங்கரமான ஒரு அரிப்பு. முதுகில்தான்! சொறிந்துவிட்டால் நமைச்சல் அடங்கும். கையுமிருக்கிறது. கையில் நகங்களும் இருக்கின்றன. ஆனால் எட்டவில்லை. பயங்கரமான அரிப்பு. என்ன செய்ய முடியும்? அக்னி சாட்சி யான ஏக, கட்டியவளைக் கூப்பிடுகிறேன். 'எடியே' சத்தமாகத் தான். இந்த இரண்டேக்கர் முழுவதுமே கேட்கும்படியாக! நிச்சயமாகக் காதில் விழுந்திருக்கும். ஆனால் எந்தப் பதிலு மில்லை. அக்கம் பக்கங்களில் நிறைய சாவித்திரிக் குட்டிகள்

இருக்கிறார்கள் அல்லவா? அவர்களுடன் வேலியருகில் நின்று பேச்சுப் போட்டி நடக்கிறது. காதில் விழுந்தாலும் விழுந்தது போலவே காட்டிக் கொள்வதில்லை. கொலைவிளிபோல் இரண்டு மூன்று கூப்பாடுகள் போட்டுக் கொடுத்தேன். அசைவில்லை. விலங்கினங்கள் அவற்றின் கணவர்களுக்குச் சொல்லிக் கொடுத்திருப்பது என்ன? அதையே நானும் செய்தேன். அதாவது மரத்தில் உரசினேன். ஆகா..! ஊரல் அடங்கியது. ஸ்டைல்!

இது போன்ற சந்தர்ப்பங்களில் எனதருமை சாவித்திரிக் குட்டியே, நமது திருவாளர் சசாங்கன் மனதிற்குள் என்ன நினைப்பார்? இரண்டு சாவித்திரிக் குட்டிப் பத்தினிகள் இருந்திருந்தால்?

இதை, திமிர் என்று சொல்ல முடியுமோ?

ஆண் பெண் சமத்துவத்தைப் பற்றி மேலும் கொஞ்சம் யோசிப்போமே.

படைப்பில் ஏதாவது சமத்துவமிருக்கிறதா? சசாங்கன்களாகிய எங்களுக்குத் தாடியும் மீசையுமிருக்கின்றன. சாவித்திரிக் குட்டிகளாகிய பதிவிரதைத் தங்கங்களின் முகங்கள் ..? வெறும் பிளாங்க். மாதர் குலத் திலகங்களாகிய உங்களுக்கு நெஞ்சில் இரண்டு டுங்கூஸ் முலைகள். எம் குல திலகங்களின் நெஞ்சு – பிளாங்க்.

ஆண் சிங்கங்களாகிய எங்களது நெஞ்சு விரிந்து, புறங் கழுத்துப் புடைத்து, தசைத் திரட்சி, ஆண்மை, கம்பீரம் – இதைப் பற்றியெல்லாம் சாவித்திரியின் கருத்தென்ன?

சசாங்கன், பஷீர் என்பது போன்ற பெயர்கள் கொண்ட சேவல் கோழி, ஆண் மயில், ஆண் சிங்கம், ஆண் யானைகளின் அழகும் கம்பீரமும் திமிர்ப்பும், சாவித்திரிக்குட்டி, ஃபாபிபஷீர் போன்ற பெட்டைக் கோழி, பெண் மயில், பெண் சிங்கம், பெண் யானைகளிடமிருக்கிறதா? சமத்துவம் எங்கே இருக்கிறது? யோசித்துப் பாருங்கள். அழுது ஆர்ப்பாட்டம் செய்து ஏதாவது ஆகப் போகிறதா?

உண்மைகள் இப்படியெல்லாம் இருந்தாலும் சாவித்திரிக் குட்டிகளை எங்களுக்கு மிகவும் பிடிக்கும்தான். உங்களது கால் பெருவிரல் தொடங்கி உடலின் எல்லாப் பாகங்களும் உட்படத் தலைமுடியிலிருக்கும் கணக்கில்லாத பேன்களை வரை நாங்கள் துதிபாடி ஒரு வரி சுலோகங்கள், காவியங்கள், பெருங்காப்பியங்கள், தொடர்கதைகள் வில்லுப்பாட்டுகள் எல்லாம் எழுதியிருக்கிறோம் அல்லவா? உங்களுடைய குரல்,

பார்வை, நடை, பர்ர்... வரை போற்றிப் பாடியிருக்கிறோமா இல்லையா? உங்களில் யாராவது லட்சம் ஆண்டுகளுக்குள் ஆண்களான எங்களைப் பற்றி ஏதாவது துதித்துப் பாடியிருக் கிறீர்களா? எழுதியிருக்கிறீர்களா?

ஒரு துணுக்கு சுலோகம் கூட நீங்கள் எழுதவில்லை. அதையெல்லாம் மறந்துவிட்டு சாவித்திரிக் குட்டிகளாகிய உங்களை நாங்கள் நேசித்தோம். நேசிக்கிறோம் இனிமேலும் மாசற நேசிப்போம்.

இந்த மரத்தின் கீழே இருந்து நான் அரைத் தம்ளர் சாயாவுக்கு ஆசைப்படுகிறேன். நல்ல தாகமாகவுமிருக்கிறது. பயங்கரச் சத்தத்துடன் கூப்பிடுகிறேன். 'எடியே!'

நோ கமாண்ட்! என்ன செய்ய முடியும்? அயல் வாசி களாகிய சாவித்திரிக் குட்டிகளோடு பேச்சுப் போட்டியில் ஈடுபட்டிருக்கிறாள்.

சாவித்திரிக் குட்டிகளாக இரண்டோ நான்கோ பதிவிரதைகள் இருந்திருந்தால்?

சில புத்திசாலிகளுக்கு பத்துப் பதினொரு தர்மபத்தினிகள்! சில மன்னாதி மன்னர்களுக்கு அறுநூறு வரை! ஸ்ரீகிருஷ்ண பகவானுக்கு பதினாறாயிரத்து எட்டு பார்யாக்கள்!

பகவானுக்கு ஏன் இத்தனை மனைவிகளென்று சாவித்திரிக் குட்டி யோசித்துப் பார்த்ததுண்டா? ஸ்ரீகிருஷ்ண பகவானுக்கு அறிவு, சாதுர்யம், தீர்க்க தரிசனம் போன்ற எல்லாமே உண்டல் லவா?

உண்டு! அப்படியென்றால் நோக்கம் வேறெதுவாகவோ இருந்திருக்கிறது. புருஷோத்தமனுக்குச் சில வேளைகளில் புல்லாங் குழலை வைத்த இடம் மறந்து போகும். அதை எடுத்துக் கொடுக்கவோ முதுகைச் சொறிந்துவிடவோ அல்லது சாயா போட்டுக் கொடுக்கவோ ஆள் வேண்டும்.

குரு பகவான் உலகமே அதிரும்படி சத்தம் போட்டு அழைப்பார்.

'எடியே'

அப்போது, பதினாறாயிரத்தெட்டுப் பேரில் ஒருத்தியின் காதிலாவது விழும். குசுகுசுவெனப் பேச்சுப் போட்டி நடத்து வதற்கிடையில் அவள் குரல் கொடுப்பாள்:

"கூப்ட்டீங்களா?"

•

வைக்கம் முகம்மது பஷீர் 85

கடிதங்கள்

பலவகை

இந்தக் காலக்கட்டங்களில் மேலும் சிறிது அதிகப் பாதுகாப்பான வாழ்க்கைக்குள் வந்து சேர்ந்திருக்கிறார் பஷீர். 1955, 56 காலக்கட்டம். பசியிலிருந்து விடுதலை கிடைத்திருந்தாலும், வாழ்க்கையைச் சிரமங்களுக்குள் ளிருந்து விடுவித்துப் புதிய ஒரு வாழ்க்கை முறையை அமைத்துக் கொள்ள முயற்சி செய்யும் பஷீரை இதில் நம்மால் பார்க்க முடிகிறது. மன வலியைத் தவிர மற் றெல்லா வலிகளையும் அவரால் கட்டுப்படுத்த முடிந் திருக்கிறது. பஷீரைப் பொறுத்தவரை மனவலி, தனிமை மூலம் உருவாவதாகவே இருந்தது. தனி மனிதனாக ஒரு தீவில் சிக்கிக் கொண்ட வலி! ஆனால் அப்போதும் கூட அவர் தனது பகடி செய்யும் மனோபாவத்தைக் கைவிடவில்லை. இதில் சேர்க்கப்பட்டுள்ள அவரது கடிதங்களும் இதையே சுட்டிக் காட்டுகின்றன.

நேரு தொடங்கிப் பலருடைய கடிதங்கள் புத்தக வடிவில் வெளிவந்திருக்கின்றன. இப்போது, இதை எழுதத் தொடங்கும் போதும் நான் வாசித்த இது போன்ற கடிதங்களை நினைவுபடுத்திப் பார்க்கிறேன். பஷீரின் கடிதங்கள் இதிலிருந்து மாறுபட்ட ஒரு தனித் தன்மையுடன் தெரிகின்றன. மற்றவர்களின் கடிதங்களில் பன்முக விஷயங்கள் இருக்காது. வாசகர்களுக்குச் சலிப்பைத் தரும் இவற்றையும் பஷீரின் கடிதங்களை யும் குறித்துச் சிந்திக்கும்போது இதிலிருக்கும் விஷய வேறுபாடுகளும் வெளிப்படுத்தும் முறையும் தனியாக வேறுபட்டிருப்பது தெரிகிறது. கடிதங்களின் மூலமாக வேறு யாராவது இவ்வளவு வாசகக் கவனத்தை ஈர்த்திருக்கிறார்களா? நான் ஆச்சரியத்துடன் நினைத்துப் பார்க்கிறேன். கடிதத்தின் விஷயங்களாக, வைக்கம்

சந்திரசேகரன் நாயரின், அவரது மனைவியின் வறட்டுச் சொறி முதல் கேரளத் தலைநகரப் பிரச்சினைவரை பேசப்பட்டிருக்கின்றன. பஷீரின் அற்புதமான கதைகளைப் போலவே வேகத் துடனும் சுவாரஸ்யம் குன்றாமலும் இதை நாம் வாசித்து விட முடிகிறது. பஷீர் எந்தக் காலக் கட்டத்திலும் கைவிட்டு விடாத அவரது பகடி செய்யும் மனோபாவம் இந்தக் கடிதங் களின் ஒவ்வொரு வரிகளிலும், ஒவ்வொரு வார்த்தைகளிலும் வெளிப்படையாகவே தெரிகின்றன. பஷீர், தனது கடிதங்களின் மூலமாக நம்மைச் சோகமும் சந்தோசமும் நிரம்பிய ஒரு மன உலகிற்குள் அழைத்துக் கொண்டு போய்விடும் ஆச்சரிய மான உணர்வு இந்தக் கடிதங்களை வாசிக்கும்போது ஏற்படு கிறது.

– நந்தகுமார்.

வறட்டுச்சொறி

எரணாகுளம்
09.08.1955
பத்திரிகை அதிபர் கே. பாலகிருஷ்ணன்
கௌமுதி
திருவனந்தபுரம்

மரியாதைக்குரிய தலைவரே

ஒரு நிம்மதியுமில்லை. காய்ச்சல், ஜலதோசம், பெருண்ண தாமஸ், எம்.பி. கிருஷ்ணபிள்ளை, தங்களுடைய கடிதங்கள், பால்யகால சகி, ராமு காரியாத் – ஆண்டவா, இனி என்னவெல்லாம் வியாதிகள் ஒரு மனிதனுக்கு வரவேண்டும்? போதாக்குறைக்கு அந்த வறட்டுச் சொறியும் வந்து விடுமோ என்ற பயம் வேறு! என்னைத் தொந்திரவு செய்வதற்குத் தங்களது நிரந்தர ஊழியரான பெருண்ண தாமஸ் மட்டும் போதாதா? எதற்குத் தாங்கள் ராமு காரியாத்தையும் எம்.பி. கிருஷ்ண பிள்ளையையும் நியமனம் செய்தீர்கள்?

எனக்கு இப்போதும் புக் ஸ்டால் பக்கம் போகவே முடிய வில்லை. அங்கே எம்.பி. கிருஷ்ணபிள்ளை இருக்கிறார். 'எழுதியனுப்பி விட்டீர்களா?' நான் தங்கியிருக்கும் இடத்தில் நிரந்தரமாக ராமுகாரியாத் தங்கியிருக்கிறார். 'எழுதியனுப்பி விட்டீர்களா?' எதை எழுதி அனுப்பச் சொல்கிறார்களோ? கதை, கவிதை போன்ற வற்றின் காலம் முடிந்து போய்விட்டதாக ஞானிகள் ஸ்தாபிதம் செய்து சொல்லிவிட்டார்கள். உண்மையின் காலம் முடிவடைந்து போய்விட்டதாக ஏதாவது ஞானிகள் சொல்லியிருக்கிறார்களா? சொல்லவில்லை யென்றால் இங்கே இரண்டு உண்மைகளைப் போட்டு உடைத்து விடலாமென்று நினைக்கிறேன். அப்படியாக

இருக்கும் வேளையில் எனக்கு உடல்பூராவும் பயங்கரமாக ஊரலெடுப்பது போல் தோன்றும். கை விரல்களின் இடையில் தான் அதிகமான உணர்வு. ஆனால், சொறிந்து கொள்ளத் தேவைப்படாது. உண்மையில், அரிப்பே கிடையாது. வெறும் நமைச்சல், சும்மா தோன்றுகிறது.

இது எப்படி வந்தது என்பதைச் சொல்லிவிடுகிறேன். நூற்றாண்டுக் காலப் பழக்கமுள்ளதும் பயங்கர அரிப்பெடுப்பது மான வறட்டுச் சொறியுடன் கொல்லத்திலிருந்து ஒரு கம்யூனிஸ்ட் நாயர் என்னைத் தேடி வந்தார். தங்களைப் போல், ஒரு விசேஷப் பதிப்பு வெளியிடுபவர், தங்களைப் போன்ற ஒரு பத்திரிகை அதிபர். பத்திரிகையின் பெயர், 'ஜனயுகம்' என்று நினைக்கிறேன். அவரது பெயர், வைக்கம் சந்திரசேகரன் நாயர். ஐயா, உடல் முழுவதையும் ரசனையுடன் சொறிந்து கொண்டே வந்தேறினார். நான் அப்போது பஷீர்ஸ் புக் ஸ்டாலில் அமர்ந்திருந்தேன். கொஞ்சம் புத்தகங்களெல்லாம் விற்ற பணத்துடன் அப்படியே ஸ்டைலாக உட்கார்ந் திருந்தேன். உலகத்தில் யாரோடும் எந்தப் பிணக்குமில்லை. ஆனால், மேற்சொன்ன சந்திரசேகரன் நாயரைக் கண்டதும் லேசான பதற்றம் என்னைத் தொற்றிக்கொண்டது.

ஒரு, இரண்டோ மூன்றோ கடிதங்களை மேற்படி வறட்டுச் சொறியன் எனக்கு அனுப்பி வைத்ததாக நினைவு வந்தது. கதை சம்பந்தமாகத்தான். நான் பதிலெதுவும் அனுப்பவில்லை. இப்போது ஐயா நேரடியாகவே வந்துவிட்டார். நான் எதுவும் பேசாமல் அப்படியே அமர்ந்திருந்தேன். வ.சொ.ச. நாயர் (வறட்டுச் சொறியன் சந்திரசேகரன் நாயர்) முதலில் சிரித்தார். பிறகு ஒரு காகிதத்தை விரித்து புக் ஸ்டாலின் நட்ட நடுவில் திண்ணையில் அமர்ந்து பொதியை அவிழ்த்து, வெற்றிலை போடுவதற்கான ஆயத்தத்திலிறங்கினார். நான் சொன்னேன்: "கண்ட கண்ட நாயர்கள் வந்திருந்து வெற்றிலை போடுவதற் கான மடம் ஒன்றுமில்லை இது."

"நாயர் ஒரு புத்தகம் வாங்க நினைத்திருக்கிறார்."

நான் சொன்னேன் :

"இருக்கட்டும். ஆனாலும் இங்கே உட்காரக் கூடாது."

வறட்டுச் சொறியன் சந்திரசேகரன் நாயர் அசைந்து கொடுக்கவில்லை. அப்போது எனக்கு ஒரு தொலைபேசி அழைப்பு வந்தது. புக் ஸ்டாலின் பக்கத்தில் நான்கைந்து தொலைபேசிகள் இருக்கின்றன. நான் தங்கியிருக்கும் இடத் திலும் தொலைபேசி வசதியிருக்கிறது. இதெல்லாம் இருப்ப

தால் வாழ்க்கை கொஞ்சம் அசவுகரியமாகத்தானிருந்தது. வறட்டுச் சொறியன் சந்திரசேகரன் நாயரிடம் சொன்னேன் :

"இப்ப வந்துடறேன்."

தொலைபேசி அழைப்பு பிரபாத் புக் ஸ்டாலிலிருந்து, கம்யூனிஸ்ட் தலைமையகம். அங்கேயுள்ள உண்ணிராஜாவாக இருக்குமென்று தோன்றுகிறது. அவர் சொன்னார்:

"வைக்கம் சந்திரசேகரன் நாயர் எனும் பெயரில், கொல்லத்திலிருந்து ஒரு வறட்டுச் சொறியன் பஷீரைத் தொந்தரவு செய்வதற்காக அங்கே புறப்பட்டிருக்கிறார். கதை எழுதிக் கேட்பதற்காக இருக்கும் என்று நினைக்கிறேன். வேண்டுமென்றால் தலைமறைவாகி விடுங்கள்."

நான் சொன்னேன் :

"அந்த வறட்டுச் சொறியன் நாயர் ஒரு பேப்பரை விரித்து புக் ஸ்டால் திண்ணையில் குந்தியிருக்கிறார். என்ன செய்யலாம்? அடித்துக் கொன்று ஏதாவது வண்டியில் போட்டு ஆற்றில் கொண்டுபோய்த் தள்ளிவிடவா?"

"எங்களுக்கு அதில் எந்த ஆட்சேபனையுமில்லை. இங்கே ஒரு கயிற்றுப் பாயில் உட்கார்ந்து உடல் முழுவதும் வறட்டுச் சொறியுடன் பல்லிளித்துக் கொண்டிருப்பார். நாங்கள் யாருமே அவரைத் தொடுவதில்லை."

"தொடாமல் எப்படிக் கொல்வது?"

நான் திரும்பி வரும்போது தோழர் வறட்டுச் சொறியன் சந்திரசேகரன் நாயர் ஒரு செயரை எங்கிருந்தோ தேடியெடுத்துக் கொண்டு வந்து மேஜையின் பக்கத்தில் போட்டு அமர்ந்திருந்தார். கடையின் முன்புறமெங்கும் வெற்றிலையைத் துப்பிச் சிவப்பாக்கியிருந்தார்.

"ஒரு யோக்கியன் இப்போது இங்கே வந்திருப்பதாக ஆட்கள் புரிந்து கொள்வார்கள்." வறட்டுச் சொறியன் சந்திரசேகரன் நாயர் சொல்கிறார்.

நான் சொன்னேன்:

"எனக்கு உடல்நிலை மோசமாக இருக்கிறது. கே. பாலகிருஷ்ணன், பெருண்ண தாமஸ், எம்.பி. கிருஷ்ணபிள்ளை, ராமு காரியாத், பால்ய காலத் தோழியின் ஸ்கிரீன் பிளே – இப்படியாகப் பல நோய்கள்" பிறகு எல்லாவற்றையும் விளக்கமாகச் சொன்னேன்.

வறட்டுச் சொறியன் நாயர் : "நான் தொந்தரவு செய்ய மாட்டேன். உடனடியாக இடத்தைக் காலி செய்துவிடுகிறேன். அந்த இரண்டு பக்கங்களுக்கான விஷயத்தை மட்டும் எழுதித் தந்துவிடுங்கள், போதும்."

நான் : "நேரமில்லை."

"ஏதாவது எழுதுங்க பஷீர்" என்றபடி வறட்டுச் சொறியன் நாயர் என்னைத் தொட்டுவிட்டார்.

தொட்டார் என்று கூடச் சொல்லிவிட முடியாது. தாடையைப் பிடித்துத் தடவிவிட்டார். பல தடவைகள்! வறட்டுச் சொறியன் நாயர் என்னை விடுவதாக இல்லை. சாப்பாடும் தூக்கமும் எல்லாமே என்னுடன்தான். கூடவே சம்பாஷணை வேறு! இதனிடையே வேறொரு ரகசியத்தையும் சொன்னார். அவரும் மனைவியுமாகப் பாலனின் வீட்டுக்கு வரப்போகிறார்களாம். மரியாதைக்குரிய விருந்துக்காரர்களாகத்தான். வறட்டுச் சொறியன் நாயரின் மனைவிக்கும் வறட்டுச் சொறி இருக்கிறது. இதை மேற்படியானே என்னிடம் சொன்னார். எதையோ ஒன்றை எழுதிக் கொடுத்தேன். ஒரு நல்ல பாய், ஒரு தலையணை, ஒரு பெட்ஷீட் — இவ்வளவையும் பிறகு நான் எரித்து விட்டேன். கார்பாலிக் சோப்பு போட்டு, நான் பல தடவை குளித்தேன். ஒன்றிரண்டு ஊசியும் போட்டுக் கொண்டேன். இருந்த பிறகும் எனக்கு இப்போது சொறியத் தோன்றுகிறது. அவரும் அவரது மனைவியும் உங்கள் வீட்டுக்கு மரியாதைக் குரிய விருந்துக்காரர்களாக வந்தால் என்னைப் பற்றிய பல பொய்களைச் சொல்வார்கள். மேற்படியானும் நானும் கடையில் இருக்கும்போது ஒரு சம்பவம் நடந்தது. அன்றைய தபால்கள் வந்தபோது அதில் கௌமுதியுமிருந்தது. நான் அதன் கவரைப் பிரித்துக் கசங்கியிருந்த பகுதிகளைச் சரிசெய்து மேஜையின் மீது வைத்தேன். உடனே ஒரு ஆள் வந்து மூன்றணா தந்து கௌமுதியை வாங்கிக் கொண்டு போனார். இது ஒவ்வொரு வாரமும் நடப்பதுதான். இதுதான் உண்மை. நான் கௌமுதியை வாசிக்க வேண்டுமென்றால் எனக்கு ஆறு பிரதிகளையாவது இலவசமாக அனுப்பித் தரவேண்டும்.

நான் இதையெல்லாம் எழுதுவதற்கு மற்றொரு காரணமு மிருக்கிறது. வறட்டுச் சொறியன் நாயருக்கு நான் எழுதிக் கொடுத்தது ஒரு கடிதம்தான். அதில் நான் தங்களை உடல் ரீதியாகத் தொந்தரவு செய்யப்போவதாக எழுதியிருந்தேன். திருவனந்தபுரத்திற்கு வந்தல்ல. நீங்கள் எரணாகுளத்திற்கு வரும்போது உங்களின் கையைப் பற்றி நெரிப்பேன். அவ்வளவு

தான்! இது சும்மா ஒன்றுமல்ல, ஐக்கியக் கேரளம் சம்பந்தமான கை நெரிப்பு! நியாயமான காரணத்துடன்.

ஐக்கியக் கேரளத்திற்கு ஒரு தலைநகர் வேண்டுமல்லவா? அது திருவனந்தபுரமாக இருக்கட்டும் என்று தாங்கள் *கௌமுதி*யில் எழுதியிருந்ததாக நம்பத் தகுந்த ஒருவர் சொன்னார். இதைக் கேட்டபோது லேசான கோபமும் வந்தது. பஷீர்ஸ் புக்ஸ்டால் எரணாகுளத்திலிருப்பதால் ஐக்கியக் கேரளத்தின் தலைநகரம் எரணாகுளத்தில்தான் அமையவேண்டும். இது தான் சரியான நியாயமும்கூட! இத்துடன் மற்றும் நூறு வித சரியான நியாயங்கள் என்னிடம் இருப்பதாகவும் சொல்லி யிருக்கிறேன். ஆனால், அதில் ஒரு நான்கை இப்போது மறந்து விட்டேன். அந்த நான்கையும் நினைவுபடுத்த முயற்சி செய்து கொண்டிருக்கும்போது வேறு சில பிரச்சினைகள் உருவாயின. திருவனந்தபுரத்திலிருந்து ஒரு மானீயமாது இங்கே வந்தார். பெண்நாயர். கே. சரஸ்வதியம்மா. அவர் சினிமா பார்க்கச் சென்றார். மார்னிங்ஷோ. பொதுவாக, எரணாகுளத்துவாசி களான நாங்கள் யாரும் மார்னிங்ஷோ பார்க்கப்போவது கிடையாது. அந்த நேரக் காட்சி, வந்தேறிகளுக்கானது. மேற்படி திருவனந்தபுரவாசியான மானீயமாது அரங்கத்திற்குள் நுழைந் ததும் பெரிய கூக்குரல்கள் கேட்டிருக்கின்றன. அரங்கு முழுவதும் மாணவர்களும் மாணவிகளும் நிறைந்திருந்தார்கள். அவர்கள் அமைதி காக்கவில்லையாம். உதவாக்கரைகள்போல் கூச்சலிட்டார்களாம். எல்லாம் முடிந்து மானீயமாது, புக் ஸ்டாலுக்கு வந்த பிறகு பேச்சினூடே ஐக்கியக் கேரளத்தின் தலைநகரமாகப் போகும் அழகான நகரம் எரணாகுளம்தான் என்று நான் குறிப்பிட்டேன். அவருக்குக் கோபம் வந்துவிட்டது. "துக்கிரிகளின் தேசம் இந்த எரணாகுளம். திருவனந்தபுரத்தைப் போன்ற அழகும் பண்பாடுகளும் நிறைந்த ஒரு பெரிய நகரம் இருக்கும்போது இந்தச் சப்பைத்தனமான நகரை ஏன் ஐக்கியக் கேரளத்தின் தலைநகராக்க வேண்டும்?"

எரணாகுளம் துக்கிரிகளின் தேசம், சப்பைப் பட்டணம். திருவனந்தபுரத்திலிருந்து வந்திருந்த அந்த மானீயமாது மற்றொரு குற்றமும் கண்டுபிடித்தார். கொசுவும், தமிழர் குஷ்டரோகி களும். இந்த இரண்டு கூட்டமும் எரணாகுளவாசிகள் அல்லவே? திருவனந்தபுரத்துக்காரர்கள் எரணாகுளத்துக்காரர்களைப் பற்றி இப்படி நூற்றுக்கணக்கான குற்றங்களைச் சொல்கிறார்கள். போகப்போகக் கள்ள நோட்டடிப்பவர்கள் எரணாகுளத்துக் காரர்கள்தான் என்றும் சொல்லிவிடுவார்கள். பெரியோர்களே, ஆகவே எங்களை விட்டுவிடுங்கள். ஐக்கியக் கேரளத்தின்

தலைநகரை எரணாகுளத்தில் அமைக்க வேண்டாம். திருவனந்த தீர்கள்.

எச்சரிக்கை! திருவனந்தபுரத்திலிருந்து இனி யார் வந்தாலும் உதைப்போம்... இந்த விஷயத்தில் கொஞ்சம் யோசித்து முடிவெடுக்க வேண்டிய தேவையுமிருக்கிறது. திருவனந்தபுரத்தில் தடியன்களும் பயில்வான்களும் நிறையபேர் இருப்பதாக அறிகிறோம். ஆகவே, திருவனந்தபுரத்துக்காரர்களை உதைப்போம் என்பதை எந்த நிபந்தனைகளுமின்றி வாபஸ் பெறுகிறோம். என்னைவிடப் பலவீனமானவராக அங்கே இருக்கும் ஒரே ஒரு ஆள் பாலன் மட்டும்தான். எனவே பாலன் எரணாகுளத்திற்கு வரும்போது கையை நெருக்கிக் குலுக்குவேன். அப்படி யெல்லாம் செய்யவேண்டாமென்று பி.கே. பாலகிருஷ்ணன் கேட்டுக் கொண்டிருக்கிறார். என்ன காரணத்திற்காக என்றா கேட்கிறீர்கள்? அவர் தங்களிடம் ஒரு விஷயம் சொல்ல என்னிடம் சொல்லியிருக்கிறார். கௌமுதி விசேஷப் பதிப்பில் அவரது கட்டுரையுடன் வழக்கமாக ஒரு படத்தையும் வெளியிடுவீர்கள் அல்லவா? அதை இந்தத் தடவை போடக் கூடாது. படத்திலிருப்பதைவிட அவர் அழகானவர். திருமண மாகாதவரும் கூட ... இது, ஆழ்ந்து சிந்திக்கப்படவேண்டிய விஷயம் என்பதை நினைவில் வைத்துக்கொள்ளும்படி கேட்டுக்கொள்கிறேன். தங்களுக்கு நல்ல வரலாறு ஒன்றினை நான் எழுதி அனுப்புகிறேன். விசேஷப் பதிப்பிற்கு அல்ல. விசேஷப் பதிப்பை வாசித்து நான் ஞானியாக வேண்டுமென்று நீங்கள் விரும்பினால் ஒரு ஆறு பிரதியாவது இலவசமாக அனுப்பித் தாருங்கள். அந்தப் பழைய சந்திரிகாதான் இப்போதும் தங்களுடைய மனைவி என்று நம்புகிறேன். தாங்களும், பிள்ளை களும், பிள்ளைகளின் தாயும் நலமுடன் வாழப் பிரார்த்திக் கிறேன்.

: பஷீர்

N.B. : மரியாதைக்குரிய கேசவனை நான் விசாரித்ததாகச் சொல்லவும். அவரது 'வாழ்க்கைப் போராட்டம்' சுறுசுறுப் பாகப் போகிறது. பஷீர்ஸ் புக் ஸ்டாலில் அவர் ஒரு பெரிய இலக்கியவாதியாக இடம்பிடித்திருக்கிறார். தங்களது 'நிற மில்லாத வானவில்' சை! அது போன்ற கச்சடா புத்தகங்களை மூலையில் குவித்துப் போட்டிருக்கிறேன். சாதாரணமாக பஷீர்ஸ் புக் ஸ்டால் ஒரு ஆளை இலக்கியவாதியாக அங்கீகரிக்க வேண்டுமென்றால் அவரது பெயரில் மூன்று புத்தகங்களாவது வெளிவந்திருக்கவேண்டும். தாங்கள் வேகமாக இன்னும், இரண்டு புத்தகங்களை உருவாக்கிவிடுங்கள். புத்தக அலமாராக்

களில், ஒவ்வொன்றுக்கும் ஒரு இடம் தருகிறேன். நூலாசிரியர்களை இங்கே அப்படித்தான் வரிசையாக அடுக்கி வைத்திருக்கிறேன். இரண்டு, மூன்று, நான்கு வரிசைகளைக் கைப்பற்றியிருப்பவர்கள் எஸ்.கே. பொற்றெகாட், தகழி, பொன்குன்னம் வர்க்கி, கேசவதேவ், காரூர் நீலகண்டபிள்ளை போன்றவர்கள்தான். நமது, டி.சி. கிழக்கெமுறி, வெட்டூர் ராமன்நாயர் ஆகியவர்கள் ஒரு அகில இந்தியச் சுற்றுலாவுக்குச் சென்றிருக்கிறார்கள். வெட்டூர் சிங், டி.சி. சிங் என இவர்கள் பெயர்களை மாற்றி விட்டதாக வர்க்கி சொன்னார். இங்கே, எரணாகுளத்துக்காரர்களில் பெரும்பாலானவர்களும், ரஷ்யா, ஹெல்சிங்கி, சீனா போன்ற நாடுகளுக்குப் போயிருக்கிறார்கள். வேறு விசேஷங்கள் எதுவுமில்லை. மற்றவை, தாங்கள் எரணாகுளத்திற்கு வரும்போது நேரில்.

இப்படிக்கு,
வைக்கம் முகம்மது பஷீர்

பஷீரின் மாமிசம்

மரியாதைக்குரிய வைக்கம் சந்திரசேகரன் நாயர்,

ஒரு வைக்கத்துக்காரன் இந்த அளவுக்குத் தொந்தரவு செய்பவனாக இருப்பதை நினைத்தால் ஆச்சரியமாக இருக்கிறது. தங்களுக்கும் தங்களது மனைவிக்கும் வறட்டுச் சொறி வந்திருப்பதை அறிந்து மிகவும் மகிழ்ச்சியடைந்தேன். நன்றாக அரிக்குமே? இரண்டு பேரும் முகத்தோடு முகம் பார்த்து அமர்ந்து ரசனையுடன் சுபிட்சமாகச் சொறிந்து கொள்வீர்களாக. இருக்கும் இரண்டு பேருக்கும் அதிகமாக பேசுவதற்கெல்லாம் எதுவும் இருக்காது. தாம்பத்திய வாழ்க்கை அமைதியாகக் கழிந்து கொண்டிருக்கக்கூடும். இந்த வறட்டுச் சொறியில் பெரிய வியாபார வாய்ப்பு கள் இருப்பதாக நான் நினைக்கிறேன். இதனை குடிசைத் தொழிலாக அபிவிருத்தி செய்தெடுக்க வேண்டும்.

ஜனயுகம் விசேஷப்பதிப்பிற்குக் கதையெழுதும் விஷயம், எனதருமை பத்திரிகை அதிபரே, நேரமில்லை. பஷீர்ஸ் புக் ஸ்டால் என்ற பெயரில் இங்கே எனக்கு ஒரு புத்தகக் கடை இருப்பது தெரியுமல்லவா? நான் புத்தகங்களினிடையில் இருந்து கொண்டுதான் இந்தக் கடிதத்தை எழுதுகிறேன். புத்தகங்கள் வாங்க வருபவர் களிடம் அவ்வப்போது பேசிக் கொள்ளவும் செய்கிறேன். விற்பனையும் நடக்கிறது. பணம் பெட்டியில் விழும் போது ஒரு உற்சாகம் ஏற்படுகிறது. வறட்டுச் சொறியைப் பற்றி முன்பு நான் ஒரு புத்தகம் எழுதி இருக்கிறேன். 'யுத்தம் முடிவுக்கு வர வேண்டுமென்றால்' எனும் பெயரில். 'அனர்க நிமிடம்' என்ற கிதாபில் அந்தக் கதை இடம்பெற் றிருக்கிறது. தாங்களும் தங்களது மனைவியும் அனுதின மும் அதை வாசிக்க வேண்டும். வறட்டுச் சொறி எனக்கும் வந்திருந்ததா என்பது ஞாபகமில்லை. எனக்கு வந்தது

ராஜகுரு*தான். அந்த கதையை ஒன்றே கால் ரூபாய் விலையுள்ள ஒரு புத்தகமாக வெளியிட முடிவு செய்திருக்கிறேன். கதைக் கான கரு தேவைப்பட்டால் தங்களிடம் சொல்கிறேன். கடவுளே . . ! அதோ நமது தடியன் ராமு காரியாத் வருகிறார். சரி, கொஞ்ச நேரம் கழிந்த பிறகு எழுதுகிறேன். முதலில் சற்றுக் கௌரவமாக உட்கார்ந்து கொள்கிறேன்.

விஷயம் புரிந்ததல்லவா? கௌரவமாக உட்கார்ந்திருந்தேன். ராமு காரியாத் சந்திரதாராவுக்குப் போனார். நான் அப்படிக் கௌரவமாக அமர்ந்திருந்தால் சிந்தித்துக் கொண்டிருப்பதாக அர்த்தம். ராமுவுக்கு நான் அப்படித்தான் சொல்லிக் கொடுத் திருந்தேன். அப்படிச் சிந்திப்பதற்கு என்னதான் இருக்கிறது என்றா கேட்கிறீர்கள்? ஸ்கிரிப்ட்! 'பால்யகால சகி' எனும் பெயரில் முன்பு நான் ஒரு கதையெழுதி இருந்தேன். அது புத்தகமாக வெளிவந்தது. இப்போதும் விற்பனையாகிறது. இந்தப் புத்தகத்திற்கு ஒரு விசேஷமிருக்கிறது. இதன் பெயரால் நான் நிறையப் பணம் செலவு செய்திருக்கிறேன். ஏனென்றா? சும்மா அப்படி இருக்கும்போது ஏதாவதொரு பத்திரிகையில் வரும் : 'பால்யகால சகி, திரைப்படமாகப் போகிறது!'

அதைத் தொடர்ந்து கடிதங்களின் வருகை நிகழும். விண்ணப்பங்கள்தான்! மஜீதாக நடிப்பதற்கு ஒரு வாய்ப்புத் தரவேண்டும். அவனது வாப்பாவாக நடிப்பதற்கு ஒரு வாய்ப்புத் தர வேண்டும். இப்படியான விண்ணப்பங்கள். என்ன செய்ய முடியும்? பதில் எழுதி அனுப்புவேன். இப்படியான பதில் களில்தான் நமது பணமெல்லாம் போகிறது. இப்போது சந்திரதாரா புரொடக்ஷன் எனும் டி.கே. பரீக்குட்டி சாகிபு, 'பால்யகால சகி'யை வெள்ளித்திரையில் பதிவு செய்யப்போகி றார். அதன் டிரைவர், அதாவது இயக்குனர், தோழர் ராமு காரியாத் தான். இவர், பிறந்த அன்று தொட்டே என்னுட னிருப்பவர். என்னால் சரியாக மூச்சு விடக்கூட முடியவில்லை.

என்னதான் செய்ய?

ராமுவைத் தீர்த்துக் கட்டிவிடப் பல தடவை பல ஆட்களை வைத்து முயற்சி செய்து பார்த்தேன். பரீக்குட்டி சாகிபை கிட்நாப் செய்து விடவும் முயற்சி செய்தேன். இரண்டுமே தோல்வியில்தான் முடிந்தன. நான் ஸ்கிரீன் பிளே எழுதியே தீரவேண்டுமாம். பரீக்குட்டி சாகிபுக்கும் ராமு காரியாத்துக் கும் வறட்டுச் சொறி வந்தால் . . . ஹா!

பால்யகாலத் சகியின் சிறிதளவு ஸ்கிரிப்டை நான் எழுதி னேன். அதற்குள் நடிகர்களுக்கான ஸ்கிரிப்ட் எழுதும்

---

* பரு

விஷயத்தில் உபதேசம் சொல்ல வந்தவர்களின் கூட்டம், கடிதங்கள். இடையிடையே வேறு தொந்தரவுகளுமுண்டு. கோழிக்கோடு, திருவனந்தபுரம் என்று இரண்டு நகரங்கள் இருக்கிறதல்லவா இந்த இரண்டிலிருந்தும் என்.பி. கிருஷ்ண வாரியர் என்றும் கே. பாலகிருஷ்ணன் என்றும் இரண்டு . . . எடுத்துக் கொண்ட விஷயங்களில் கவனம் செலுத்த முடிய வில்லை. இரண்டு பேருமே நிரந்தரத் தொந்தரவு. எதற் கென்றா ?

பாத்துமாவின் ஆடு! இந்தப் பெயரில் என்னிடம் ஒரு நாவல் இருப்பதாக ஒரு ஐதீகமிருக்கிறது. இந்த ஆட்டை, இப்போது ஒரு புதிய இயக்கம் வந்திருக்கிறதல்லவா, தொடர்! அதாவது, தொடர்கதை. இந்த ஆட்டைத் தொடராக வெளி யிடவேண்டும். அதற்காகக் கிட்டத்தட்ட வாரந்தோறும் மாத்ரு பூமியிலிருந்து என்.வி. கிருஷ்ணவாரியரின் கடிதம் வரும். கிருஷ்ணவாரியரின் பிரதிநிதியாகத் தோமா த பெருண்ண எனும் ஒருவர் என் பக்கத்திலேயே இருப்பார். நான் குறிப்பிடு வது, பெருண்ண தாமசைப் பற்றித்தான். “பஷீரே, அதை நமக்குப் பாலனுக்கு அனுப்பிக் கொடுக்கணுமே” என்று தோமா த பெருண்ண.

“எனக்கு உரிமையான அந்தக் கதையை இங்கே அனுப்பி வைக்கவும்” என்று என்.வி. கிருஷ்ணவாரியர். என்ன செய்ய முடியும்? இந்த மூவருக்கும் வறட்டுச் சொறி வருவதாக!

‘பால்யகால சகி’யின் ஸ்கிரிப்டை எப்படியாவது எழுதி முடித்துவிட வேண்டும். ராமு காரியாத்தின் தொந்தரவிலிருந்து விடுபடுவதற்கு வேறு மார்க்கமெதுவும் உண்டென்றால் அதையும் முயற்சிப்பேன். ராமுவையும் பரீக்குட்டி சாகிபை யும் நீங்கள் ஏன் சீனாவுக்கு அனுப்பி வைக்கக் கூடாது? அல்லது ஒருவரை ரஷ்யாவுக்கு அனுப்பி வைக்க வேண்டும். நமது கே. பாலகிருஷ்ணன் எரணாகுளத்திற்கு வந்தால் அவரது கையை ஒடிப்பேன். இது, ஐக்கியக் கேரளம் சம்பந்தப்பட்ட விஷயம்! ஐக்கியக் கேரளம் அமையும்போது அதற்கொரு தலைநகரம் வேண்டும்தான். ஆனால் அது வருவதற்கு முன்பே திருவனந்தபுரத்தைத் தலைநகரமாகத் திருவனந்தபுரம் வாசி களும் கே. பாலகிருஷ்ணனும் முடிவு செய்துவிட்டார்களே, இது நியாயமா ?

பஷீர்ஸ் புக் ஸ்டால் எரணாகுளத்திலிருக்கும் போது ஐக்கியக் கேரளத்தின் தலைநகரம் எரணாகுளத்தில்தான் அமையவேண்டும். இதுதானே நியாயமும்கூட ? இதைத் தவிர இன்னும் நூறு நியாயங்களை என்னால் சொல்ல

முடியும்? பார்ப்போம். ஒரு பெண்மணி வந்து கொண்டிருக் கிறாள். அவளுக்கு என்னதான் தேவையோ, இது போன்ற விஷயங்களில் எந்த முக்கியத்துவமும் இல்லைதானே? அவள் என்னை வேதனைப்படுத்த வந்த அழகான பெண்மணி. எனது புத்தகத்தை வாசித்தபோது அவளுக்கு ஏனோ கோபம் வந்துவிட்டது. 'படுமோசம்' என்று மூன்று தடவை சொன் னாள். நான் சொன்னேன்:

"என்னை வேதனைப்படுத்துவதுதான் உங்கள் நோக்க மென்றால் நான் இதயமில்லாதவன்."

அவள் போய்விட்டாள். அந்த அண்டங்காக்கா மாதர சிக்கு வறட்டுச் சொறி வருவதாக! அப்படியென்றால் உங்களு டைய மனைவி உங்களைக் 'காலமாடன்' என்று அழைப்ப துண்டு இல்லையா? இந்த வெளிச்சத்தில் ராஜகுருவின் கதைச் சுருக்கத்தைச் சொல்லி விடுகிறேன்.

இதில் ஒரு, நாயர் – கிறிஸ்தவர் கலவரத்திற்கான வாய்ப்பு இருப்பதாக எனக்குத் தெரிகிறது. நாயர்கள் கிறிஸ்தவர்களைத் தாக்க வேண்டும். கிறிஸ்தவர்கள் நாயர்களைத் திருப்பித் தாக்கவேண்டும். இதுதான் இதிலிருக்கும் நீதிபோதனை. இது எப்படி நடக்கிறதென்றால் நான் ஒரு ஈழவரின் செயரில் படுத்திருந்தேன் – திரு. பி.கே. பாலகிருஷ்ணனுடைய செயர். இதில் கால்களை நீட்டிக் கொள்வதற்கும் மற்றும் வசதிக ளிருந்தன. கூரி, ஏட்டை போன்ற மீன்களுக்குக் கொம்புகள் இருப்பதைப்போல் நீளமான இரண்டு ஆணிகள் கை வைக்குமிடத்தில் கீழ்ப்பகுதியில் நீட்டிக் கொண்டிருந்தன. அதிலொன்று எனது இடது கையில் சதைப் பகுதியில் லேசாகக் குத்தியதாகத் தெரிகிறது. பிறகு நான் எரணாகுளத்திலிருந்து தலயோலப் பரம்பிற்குச் சென்றேன். அங்கே சென்று இரண்டு மூன்று நாட்களுக்குப் பிறகு சுள்சுள்ளென்று குத்தும் வேதனை யும் ஆரம்பித்தது. அந்த இடம் அப்பம் போல் வீங்கிவிட்டது. டாக்டர் வந்தார். சுரண்டி, இரும்புத்தடி, அறுவை வாள் போன்ற ஆயுதங்களையும் கொண்டுவந்தார். அறுவைச் சிகிச்சை செய்வதற்காகவே அவர் வந்திருந்தார். பார்த்துவிட்டு இன்னும் கொஞ்சம் பழுக்க வேண்டும் என்று சொல்லி, வலி நீங்கு வதற்கான ஒரு மருந்தும் போட்டுவிட்டுக் கிளம்பினார். டாக்டருக்கு நான் ரூபாய் கொடுத்ததைக் கண்டதும் என் உம்மா – அதாவது அம்மாவால் சகித்துக் கொள்ள முடிய வில்லை. ஒரு அடுக்கு நோட்டுகள்.

மாத்தன் வைத்தியரிடம் காட்டினால் போதுமென்று உம்மா சொன்னாள். மாத்தன் வைத்தியர் ஒரு தடவை வந்தால்

ஒரு தம்ளர் வெறுஞ்சாயாவோ, அரையணாவோ கொடுத்தால் போதும். தேவைப்பட்டால் கறிக்கு அரைப்பதற்கு ஒரு தேங்காயும் பறித்துக் கொடுப்பார் மாத்தன் வைத்தியர். அதுவும் பற்றாது என்றால் சந்தையில் போய் இரண்டணாவுக்கு மீன் வாங்கியும் கொடுப்பார். இப்படியாகப் பார்க்கும்போது யார் பரவாயில்லை? மாத்தன் வைத்தியரா, டாக்டரா..? டாக்டர் தென்னை மரத்திலேறித் தேங்காய் பறித்துக் கொடுப்பாரா? சந்தையில் போய் மீன்..? மாத்தன் வைத்தியர் வந்தார். சாதாரணமாக ஐயா சிறு குழந்தைகளுக்குத்தான் சிகிச்சை செய்வார். கரப்பான், வயிற்றுக்கோளாறு, கக்குவான் இருமல் போன்றவைகளுக்கு! முழுமையான ஒரு ஞானி ஐயாவுக்கு முதல்முதலாகக் கிடைத்திருக்கிறான். வந்ததும் ஐயா, கடித்தால் உடைபடாத ஒரு சமஸ்கிருத சுலோகம் சொன்னார். "இதன் அர்த்தம் என்னவென்று அவரால் சொல்லிவிட முடியுமா?" அவர், என்று வைத்தியர் குறிப்பிட்டது டாக்டரைத் தான்! நான் சொன்னேன் : "ஒருகாலமும் முடியாது."

உடனே எனக்கொரு குளிகை* தந்தார். கரளேகம் என்று சொல்லப்படும் பயங்கரமாகக் கசக்கும் ஒரு வேரிலிருந்து தயாரிக்கப்பட்டது. அதைத் தந்து விட்டு மாத்தன் வைத்தியர் கிளம்பினார். கொஞ்சதூரம் போன பிறகுதான் அவருக்கு நினைவு வந்தது. அந்த சுலோகத்தில் இரண்டு குளிகை சொல்லப் பட்டிருக்கிறதல்லா?

திரும்பி வந்த மாத்தன் வைத்தியர் ஒரு கசப்புக் குளிகை தந்தார். தந்துவிட்டுச் சொன்னார் :

"இது ராஜகுரு".

புரிந்ததா? ராஜகுரு! மன்னர்களுக்கும் மன்னாதி மன்னர் களுக்கும் மட்டுமே வரும் புனித வியாதி. இது சீசருக்கும் வந்திருக்கக் கூடும். மகா அலெக்ஸாண்டருக்கும் வந்திருக்க லாம். அசோகருக்கும் அக்பருக்கும் கூட வந்திருக்கும். இதோ எனக்கும் வந்திருக்கிறது. உடல் முழுவதும் வரட்டும் நல்லது தான்! ஒரு ஐந்து ரூபாய் நோட்டை எடுத்து வைத்தியருக்குக் கொடுத்தேன். சிகிச்சை தொடர்ந்தது. கசப்புக் குளிகைகள், கடிபடாத சுலோகங்கள். ஒரு மாதம் பூராவும் மாத்தன் வைத்தியர் என்னைக் குளிப்பாட்டினார். அதற்குள் ராஜகுரு, ஒரு பன் அளவிற்கு அழகாகப் புடைத்துவிட்டிருந்தது. நான் குளிர் ஜுரம் வந்து நடுங்கிக்கொண்டிருந்தேன். பற்கள் கடகட வென்று அடித்துக் கொண்டிருந்தன. போர்வையால் மூடி, தீ காய்ந்து கொண்டிருந்தேன். கொஞ்சம் விலகினால் போதும்

---

* மாத்திரை

மீண்டும் குளிரும். அப்படி நடுங்கிக் கொண்டிருக்கும்போது யார் யாரெல்லாமோ வருகிறார்கள்.

டெமோக்ராட் விசேஷப் பதிப்பிற்காகத் திருவாளர்கள், சி.கே. மாணியும், பி.வி. தம்பியும், பி.சி. செரியானின் காரில் வந்தார்கள். பார்த்த உடனே அவர்கள் சொன்னார்கள்:

"இது ராஜகுருவொன்றுமில்லை."

இதைக் கேட்டபோது எனக்குக் கொஞ்சம் வருத்தமாக இருந்தது. அவர்கள் சொன்னார்கள் :

"இது செப்டிக் பாய்சன்தான்."

அப்போது பி.கே. பாலகிருஷ்ணனின் சாய்வு நாற்காலி யிருந்த கூரான ஆணி என் ஞாபகத்திற்கு வந்தது. பாவம், ராஜகுரு.

"ஆபரேஷன் செய்ய வேண்டும். உடனே புறப்படுங்கள். அவர்கள் வந்த காரிலேயே கோட்டயத்துக்குப் புறப்பட்டோம். டாக்டரைப் பார்த்தோம். டாக்டர் ஒரு கிறிஸ்தவர் என்பதை நினைவில் வைத்துக்கொள்ளுங்கள். என்னுடன் தம்பி, மாணி, பேபி ஆகிய வீர கிறிஸ்தவர்களுமிருந்தார்கள் என்பதையும் நினைவில் கொள்ளவும். நான் ஒரு அஞ்சாநெஞ்சம் படைத்த ஆள் என்று அவர்கள் டாக்டரிடம் சொல்லியிருப்பார்கள் போல் தெரிகிறது. பாவம், நான்."

மறுநாள், பச்சையாக என்னைக் கீறினார் டாக்டர். ஏழெட்டு ராத்தல் மாமிசத்தை வெட்டியெடுத்துவிட்டார் என்று நினைக்கிறேன். வேதனையின் சுபிட்சமான சுழற்காற் றில் நானிருக்கிறேன். அப்போது ஒரு செய்தி வருகிறது.

செய்தியைப் பரவவிட்டவர்கள் நாயர்கள்தான். திருவாளர் கள் காரூர் நீலகண்டபிள்ளை, தகழி சிவசங்கரபிள்ளை, பி. கேசவதேவ், வெட்டூர் ராமன் நாயர் ஆகியவர்களாக இருக்கலா மென்று நினைக்கிறேன். இவர்களில், யார் யாரிடம் எப்போது சொன்னார்கள் என்றெல்லாம் எனக்குத் தெரியாது. வேதனை யின் சுழற் காற்றிலிருந்த நானிப்போது வேதனையின் பெருங்கடலில் நீந்துகிறேன் என்பதை நினைவில் வைத்துக் கொள்ளுங்கள். அப்படியாக, மேற்படி நாயர்கள் சொன்ன தாகவே கேள்வி. அவர்கள் சொல்லியிருக்கிறார்கள்:

பஷீரின் உடலிலிருந்து வெட்டியெடுத்த ஏழெட்டு ராத்தல் நல்ல இனம் கறியை சி.கே. மாணியும் பி.வி. தம்பியும் சேர்ந்து பக்குவம் செய்திருக்கிறார்கள். பி.சி. செரியானும் பேபியும், டி.சி. கிழக்கெமுறியும் பொன்குன்னம்வர்க்கியும்

தின்றிருக்கிறார்கள். ஒரு துண்டுமாமிசத்தை ஸ்பெஷல் காரில் கொண்டு போய் மாத்தன் வைத்தியருக்குக் கொடுத்திருக் கிறார்கள். கஷ்டமாகப் போய்விட்டது.

இதைக் கேட்டதும் எனக்குக் கோபம் எதுவும் வர வில்லை. டி.சி. கிழக்கெமுறி உண்மையான கிறிஸ்தவராக இருந் தாலும் சுத்தமான சைவம். நான் வலியின் மகா சமுத்திரத்தில் அல்லவா? தினமும் பாண்டேஜை அவிழ்த்து சுத்தம் செய்து உப்பும் மிளகும் வைத்துத் திரும்பவும் கட்டுவார்களோ? எனக்கு அப்படித்தான் தோன்றியது. ஆஸ்பத்திரி வாசலில் ஏறியதுமே நான் அழத் தொடங்கிவிடுவேன். இது டாக்டரின் கவனத்திற்காக! அவர் பார்ப்பதற்காக! அப்படியாக பாண்டேஜை அவிழ்த்துக் கட்டிவிட்டு ஒய்.எம்.சி. ஏவிலிருக் கும் அறைக்குள் வந்து படுத்தபோது ஒரு அதிர்ச்சியான தகவலுடன் திரு. பொன்குன்னம் வர்க்கி வந்தார். கிக்கிக்கீ என்று சிரித்தபடியே!

"மாப்ளே", விஷயம் தெரியுமா?" கோட்டு மீசைக்காரனும் தடியனும் கறுப்பனுமான பொன்குன்னம் வர்க்கி சொல் கிறார்:

"மாப்ளையோட உடம்பிலேருந்து வெட்டியெடுத்த கறியைக் கிறிஸ்தவப் பையன்கள் பொரியல் வைத்துத் தின்றதாகத்தானே நாயர்கள் சொல்கிறார்கள்? அது பச்சைப் பொய்! மாப்ளைக்கு அப்போது சுயநினைவு கிடையாதல்லவா? நடந்தது என்ன வென்று நான் சொல்கிறேன். மாப்ளை யாரிடமும் சொல்ல வேண்டாம். கறி, பத்திருபது துண்டாக வெட்டி ஒரு பாத்திரத்தி லிடப்பட்டது. முழுவதும் விஷம். அதன் வாசத்தை முகர்ந்த டாக்டர் மயக்கம் போட்டு விழுந்துவிட்டார். அதை வாசம் பிடித்த இரண்டு பசு, மூணு காளை மாடு, ஆறு நாய்கள் செத்து விழுந்திருக்கின்றன. அப்படியிருக்கும்போது விஷயத்தை ஆனானப்பட்ட காரூர் நீலகண்டபிள்ளை, தகழி சிவசங்கரன் பிள்ளை, கேசவதேவ், வெட்டூர் ராமன்நாயர் ஆகிய நாயர்கள் அறிந்து கொண்டார்கள். நல்ல இனம் இறைச்சி சும்மா பாழாப் போகுதே என்று அவர்கள் அதைக் கொண்டு போய்விட்டார்கள். ஒய்.எம்.சி.ஏ கான்டீனிலிருந்து ஒரு பாத்திரம் வாங்கி, கொஞ்சம் மிளகு, உப்பெல்லாம் தூவி வேக வைத்துத் தின்று விட்டார்கள். ஹா ஹா ஹா ஹா ஹா ஹா."

நான் எதுவுமே பேசவில்லை. சிரிக்கவுமில்லை. வர்க்கி கேட்டார்:

---

* முஸ்லிம்களைக் குறிப்பிடும் சொல். மாப்பிளா முஸ்லிம்.

"பிறகு என்ன நடந்ததென்று மாப்ள ஏன் கேட்கவில்லை? இந்த அடிப்படை மரியாதைகூட மாப்ளைக்குத் தெரியலையே?"

நான் கேட்டேன் :

"பிறகு என்ன நடந்தது?"

வர்க்கி, கெக்கெக்கே என்று சிரித்து விட்டுச் சொன்னார்:

"அவர்கள் யாருமே சாகவில்லை. நாயர்கள் அல்லவா?"

இது பொன்குன்னம் வர்க்கி சொன்னதுதான். உண்மை யாகவே! நாயர்களை இப்படி ஆட்சேபமாகப் பேசியதற்கு வர்க்கியை உதைக்கவேண்டும். உதையுங்கள். இதில்தான் நாயர்களின் வீரியம் வெளிப்பட வேண்டும். தங்களால் இது இயலாதென்றால் மனைவி சமேதராகப் பொன் குன்னம் வர்க்கியின் வீட்டுக்கு விருந்துக்குச் சென்று தங்கியிருந்து வறட்டுச் சொறியை வினியோகம் செய்யுங்கள். வாழ்த்துக்கள்! தாங்கள் வறட்டுச் சொறியுடன் இனி எரணாகுளத்திற்கு வரக்கூடாது. மீண்டுமொருமுறை வாழ்த்துக் கூறுகிறேன்.

தங்களன்புள்ள,

வைக்கம் முகம்மது பஷீர்.

N.B. : மரியாதைக்குரிய என்ற வார்த்தையை வெறுமனே தான் உபயோகித்திருக்கிறேன்.

பஷீர்.

(திருவனந்தபுரத்தில், கேரள சப்தத்திற்காக கே.எஸ். சந்திரன் எடுத்த நேர்முகங்காணலும் நர்மதாவுக்காக நானும் ஆர்ட்டிஸ்ட் ராகவன் நாயரும் எடுத்த நேர்முகங்காணலும் தான் இதில் சேர்க்கப்பட்டிருக்கின்றன.)

பஷீருடன் பேசுவது – பேசிக் கொண்டே இருப்பது – நல்ல ஒரு அனுபவம். பேச்சு, ஒரு விஷயத்திலிருந்து மற்றொரு விஷயத்திற்குத் தாவும். தொடர்ந்து, இதிலிருந்து மற்றொன்றிற்குத் தாவும்.

இரவு ஒன்பது மணிக்கு பஷீரின் வீட்டில் ஆட்டிஸ்டும் நானும் நுழையும்போது நிசப்தமும் அமைதியும் நிறைந்த கிராமியச் சூழலினுள் ஒதுங்கியிருக்கும் தனித்த வீட்டின் உள்தளத்தில் சாய்வு நாற்காலியில் படுத்திருந்தார், பஷீர். வெளிக்கேட்டைத் திறக்க வைக்கப் பெருஞ்சத்தம் கொடுக்க வேண்டியதிருந்தது. முழுச் சுதந்திரத்துடன் பஷீரின் வீட்டு முற்றத்தில் நின்று ஆர்ப்பாட்டம் காட்டலாம். பஷீர் எனும்

மனிதனை இது எந்த விதத்திலும் கோபப்படுத்திவிடாது என்பது எங்களுக்குத் தெரியும். அவர் எழுதும் கடிதத்திலும் அவரது செயல்பாடுகளிலுமுள்ள களங்கமின்மையும் மனசுத்தியும் எப்போதுமே அந்த மனதில் நிலவும்.

நீண்ட நாட்களாகக் காணாமலிருந்து விட்டுப் பிறகு திடீரென்று பார்க்கும்போது அவர் காட்டும் அன்பு நிறைந்த பதற்றத்தைக் கவனித்துக் கொண்டிருப்பதே ரசனைக்குரிய ஒன்றுதான். "சோறு ரெடி பண்ணட்டுமா", "சாப்பிட்டாச்சா", "சாயா வேணுமா", "ஃப்ளாஸ்கில் இருக்கிற கட்டன் சாயா போதுமா?" இப்படியான நூறு நூறு உபசரிப்புகளிலிருந்து தொடங்குவார். எதுவுமே வேண்டாமென்று சொன்னால் பஷீர் வருத்தப்படுவாரோ?

இரவு ஒன்பது மணி முதல் அதிகாலை மூன்று மணிவரை தொடர்ந்தது எங்களது நேர்முக சம்பாஷணை.

– நந்தகுமார்

'எங்க உப்பப்பாவுக்கொரு ஆனை இருந்தது' எனும் நாவல் பாட நூலாக ஆக்கப்பட்டதன் பிறகுதான் நீண்ட காலச் சிரமங்களிலிருந்தும் பொருளாதாரச் சிக்கல்களிலிருந்தும் பஷீர் விடுபட்டார். அத்துடன் தன்னைச் சுற்றி நின்றிருந்த, சங்கடத்தை யேற்படுத்தும் தனிமையிலிருந்தும் அவர் விடுதலையடைந்தார். திருமணம் முடிந்ததும் முதலில் தலயோலப்பரம்பில் ஒரு வீடு வைத்து வசிப்பிடத்தை எரணாகுளத்திலிருந்து அங்கே மாற்றுகிறார். அங்கிருந்து பேப்பூருக்கு, இதை எழுதும்போது மனைவியும் மகளுமாகப் பேப்பூர் வீட்டில்தான் வசித்து வருகிறார்.

கீழே கொடுக்கப்பட்டுள்ள கடிதங்களிலிருந்து பஷீரின் சிந்தனை மண்டலம் அவரது சிறு குடும்பத்தை நோக்கி நகர்ந்து கொண்டிருப்பதைப் பார்க்க முடியும். சுகமும் திருப்தியும் அன்பும் நிறைந்த ஒரு குடும்ப வாழ்க்கையின் மெல்லிய ராக ஆலாபனையை இவற்றிலிருந்து உணர முடிகிறது.

மலையாளத்தில், வெறும் கடிதங்கள் மூலமாக வாசக இதயங்களை இந்த அளவுக்கு ஈர்க்க பஷீரால் மட்டுமே இயன்றிருக்கிறது. ஒவ்வொரு கடிதத்திலுமுள்ள விஷய வேறுபாடுகளும், மொழியும், கிண்டலும், பரிகாச உணர்வும் நம்மை அதிசயிக்கச் செய்கின்றன. அருமையான ஒரு சிறு கதையை விடவும் மேலாக அவை நம்மை எழ விடாமல் நிர்ப்பந்தமாக வாசிக்கத் தூண்டுகின்றன. ஒருபோதுமே சலிப்புத் தட்ட வைக்காததுதான் பஷீர் படைப்புகளின் விசேஷத்தன்மை.

கௌமுதி பாலகிருஷ்ணனுக்கும் *மைத்ரி* லைலாவுக்கும் எழுதிய கடிதங்கள் இவற்றில் மிகவும் அற்புதமானவை. பால கிருஷ்ணனுக்கு எழுதிய கடிதம் அழகான ஒரு கதை. உயிரோ டிருக்கும் பலரும் அதில் கதாபாத்திரங்களாக மாறியிருக் கிறார்கள். டெலகிராமில் தொடங்கும் அந்த கடிதம், சி. கேசவ னிடம் சென்றடைகிறது. லைலாவுக்கு எழுதிய கடிதத்தில், கும்மியடி தொடங்கிப் பூனைச் சண்டைவரை போகிறது. குஞ்ஞிமங்கலம் தாமுவுக்கெழுதிய வெளியீடுகளைப் பற்றிய சிறுகடிதத்தில் பஷீரின் கிண்டல் உச்சத்தில் நிற்கிறது. சிறிது காலம் பைத்தியக்கார ஆஸ்பத்திரியில் இருக்க நேர்ந்த வேதனை மிகுந்த நினைவுகள், ஹம்சாவுக்கெழுதிய கடிதத்தில். பைத்தி யத்தைக் குறித்து மீண்டும் லைலாவுக்கு எழுதுகிறார். சிரிக்க வைக்கும் ஒரு கடிதத்தைக் காம்பிச்சேரி கருணாகரனுக்கு எழுதுகிறார். திரைப்படம்தான் இதன் கரு. இனிக் கடிதங்களை நீங்களே வாசிக்கலாம்.

– நந்தகுமார்

குங்குமம்

(குங்குமம், கொல்லம், செப்டம்பர் 15, எண் 1)

அன்புள்ள பத்திரிகை அதிபர்,

குங்குமம்! ஸ்டைலான பெயர். ஆனால், குங்குமத் திற்கும் முஸல்மானுக்கும் என்ன தொடர்பிருக்கிறது? நமது முன்னோடிகளின் பரம்பரையிலுள்ள அக்பர், அவுரங்கசீப், ஷாஜஹான் போன்றோர் புலாவ், பிரியாணி போன்ற ராஜபதார்த்தங்களில் சிறிதளவு குங்குமம் சேர்த்திருந்ததாகச் சரித்திரக்காரர்கள் சொல்வது சரி யல்ல! அது குங்குமப்பூவாகவே இருந்திருக்க வேண்டு மென்றுதான் நமக்குத் தோன்றுகிறது. இந்தக் குங்குமப்பூ சம்பந்தமான ஒரே காரணத்துக்காகவே காஷ்மீர் துண்டாடப்பட்டது.

சரி, அதை விடுவோம். பேப்பூர் நவாபு அல்லது பேப்பூர் சுல்தான் என்ற பெயரில்தான் நாம் இனி அறியப்படவிருக்கிறோம். எந்த ராஜதானியும் எந்த ராஜ்யமுமில்லாமல் வாழ்வதில் மிகுந்த சிரமமிருக்கிறது. இங்கே அதிகமும் ஹிந்துக்கள்தான். ஆகவே, நமது ஆட்சி மொழி சமஸ்கிருதமாகவே இருக்கும். அப்புறம் ஒரு நல்ல துறைமுகத்திற்கான எல்லா வசதிகளும் இங்கே இருக்கின்றன.

இதைக் கேட்கும்போது ஸ்டேட்வாசிகளான உங்க ளுக்கு வருத்தமேற்படக்கூடும். ஆனால் நீங்கள் வருத்தப் பட்டே ஆக வேண்டுமென்ற கட்டாயமொன்றும் கிடை யாது. நாங்கள் இதை வாபஸ் வாங்கத் தயாராகவே இருக்கிறோம். ஆனால், பேப்பூரைக் கேரளத்தின் தலை நகரமாக அறிவித்துவிட வேண்டும். வேறு விசேஷங்க ளெதுவுமில்லை. நானும் பட்டமகிஷியும் மகளும் நலம் – ஷானும் நலம். ஷான் என்று நான் குறிப்பிட்டது,

ஒரு நாய்க்குட்டி. இவன் சுத்தப் பறையன். இவனது மூதாதையர்களில் யாரோ ஒருவன் வீரியமிக்க அல்சேஷன் என்று சொல்கிறார்கள். இந்த நம்பிக்கையில்தான் இவனைச் சாப்பாடு கொடுத்து வளர்க்கிறேன். இவனது தலையாய பணி திருடர்களையும் பத்திரிகைக்காரர்களையும் கடிக்கவேண்டும் என்பதுதான். இவன் கடிக்காமல்விட்டால் நானே கடிப்பேன். இவனையும் கடிப்பேன்.

குழந்தாய், ஒரு இரண்டேக்கர் தென்னந்தோப்பும் வீடும் வாங்கினேன். அதை வெட்டியும் கிளைத்தும் வாழ்ந்து கொண்டிருக்கிறேன். ரேசன் வாங்குவதற்கும் காசு கிடையாது. ஸ்டேட் வாசிகளாகிய உங்களைப் போல் அல்ல, மலபார்காரர்களாகிய நாங்கள். லஞ்சம், கறுப்புச் சந்தை, கள்ள நோட்டடிப்பு, இரட்டிப்பு, காடுகளை வளைத்துப்போடுவது போன்றவைகளுக்கான வாய்ப்புகள் இங்கே ரொம்பக் கம்மி. பொதுவாகவே, மலபார்காரர்களாகிய எங்களை ஸ்டேட்வாசிகளாகிய நீங்கள் புறக்கணித்துவிட்டீர்கள். மற்றவனும் எங்களைக் கிட்டத்தட்ட மறந்தே போய்விட்டான். நான் சொல்வது, மா.மி. மத்யஸ்தனை*ப் பற்றி.

இப்போது உங்களுக்குப் புரிந்திருக்குமே? நாம் பேப்பூர் நவாபாக முடிவு செய்ததற்கான காரணம் என்னவென்று! உண்மையைச் சொல்வதானால் நமது சொந்த வாழ்க்கை இப்போது மிகுந்த கஷ்டத்திலிருக்கிறது. கொஞ்சம் தேங்காய்கள் கிடைப்பதால் சிரமப்பட்டாவது வாழ முடிகிறது. ஆனால் ஊர்ப்பட்ட பத்திரிகைக்காரர்களெல்லாம் இங்கே வந்து இளநீர்களைப் பறித்துக் குடித்துவிட்டுப் போய்விடுகிறார்கள். கண்ணில் இரத்த ஓட்டமில்லாத துரோகிகள்!

நேற்று, நமது திருமதி சந்திரிகா எனும் மங்கை நல்லாளின் கணவர் கே. பாலகிருஷ்ணனும் பரிவாரங்களும் இங்கே வந்திருந்தார்கள். அனைவரும் திருவனந்தபுரத்துக்காரர்கள். ஆகவே, அடுத்த ஆறு மாதத்திற்குத் தேங்காய் வியாபாரம் கிடையாது.

உங்களில் யாருக்காவது இங்கு விருந்துண்ண வரும் எண்ணமிருந்தால் அரிசி மற்றும் கூட்டுக்கறி வைப்பதற்கான சாமான்களுடன் வருவது நல்லது. இங்கே விறகு தாராளமாகக் கிடைக்கிறது. அப்புறம் வருபவர்கள் ஒரு பெரிய கருங்கல்லும் கொண்டு வந்தால் உபயோகமாக இருக்கும். ஏனென்றால் இங்கே ஆயிரக்கணக்கான மராமத்து வேலைகளுக்கான கல் தேவைப்படுகிறது. சங்கதிகள் ஒவ்வொன்றும் இப்படியாக இருக்கும்போது கதையெழுதுவதற்கு எங்கே நேரம்?

---

* மாண்புமிகு மத்திய சர்க்கார்

தங்களுக்கும் குங்குமத்திற்கும் ஸ்டேட் வாசிகளுக்கும் மற்றுமுள்ள சர்வமான பேர்களுக்கும் மங்களம் நேர்வதாக!

– வைக்கம் முகம்மது பஷீர்
பேப்பூர்
09.08.1965

N.B. : பத்திரிகை நடத்துவது சம்பந்தமாக அறிவுரை சொல்வதற்கு நமக்கு எதுவுமே தெரியாது. போதுமான அளவு கல்வி யறிவுமில்லை. அறிவும் பொதுவாகக் கம்மி. அப்புறம், ஆசிர்வாதம் நம்மிடம் தாராளமாகவே இருக்கிறது. இதோ, பிடித்துக்கொள்.

கேரளத்தின் திருநெற்றியில் ஒருபோதுமே அழியாத குங்குமத் திலகமாகட்டும், தங்களது குங்குமம்.

– பஷீர்

தோழர் நாகம்

(கௌமுதி விசேஷப் பதிப்பு, 1966)
திரு.கே. பாலகிருஷ்ணன்
பத்திரிகை அதிபர், கௌமுதி
திருவனந்தபுரம்.

அன்புள்ள பாலன், கடிதங்கள், தந்திகள் எல்லாமே முறைப்படி கிடைத்துவருகின்றன. தந்தி வரும்போது கிராமவாசிகளான எங்களுக்குப் பொதுவாகவே ஒரு பதற்றமேற்படுமல்லவா? அது, தங்களது கிருபையால் மாறிவிட்டது. மனைவி ஓடி வந்து பதற்றத்துடன் சொல்வாள்: "ஒரு தந்தி வந்திருக்கிறது."

மனைவி நினைக்கிறாள், ரப்பே*, இது எங்கேயிருந்து வந்திருக்கிறது? என்று! தலயோலப்பரம்பிலிருந்தா? அங்கே எனது உம்மா ரொம்ப வயதாகிப் போய் வாழ்கிறாள்... மதராசிலிருக்கும் ராமு காரியாத்திடமிருந்தா? உடனே மதராசுக்கு வரச் சொல்லி வந்திருக்கிறதோ?

மனைவி பதறிப்போய் நின்றிருப்பாள். நான் சொல்வேன், எப்படிச் சொல்வேன் தெரியுமா? முகத்தில் எந்தப் பாவமாற்றமுமில்லாமல் பொறுமையுடன் "அங்க எங்கயாவது போடு. அந்த பாலன்தான் அனுப்பிருப்பான். அவனுக்குக் கிறுக்குப் பிடிச்சிருக்கு." அப்போது மனைவி சொல்வாள்: "ஏதாவது ஒண்ணை அனுப்பிக் குடுங்களேன். நீங்க சொல்லுங்க, நான் வேணா எழுதுறேன்." இதைத் தொடர்ந்து நான் மனைவியைத் திட்டுவதும் கட்டன் சாயா கொண்டு வந்த தம்ளரை இடது கையால் எறிந்து உடைப்பதும் நடக்கும். சூழல் அமைதியாகி

---
* ஆண்டவா

விடும். பிரச்சினை என்னவென்றால் ஓரளவுவரையிலான எல்லா விஷயங்களும் சுயமாகவே செய்து பழகிப்போய்விட்டன. கதையெழுதுவதும் இப்படியேதான்! இனி, ஒரு கதை சொல்லி விடலாமென்று நினைக்கிறேன். ஆக மொத்தம் ஒரேயொரு மனைவிதான். கே.எஸ். சந்திரன், பவனன், நர்மதா ராகவன் நாயர், *பெரும்படவம் ஸ்ரீதரன், சினிமா மாத இதழ், மாத்ருபூமி, தேசாபிமானி* இன்னும் ஆயிரமாயிரம் பத்திரிகைகளின் விசேஷப் பதிப்பிற்கு அவர்கள் சொன்ன தேதியில் ஏதாவது எழுதி அனுப்பி வைத்து விடவேண்டும்.

விசேஷப் பதிப்புகள் ஒழிக! எனக்கு நிமிடத்திற்கொரு சாயா வேண்டும். பசிக்கும்போது எனக்கும் மகளுக்கும் சாப்பாடு வேண்டும். குளிப்பதற்குத் தண்ணீர் எடுத்து வைக்கவேண்டும். அப்புறம், மாடுகள், கோழிகள், வாத்துகள், பூனை, நாய் இத்தியாதிகளுக்கு உணவு கொடுக்கவேண்டும். பிறகு, துவைப்பது, பாத்திரங்கள் அலசுவது, வீட்டையும் சுற்றுப்புறங்களையும் சுத்தம் செய்வது, உடைந்த வேலியைப் பழுது தீர்ப்பது, தென்னங் கன்றுகள், மரங்கள் சமையல் கட்டுத் தோட்டம் எல்லாவற்றிற்கும் நீர்பாய்ச்சுவது ... இதையெல்லாம் உங்கள் பெண்டாட்டிமார் களா வந்து செய்வார்கள்? இல்லையே? அப்படியென்றால் என் மனைவி அவளுக்கான வேலையைச் செய்யட்டும்! இங்கே வேலைக்கு ஆள் கிடையாது. மேற்குறிப்பிட்ட அனைத்துப் பணிகளையும் செய்ய வேண்டியவனும் எப்போதாவது கதை யெழுதுபவனுமாகிய ஒரேயொரு பணியாளன் இந்த நான் தான். இவனுக்கு உடல் நிலை சரியில்லை எனும் விஷயத்தைப் பாலன் இங்கே வந்தபோது நேரிலேயே தெரிந்து கொண்டீர்கள் தானே?

நான் வலிக்குள்ளிருந்து கொண்டுதான் இதை எழுதுகிறேன். ஆனால், துரதிஷ்டவசமாக எனது மனதிலும் முகத்திலும் வலியில்லை. நினைத்துப் பார்த்தால் கோபம்தான் வருகிறது. தங்களது வயதான தகப்பனாராகிய திரு. சி. கேசவனுக்கு நீங்கள் பணிவிடை செய்திருக்க வேண்டாமாக இருந்தது. சரி, போகட்டும்! செய்துவிட்டீர்கள். ஆனால், சி. கேசவன் திருமணம் செய்து கொள்ளாமல் கேசவானந்தன் எனும் அழகிய திருநாமத்துடன் சர்வபுலன்களையும் அடக்கியாளும் முனிபுங்கவராக வாழ்ந்திருக்கலாம். அப்படியென்றால் மோட்சக்கதிக்கு ஏதாவது இடைஞ்சல் ஏற்பட்டிருக்குமோ?

இனி என்ன செய்ய முடியும்? அனுபவிக்க வேண்டியதை யெல்லாம் அனுபவித்தே ஆகவேண்டும். அன்புள்ள பாலா, எனக்கு வலியிருப்பது இதை எழுதிக் கொண்டிருக்கும் வலது கையில் மட்டுமல்ல, இடது காலிலுமிருக்கிறது. வலது கையின்

மேல்பாகத்தில் பொருத்துகளில் வலி, உளைச்சலுமிருக்கிறது. இந்த வேதனையும் உளைச்சலும் நரம்புகளிலுமிருக்கின்றன. கூடவே, மரத்துப்போகவும் செய்கிறது. சுவாசத் தடை. கையைத் தொங்கவிட முடியவில்லை. இந்தச் சாய்வு நாற்காலியில் அமர்ந்து – கையை மேலே, நாற்காலியின் ஓரத்தில் வைத்துக் கொள்ள முடிகிறது... இப்படி வைத்திருந்தால் எழுத முடியுமா?

சொல்லி எழுதச் செய்யலாமென்றால் ஒரேயொரு மனைவி தானிருக்கிறாள். மேலும் ஒரு ஐந்தாறு கட்டினால் பரவாயில்லையென்று தோன்றுகிறது. ஆனால், இதுகளின் நாக்கையும் கூப்பாட்டையும் பார்க்கும்போது இப்போதிருக்கும் ஒன்றே அதிகம்.

பாலனைப் பார்க்க வி. அப்துல்லாவும், எம்.டி. வாசுவும், பட்டத்துவிளை கருணாகரனும் வந்தார்கள்... எனக்கு உடல் நிலை சரியில்லாத விஷயத்தைப் பற்றிக் கேலி செய்தார்கள் அல்லவா? வயதாகிவிட்டது, கிழவன் என்றெல்லாம் சொன்னார்கள். ஆனால், எனதருமை உலகோரே, இது முதுமையின் காரணமாக ஏற்பட்ட நோய்களல்ல, இது வேறு வகை!

எனக்கு இலேசான காய்ச்சலும் சளியுமெல்லாம் வந்து முடியாமல் இருக்கும்போது ஒரு மூவாயிரம் கினிகிராஸ் இங்கே வந்தது. மாண்புமிகு பேப்பூர் ப்ளாக்கின் நன்கொடையாக! அதை இங்கே கொண்டுவர ஏற்பாடு செய்த கிராம சேவகர் சொன்னார் : "முடிந்தவரைக்கும் சீக்கிரமாக மண்ணில் நட்டுவைத்துவிட வேண்டும். அல்லது அழுகி உலர்ந்து போகும்."

இந்தப் புல்லின் உரிமையாளர் என் மனைவிதான். அம்மாளுக்கு நான்கு பசுக்களுமிருக்கின்றன. அதில் ஒன்றுதான் இப்போது பால் கறக்கிறது. இந்த பசுக்களைப் பற்றியும் என் மனைவியைப் பற்றியும் சுய ஆர்வலர்கள் சிலர் சில பொய்களைப் பிரச்சாரம் செய்து வருகிறார்கள். நூறு வீடுகளுக்குப் பால் வினியோகம் செய்யப்படுகிறது. ஆகவே கிணறு வற்றிப் போய்விட்டது. பக்கத்து வீடுகளிலிருந்து இப்போது தண்ணீரை விலைக்கு வாங்குகிறார்கள். சாணியிலும் கலப்படம் செய்து விற்கிறார்கள். பாலில் தண்ணீர் கலந்து விற்பனை செய்ததற்காக வைக்கம் முகம்மது பஷீர் கைது செய்யப்பட்டு லாக்கப்பில் போடப்பட்டார். நாங்கள்தான் ஜாமீனில் வெளியே கொண்டு வந்தோம். வழக்கில் பஷீருக்கு நிச்சயமாகத் தண்டனை கிடைக்கும்.

இந்தப் பொய்யர்களின் பெயர்கள், எம்.டி. வாசுதேவன் நாயர் அன்ட் பட்டத்துவிளை கருணாகரன் *etc.*

நாம் பேசிக் கொண்டிருந்த விஷயம் கினி கிராஸ். இருபத்தைந்து சென்ட் நிலத்தில் நட வேண்டும். நிலத்தைப் பதப்படுத்தி நடுவதற்கு வேலைக்காரர்கள் கிடையாது. ஏதாவது விஷயமாகக் கூப்பிட்டால் எனக்கு நூறு வேலை இருக்கிறது என்று சொல்லும் மனைவி என்னிடம் சொன்னாள் :

“நாம் இதைச் சீக்கிரமாக நட்டுவிடுவோம். நீங்க சும்மா வந்து கூடமாட நின்றால் போதும்.”

பஹுத் அச்சாஹே !

ஒரு ஆயிரம் குழியாவது தோண்ட வேண்டாமா? பெரிய மண்வெட்டியை எடுத்து நான் குழி தோண்டுவேன். மனைவி நட்டு வைப்பாள். இரண்டு மூன்று மணி நேரம் வெயிலில் நின்று அந்த வேலையைச் செய்தோம்.

மூன்று நாட்களுக்குப் பிறகு கையில் வேதனை தொடங்கியது. அப்போதுதான் பாலனும் மற்றவர்களும் வருகிறீர்கள். நீங்கள் திருவனந்தபுரத்திற்குப் போய்ச் சேர்ந்திருப்பீர்கள், இடதுகால் பாதத்தின்மீது ஷு அணிந்த சிறு தழும்பில் லேசாக நமைச்சலெடுப்பது போலிருந்தது. சொறிந்தேன். பயங்கரமான அரிப்பாக மாறியது. பயங்கரமாகவே சொறிந்தேன். மனைவியும் சொறிந்தாள். மகளும் சொறிந்தாள். சில விசேஷப் பதிப்புக்காரர்களும் சொறிந்தார்கள், சொறிந்து சொறிந்து இலேசாகப் புறத்தோல் உரிந்து போனது. பிறகு, அது பழுத்தது. சாதாரணமாக எனது உடம்பு பழுக்காது. ஆனாலும் இது ஏனோ மூடிக்கெட்டி பழுத்துவிட்டது. நடக்க முடியவில்லை. விந்தி விந்தி இழுத்திழுத்துத்தான் நடக்க முடிந்தது.

இந்த பேப்பூர், அனேகாயிரம் வருடங்களுக்கு முன்பே பிரசித்தி பெற்ற ஊர். ஸ்ரீராம லட்சுமணர்களைத் தோழர் குகன் ஓடத்திலேற்றிக் கரை தாண்டிவிட்டது இங்கேதான். நமது சாலமன் மன்னனின் காலந்தொட்டே பேப்பூரில் துறைமுகமிருக்கிறது. இதையெல்லாம் ஆட்கள் மறந்துபோய் விட்டார்கள். சமீபத்தில் ஒரு செய்தி பரவியது. பேப்பூரில் துறைமுகம் வரப்போகிறது.

ஈஸ்வரோ ரக்ஷது! பிறகு அதிகத் தாமதமெதுவுமில்லாமல் பூமியின் விலை அதிகமானது! அதாவது அனல் பறக்கும் விலை! ஆறு பைசாவுக்கு விற்ற கோழிமுட்டை ஆனால், இங்கே ஒரு நல்ல ஓட்டல் கிடையாது. ஒரு டாக்டர் கிடையாது. மருந்துக்கடை கிடையாது. இதெல்லாம் இங்கே ஒரு விஷயமே இல்லை. அவ்வப்போது ஆட்கள் இறந்து கொண்டிருப்பார்கள், அவ்வளவுதான் !

எங்களுக்கு விசேஷமான ஒரு அதிர்ஷ்டம் வாய்த்திருந்தது.

எங்களின் அக்கம்பக்கங்களில் வாழும் ஹிந்துப் பெண்கள் அனைவருமே வைத்திய சாஸ்திரத்தில் நல்ல வல்லுநர்களாக இருந்தார்கள். பெண்கள் என்றால் எழுபது வயதிற்கு மேற்பட்டவர்கள். இதில் மாளுவின் அம்மாதான் தலைமை மருத்துவர். இந்தப் பெண்மணி மந்திரவாதம் செய்வதிலும் பாண்டித்தியம் உடையவர்.

இடது கையிலிருந்த குட்டிவீக்கம் இப்போது தாய்வீக்கமாக வளர்ந்திருந்தது. குத்தும் வேதனையும் – இவ்வளவும் இடதுசாரித் தகவல்கள்.

இதை எழுதும் வலது கையைச் சிகிச்சை செய்பவர் மற்றொருவர். எண்ணெய், தைலம், களிம்பு எல்லாமே செய்து பார்த்தாகிவிட்டன.

அப்படியிருக்கும்போது மாளுவின் அம்மாவின் பிள்ளைகளில் ஒருத்தியான கெளரி (வயது 46) சொன்னார் : இரட்டைக் குழந்தையாகப் பிறந்த ஒருவரை வைத்துத் தடவினால் போதும், சரியாகி விடும்.

ரெடி. வருகிறது, ஒரு இரட்டையிலொன்று. பத்தொன்பது வயது. பெண்ணா, ஆணா என்று சொல்ல விருப்பமில்லை. கொச்சுகாயிக்கரை சொன்னதைப் போல் மூன்று நாட்கள் என்றுதான் முதலில் நினைத்திருந்தேன். அது ஏழாகி, பிறகு பதினாலாக மாறியது. இருபத்தொன்றோ நாற்பத்திரண்டோ நாட்களுமாகலாம்போல் தோன்றியது. இந்த இரட்டை பெற்ற தடவல் முறை நான்கு மணிக்கு! அப்போது இடது காலின் பக்கத்தில் மாளுவின் தாயும் அமர்ந்திருப்பார். சில்லறை மந்திர உச்சாடனங்களுடன் நமது, தாய்வீக்கத்தின்மீது கோழித்தூவலால் ஏதோ ஒரு தைலத்தைப் புரட்டுவார். இந்த மாளுவின் அம்மாவுக்கு மாளுவைத் தவிர வேறும் எட்டுப் பிள்ளைகள் இருக்கிறார்கள். எனக்குத் தோன்றுகிறது, மாளுவாகத்தானிருக்கும் இந்த அம்மாவின் மாஸ்டர் பீஸ்.

கோழித் தூவலைப் பற்றிச் சொல்லும்போதுதான் ஒரு விஷயம் நினைவுக்கு வருகிறது. இப்போது என் மனைவி தினமும் எனக்கு நான்கு முட்டைகள் வீதம் தருகிறாள். இந்த முட்டைகளை எல்லாம் அவள் கோழிக்குஞ்சுகளாக்கி வழக்கமாகப் பருந்துக்குக் கொடுத்துக் கொண்டிருந்தாள். இப்போது எனக்குக் கோழி சூப்பும் தருகிறாள். இந்தப் பகுதிகளில் ‘முட்டை’ என்பது கெட்ட வார்த்தையாகப் பயன்படுகிறது. ‘மொட’ என்றுதான் சொல்ல வேண்டும்.

சரியாகச் சொல்வதானால் 'கோழி முட்டை' என்பதை 'கோயிமொட*' என்று சொல்ல வேண்டும். இதுதான் சுத்தமான பாஷை.

சரி, இடது காலிலும் வலது கையிலும் வலி. நடக்க ஏலாது. இருக்க ஏலாது. இப்படியிருக்கும் போதுதானே சில விசேஷச் சம்பவங்கள் நடக்கவேண்டும்? ஒருநாள் சாயங்கால நேரம். மழையில்லை. 'ஓகாஷ்வாணி கோழிக்கோடு'. கிராம போன் ரிக்கார்டுகளைப் போட்டு மீட்டிக் கொண்டிருந்தேன். எங்கள் வானொலி மிகத் தீவிரமாகப் பாடிக்கொண்டிருந்தது. வைத்திருப்பவர் தோழர் வீட்டம்மாள். சந்திரமண்டலம்வரை கேட்க வேண்டாமா? நான் வழக்கமாக மெதுவாகவே வைப்பேன். மனைவிக்கும் கேட்க வேண்டும். அவள் தையல் மிஷினில் எதையோ வைத்துக் கடகடா என்று தைத்துக் கொண்டிருந்தாள். தையல் மிஷினின் சத்தத்தையும் தாண்டிக் கேட்க வேண்டுமல்லவா பாட்டு.

இடையில் மற்றொன்றையும் சொல்லி விடுகிறேனே. என் மனைவி சமீபக் காலமாக ஒரு பெரிய தையல் கலைஞராகி வருகிறாள். இனி, சௌபாக்கியவதி சந்திரிகாவுக்கு ஜாக்கெட் போன்றவற்றை ஃபிரீயாகத் தைத்துத் தபாலில் அனுப்பலாம். அளவுகளும் துணிகளும் அனுப்பி வைக்கவேண்டும். அப்புறம் பாலனுக்கு அறிமுகமான பெண்களிடம் அளவுகளும் துணி களும் அனுப்பி வைக்கச் சொல்ல வேண்டும். நல்ல நல்ல ஜாக்கெட்டுகள். பிரேசியர்ஸ் எனப்படும் இங்கிலீஸ் முலைக் கச்சைகள் அனைத்துமே ஏ – ஒண்ணாக வெட்டித் தைத்து அனுப்பலாம். ஒவ்வொன்றுனுடனும் என் சார்பில் ஒரு முன்னுரையும்.

சரி, மனைவி தைத்துக் கொண்டிருக்கிறாள். ரேடியோ சத்தமாகப் பாடிக் கொண்டிருக்கிறது. நான் மெதுவாக எழுந்து சுவரைப் பிடித்தபடியே இழுத்து இழுத்து நடந்து கிழக்குப் பகுதியிலும் மேற்குப் பகுதியிலுமுள்ள முற்றத்து லைட்டுகளை எரிய வைத்தேன். கேட்டைப் பூட்டிவிட்டு வந்து அறை ஜன்னல்களை மூட வேண்டும். என்னுடைய மகள் வராந்தா வில் அமர்ந்தபடி படம் பார்த்துக் கொண்டிருந்தாள். சாதாரண மாக நான் இரவு நேரங்களில் வெளியே வரும்போது பிச்சு வாக்கத்தி (பார்கவி நிலையம் புகழ்)யைக் கையில் எடுத்துக் கொள்வேன். நாய்கள், நரிகள், பாம்புகள் போன்றவைகளுடன் சமர் செய்வதற்காக! கத்தியை எடுக்காமலேயே மெல்ல நடந்துபோய் கேட்டைப் பூட்டிவிட்டு வந்து ஜன்னல்களை

* கோயின்டெ மொட

வெளிப்பக்கமாக நின்று மூடிக்கொண்டிருந்தேன். கம்பிகள் நெருக்கமாக இருந்ததால் உள்ளேயிருந்து மூடுவதற்குச் சிரமமாக இருக்கும். அப்போது நான் மெதுவாக மேற்குப் பக்கம் நகர்ந்து வளைவு திரும்பும்போது எதிரில் நிற்கிறார் – ஒரு தோழர் நாகராஜா.

நான் அசையாமல் நின்றேன். பக்கத்திலெங்கும் கம்பு இல்லை. பாம்புகளை அடிப்பதற்கான பிரத்யேகத் தடி வீட்டுக்குள் இருக்கிறது. நான் வந்து அதை எடுத்துக் கொண்டு திரும்பி வரும்போது அது எங்கே போய் ஒளிந்து கொள்ளும் என்று தெரியாது.

நான் அங்கேயே நின்று மனைவியைக் கூப்பிடத் தொடங்கினேன். ரேடியோவின், தையல் மிஷினின் சத்தத்தையெல்லாம் கடந்து என் குரல் ஒலிக்க வேண்டுமல்லவா? நான், "எடியே, எடியே" என்று சத்தமாகக் கூப்பிட்டேன். பிறகு அதையே உக்கிரமான, ஆக்ரோசமான அழைப்பாக மாற்றினேன். பேப்பூர் பூராவும் அது கேட்டிருக்கும். நிறைய நாய்களும் குரைத்தன. எனது கூப்பாடுகளிலொன்று என் மனைவியின் காதுகளில் பட்டுவிட்டது. மின்சாரம் தாக்கி ஏதோ ஒரு அறையில் நான் விழுந்துகிடப்பதாக அவள் நினைத்திருக்கிறாள். பதற்றத்தில், தையல் மிஷினிலிருந்த ஊசி மூன்று தடவை அவளது விரலில் பட்டு நான்காவது தடவை ஒடிந்து விரலிலேயே தங்கிவிட்டது. விரலில் குத்தியிருந்த ஊசியுடன் அவள் ஒவ்வொரு அறையாகப் போய்த் தேடியிருக்கிறாள். திடீரென்று மகளும் அழத் தொடங்கிவிட்டாள். விரலில் ஊசியிருக்கும் விவரம் அதுவரை அவளுக்குத் தெரியாது. கடைசியில் மனைவியும் மகளுமாக என் பக்கத்தில் வந்தார்கள்.

இது எதுவும் தெரியாத நான் சொன்னேன்: "நீ போய் அந்தத் தடியை எடுத்துக் கொண்டு வா."

தடி வந்தது. வேதனையிருந்த வலது கையால் தோழர் நல்ல பாம்பை அடித்துக் கொன்றேன். அப்படியே தூக்கிக் கொண்டு போய்த் தொலைவில், தோட்டத்தில் தடியாலேயே ஒரு குழி தோண்டிப் பாம்பை அதில் அடக்கம் செய்து விட்டு வரும்போது மகள் சத்தமாக அழுது கொண்டிருக்கிறாள். அம்மா மயக்கம் போட்டுக் கீழே முற்றத்தில் விழுந்து கிடக்கிறாள். நான் அவளைத் தூக்கியெடுத்துக் கொண்டு நடந்தேன். இடது காலில் எங்கோ இரண்டு நரம்புகள் டபார் டபார் என்று ஒடிந்தது போலிருந்தது. (ஒடியவொன்றுமில்லை. இழுபட்டதால் அப்படித் தோன்றியிருக்கிறது.) வராந்தாவில் கொண்டுவந்து கிடத்தியபோதுதான் இரத்தம் வருவதையும்

ஊசியையும் கண்டேன். ஊசியைக் கடித்து உருவியெடுத்தேன். துணித் துண்டை எடுத்துக் கொண்டு வந்து இறுகக் கட்டினேன். "பரவாயில்லைடீ விடு. தையல் மிஷினில் ஒரு மோட்டாரை ஃபிட் செய்து விடுகிறேன். பிறகு, நீ மிதிக்கவெல்லாம் வேண்டாம்."

அப்போது என் மனைவி மயக்கம் தெளிந்தாள். கண்களைத் திறந்தாள். சிரிக்கவும் செய்தாள்.

இப்படியான காலத்தில், தாய்வீக்கம் பெரியம்மா வீக்கமாக மாறியதுடன் வலது கையிலுள்ள வேதனை, பிடரிப் பகுதிக்கு வியாபிக்கவும் செய்தது. பகல் நேரம், நான் சாய்வு நாற்காலியில் அமர்ந்திருந்தேன். வீங்கிய கால் ஸ்டூல் மீது. வேதனைக் கை செயரின் மீது.

நான் மகத்தான சோஷியலிசத்தைப் பற்றிச் சிந்தித்துக் கொண்டிருந்தேன். சோஷியலிசம் ஸ்டைலாக இருக்கிறது. இனிமேல் கதையெழுதினால் காசுதான் வேண்டுமென்றில்லை. ஒரு சிறுகதைக்குப் பிரதிபலனாக ஒரு மூடை அரிசி கிடைக்க வேண்டும். அல்லது ஒரு ஆடு, என்றெல்லாம் யோசித்துக் கொண்டிருக்கும்போது நமது இரண்டேக்கர் தோட்டத்தின் ஏதோ ஒரு மூலையிலிருந்து மனைவியின், மகளின் பயங்கரமான அலறலும் கூப்பாடும். "கொஞ்சம் இங்க வாங்களேன்" என்ற அட்டகாசக் குரலும். பிச்சுவாக் கத்தியையும் எடுத்துக் கொண்டு நான் பாய்ந்தேன். அங்கே சென்றபோது, சரிதான்! லேசான நீலநிறமுள்ள, அல்சேஷன் போன்ற ஒரு நரி, என் மனைவி, மகளின் தலைமையில் ஒரு கோழியைப் பிடிக்கப்போகிறது. நரியின் முகத்தில் ஒரு குறுநகை! ஆனால், என் தலையைப் பார்த்ததுதான் தாமதம், தோழர் நரி பாய்ந்தோடி வேலியைத் தாண்டிக் குதித்து மூங்கில் புதரினூடே காட்டில் மறைந்தது.

மனைவி சொன்னாள்: என்னைக் கண்டு அதுக்கு எந்தப் பயமுமே இல்லேங்குறேன். நம்ம சிவப்புப் பெட்டையைத் தூக்கிக் கொண்டு போயிருக்க வேண்டியது. அது என்ன கிறுக்குப் பிடிச்ச நரியா?"

நான் சொன்னேன் : அதுக்குப் பெரிய அளவுக்கெல்லாம் பைத்தியம்பிடிச்சிருக்க வாய்ப்பில்லை. அப்படியிருந்தால் என்னைப் பார்த்து ஓடியிருக்காது. அதுக்கு விஷயந்தெரியும். வழுக்கைத் தலையைத் தூக்கிக் கொண்டு நடக்கத் திராணியில்லாமலிருந்தாலும், வந்திருப்பவன் ஒரு ஆண்மகன் என்று.

மனைவி சொன்னாள் : "அது என்னைப் பார்த்த பிறகுகூடப் போடீங்குறதுபோலக் கோழியைப் போட்டுத் துரத்தினதை நினைச்சா ஆச்சரியமாத்தான் இருக்கு."

"இதிலெ ஆச்சரியப்படுறதுக்கெல்லாம் ஒண்ணும் இல்லடி," நான் சொன்னேன் : நீயும் உன் வமிசாவளியும் பெண் வர்க்கம். ஆயிரமாயிரம் வருடங்களாக நீங்கள் என்ன சொல்லிக் கொண்டு நடக்கிறீர்கள்? பெண்களுக்குச் சுதந்திர மில்லை! சம உரிமையில்லை! ஆண்கள், எங்களை அடிமை களாக்கிச் சமையல்கட்டுக்குள் அடைத்துப் போட்டிருக்கிறார்கள். ஆனால், அடியே, மை விழிக்காரியே, உங்களுக்கான சமஉரிமை யையும் சுதந்திரத்தையும் நாங்கள் பலயுகங்களுக்கு முன்பே அனுமதித்துவிட்டோம். உங்களுக்கான சம உரிமைகளையும் சுதந்திரத்தையும் அங்கீகரிக்க வேண்டியவர்கள் யாரெல்லாம் தெரியுமா? காக்கைகள், பருந்துகள், நாய்கள், நரிகள் போன்ற – எல்லோரும்தான். உங்களைப் போன்ற மாதர்குலம், சமர் செய்ய வேண்டியது இவர்களோடுதான். சுபம்!

அப்படியாக வீக்கமும் வேதனையும் அழகான இந்தக் கட்டத்திற்கு வந்து சேர்ந்திருக்கின்றன. இப்போது நான் இரண்டு ஸ்கிரீன் பிளே தயாரிக்க வேண்டும். இரண்டிற்குமே முன் பணம் வாங்கிவிட்டேன். இன்னும் தொடங்கவில்லை.

வீக்கம் லேசாகக் குறைந்திருக்கிறது; மாளுவின் அம்மா வுக்கு மகிழ்ச்சி. வேதனை லேசாக மட்டுப்பட்டிருக்கிறது; என் மனைவிக்கும் மகிழ்ச்சி. இரட்டைகளில் ஒன்றாகப் பிறந்ததற்கும் சந்தோசம். உப்புப் போட்டுக் கொதிக்க வைத்த நீரில் பெரியம்மா வீக்கம், கழுவி மெருகூட்டப்படுகிறது. அப்புறம், வெந்நீரில் குளிக்கும்போது வீக்கத்தை நல்லபடியாக சோப்புப் போட்டுக் கழுவ வேண்டும். துணி வைத்து நீரை ஒப்பியெடுத்து லேசாகப் பென்சிலின் ஆயின்மென்ட் புரட்ட வேண்டும். வீக்கம் இரவில் காணாமல் போகிறது. பகலில் மாளுவின் அம்மாவின் சிகிச்சை. வீக்கம் போடுகிறது. வாழ்க்கை இப்படியாகக் கழிந்து கொண்டிருக்கிறது. இதை எழுதும்போது காலில் வீக்கமில்லை. கையில் மட்டும் சிறு வேதனை. இவ்வளவையும் நான் எழுத நான்கைந்து மணி நேரம் பிடித்தது. விசேஷப் பதிப்பிற்கும் பாலனுக்கும் சந்திரிகாவுக்கும் பிள்ளைகளுக்கும் ஆரோக்கியமும் மங்கள மும் விழைய வாழ்த்துகிறேன். மிகவும் அதிகமாக அச்சுப் பிழை நேரும் கேரளத்தின் ஒரே வாரப் பத்திரிகை கௌமுதி என்று சொல்லிக்கொள்வதில் நான் மிக்க மகிழ்ச்சியடை கிறேன்.

தங்களது வயதான தகப்பனார் சி. கேசவனை விசாரித்த தாகச் சொல்லவும். நீண்ட காலம் ஆரோக்கியமாக அவர் வாழட்டும்.

நாங்கள் அனைவரும் நலம். இதுபோல் நீங்களும் – சரி, நேரமில்லை. உஷார்! மாளுவின் அம்மாவும் இரட்டை யரில் ஒருவரும் வருகிறார்கள். சுபம்!

பேப்பூர் **நலம் விழைய**
ஆகஸ்ட், 3 –1966 **– வாழ்த்துக்களுடன்**
வைக்கம் முகம்மது பஷீர்

N.B. : மாளுவின் அம்மா மந்தகாசச் சிரிப்புடன் கேட்கிறார்: "வீக்கம் குறையவில்லையா?"

"குறைந்துவிட்டது. இனி நமக்கு மருந்து வேண்டாம். மந்திரம் போதும்."

இரண்டிலொன்று இளநகையுடன் மெதுவாக: "வலி குறைந்திருக்கிறதா?"

நான் காதில் விழாததுபோல் அமர்ந்திருக்கிறேன்.

– பஷீர்

மந்திரப்பூனை

அன்பார்ந்த சந்திரசேகரன் நாயர்,

தந்திகள் இரண்டும் கிடைத்தன, புரிந்தது. மிஸ்டர் கிருஷ்ணசுவாமியிடம் எனக்கு ஃப்ளூ விட்டதற்குப் பின் வருகிற உடல் சோர்வு இருப்பதாகச் சொல்லலாம். கண்களில் அசௌகரியமிருக்கிறது. எனவே குங்குமம் விசேஷப் பதிப்பில் ஒரு விளம்பரம் கொடுத்து விடு.

– திரு. வைக்கம் முகம்மது பஷீரின் மந்திரப்பூனை எங்கள் பையிலிருக்கிறது. மியா ... வ் –

குங்குமம் அடுத்த இதழில் பாருங்கள். கண்களைத் திறந்தபடி பஷீர் உட்கார்ந்திருப்பார். ஸாரி, மந்திரப் பூனை உட்கார்ந்திருக்கும்.

விளம்பரத்தை உன்னுடைய வழவழா கொழகொழா மொழியில் இன்னும் சற்று நன்றாகக் காய்ச்சிவிடு. இன்று முதல் மந்திரப்பூனையைத் திருப்பியெழுதும் பணியில் தீவிரமாக இறங்கப் போகிறேன். உடனே, அதாவது திருப்பியெழுதி முடிந்த உடன் அனுப்பி வைக்கிறேன். விரைவாக வந்து சேர்ந்துவிடும் என்று நம்பும்படி நான் பணிவன்புடன் மிஸ்டர் கிருஷ்ணசுவாமியைக் கேட்டுக் கொள்கிறேன். மகிழ்ச்சியான ஒரு செய்தி: நான் இப்போது ஒரு இம்பீரியலிஸ்டும் கேபிடலிஸ்டுமாக மாறிக் கொண்டிருக்கிறேன். வேறு விசேஷங்கள் எதுவு மில்லை.

நான் நலம். நீயும் மிஸ்டர் கிருஷ்ணசுவாமியும், சந்திரன், ஆனந்தக்குறுப்பு எனும் பிராமணர்களும் நலம் என்று நம்புகிறேன்.

வைலாலில் ஹவுஸ்,
பேப்பூர்.

மகிழ்ச்சியுடன்
வைக்கம் முகம்மது பஷீர்

N.B. : மூட நாயரே, அதாவது இந்தக் கடிதத்தின் அர்த்தம் : இம்முறை குங்குமம் விசேஷப் பதிப்புக்கு என்னுடைய கதை வராது என்பதுதான். ஆனால், வரும். ஏனென்றால் அது சற்று நீளமுள்ளதாக இருப்பதால் பின்னால் வருகிறது. அடுத்தடுத்த இதழ்களில் வாசிக்கலாம் என்று நீ விளம்பரம் செய்யலாம். மூளையைப் பயன்படுத்துடா வைக்கம்.

பெண்களுக்கு மங்களம்

(*மைத்ரி*, 1966 நவம்பர்)

அன்புள்ள அஜித பவனம் லைலா,

மைத்ரி எனும் பெயரில் ஒரு மகளிருக்கான மாத இதழ் தொடங்கவிருக்கும் செய்தியை அறிந்ததில் மகிழ்ச்சி. *மைத்ரி*க்கும் சகலமான மகளிருக்கும் மங்களம் உண்டாவதாக! நான் இப்போது இரண்டு ஸ்கிரீன் ப்ளேயின் நடுவிலிருக்கிறேன். என்னைத் தொந்தரவு செய்வதற்கு ஆக மொத்தமிருக்கும் ஒரேயொரு மனைவியும், மகளும், கோழிகளும், பூனைகளும், அக்கம்பக்கத்திலுள்ள நூற்றுக்கணக்கான மாதர்குலமுமிருக்கிறார்கள். இருந்தாலும் நான் என்று சொல்லப்படுகிற இந்த வைக்கம் முகம்மது பஷீர் *மைத்ரி* பத்திரிகையாசிரியைக்கு ஒரு சிறுகதை அனுப்பி வைக்கிறேன். சற்று வயதாகிப்போன காரணத்தால் ஒருவேளை மறந்துவிடக்கூடும். புரிகிறதல்லவா? இருந்தாலும் மறக்காமல் அனுப்பிவிடுவேன். எச்சரிக்கை. பெண்கள் முன்னேறட்டும்.

பேப்பூர்,
1966, அக்டோபர் 20.

அன்புடன்
(ஒப்பம்)
வைக்கம் முகம்மது பஷீர்

கும்மியடியும் பஷீரும்

(மைத்ரி, 1967 பெப்ரவரி)

அன்புள்ள லைலா,

மைத்ரியின் விஷயத்தை நான் மறந்து போய்விடவில்லை. ஏதாவது வேடிக்கையாக எழுதியனுப்புகிறேன். ஒரு சிறு இடைவெளி கிடைக்கட்டும். நான் ஒரு அவசர வேலையில் இருக்கிறேன். இரண்டு ஸ்கிரீன் ப்ளே எழுத வேண்டும். கடவுள் கிருபையால் எழுதி முடித்துவிட்டேன். சின்னச்சின்ன மினுக்குப் பணிகள்தான் பாக்கியிருக்கின்றன. ஆனால் நான் இப்போது ஒரு பிரச்சனைக்குள் அகப்பட்டுவிட்டேன். ஒரு பூனை சம்பந்தமாக! ஒருவித சூடான முறைப்புகள்தான் எனக்கு இப்போது கிடைத்துக் கொண்டிருக்கின்றன. நான் அப்பாவி, நிரபராதி. எனக்காக வாதிட யாருமே இல்லை. இந்தப் பூனை தாவாவை உடனே எழுதியனுப்ப முயற்சி செய்கிறேன். மைத்ரி நன்றாக வந்து கொண்டிருக்கிறது. ஒவ்வொரு இதழும் அதிகமான மெருகுடன் வெளிவர வாழ்த்துகிறேன். கும்மியடி, வட்டக்களி, திருவாதிரைக்களி போன்ற நல்ல கலைநிகழ்ச்சிகளுக்கு விருது கொடுக்க வேண்டுமென்ற லைலாவின் கட்டுரையை வாசித்தேன். ஆனால், சிரிக்க வில்லை. அழவுமில்லை. ஆனால் எனக்குப் பயங்கரமான கோபம் வந்தது என்பதை மட்டும் சொல்லிவிடுகிறேன். அதற்கான காரணத்தையும் சொல்கிறேன்.

முன்னொரு காலத்தில், இந்தப் பிரபஞ்சத்தின் இளம் வயதில், நிலாவொளி வீசிய ஒரு இரவு நேரத்தில் பக்கத்திலிருந்த ஒரு வீட்டு முற்றத்தில் கும்மியடியோ திருவாதிரைக்களியோ எதுவோ நடந்து கொண்டிருந்தது. முற்றம் நிறையப் பெண்கள் நின்று உக்கிரமாக வட்டக் கும்மி கொட்டிப் பாடிக் கொண்டிருந்தார்கள். வானத்தி

லிருந்த தோழர் சந்திரன் மட்டும்தான் அங்கிருந்த ஆண். பிரபஞ்சம் முழுவதிலும் பெண்களே நிறைந்திருப்பதுபோல்! அந்த சபைக்கு இந்த நானும் சென்றேன். வட்டக்கும்மியைப் பார்ப்பதற்காக மட்டுமல்ல, அந்தக் கூட்டத்தில் என்னுடைய ஒரு பிரியத்திற்குரியவளுமிருந்தாள். அவளையும் ஒரு கண் பார்த்துவிடலாமே என்றும்தான். இந்த இரகசியம் வேறு யாருக்கும் தெரியாது. ஆனால் என் தலை வெளிச்சத்தைக் கண்டதும் விளையாட்டும் பாட்டும் கும்மியுமெல்லாம் – ஷடன் ஸ்டாப்! மட்டுமல்ல, முறைத்த பார்வைகளும் ஒரு அட்டகாசக் குரலும். குரலுக்குரியவள் உள்ளூரின் மிக முக்கியத் தாய்மார்களின் கூட்டத்திலிருந்த எனது உம்மா என்கிற அம்மாதான்.

"போடா இங்கிருந்து. வந்து நின்னுட்டான். போ, போ."

தாய்க்குலத்தின் தலைவியும் தடித்தவளுமான நங்ஙேலியம்மா சொன்னாள்:

"சே! நாணமில்லியா? ஆம்பிளைப்பிள்ளைங்களுக்கு இங்கே என்ன வேலை?"

சரி, சரி. ஆம்பிளைகளுக்கு வேலையில்லைதான். பெருத்த நிராசையுடன் அவமானப்பட்டுப் போய் இவன் திரும்பி வந்தான். ஆனால், இப்போது அஜித பவனம் லைலா சொல்கிறார் : அவர்களுக்கு அகாதெமி விருது கொடுக்க வேண்டுமாம். இப்படிச் சொல்வது நியாயம்தானா குழந்தை.

ஆணினத்தின் பேரால் காத்திரமாக ஒரு எதிர்ப்புக் குரல் எழுப்பலாமென்றுதான் நினைத்திருந்தேன். சரி, பிரச்சினையை ஒத்துத் தீர்ப்பாக்கிவிடலாம். அகாதெமி விருது அளிக்கப்பட வேண்டுமென்று சிபாரிசு செய்யலாம். ஆனால், ஒரு விஷயம். இதில் ஆண்களையும் சேர்த்துக் கொள்ள வேண்டும். கவிஞர்களையும். அப்படியாக ஆண் கவிஞர்களும் பெண் கவிஞர்களும் இடம்பெற்ற இரண்டு அணிகளாகச் சென்று அமெரிக்காவில் நிகழ்ச்சிகள் நடத்தட்டும். கொஞ்சம் டாலர் கிடைக்கும். மங்களம். அப்புறம் விசேடமாகச் சொல்லவேண்டிய மற்றொரு சேதி, திருமிகு பெரும்படவம் ஸ்ரீதரன் என்கிற கனவானைப் பற்றியது. அவர் *மைத்ரி*யில் என்னைப்பற்றி எழுதியிருந்த கட்டுரையை வாசித்ததும் என் முதுகு வலித்தது. பன்னிரண்டு இடங்களில் வலித்தது. ஒருவேளை அவர் பன்னிரண்டு அடி என்னை அடித்திருக்கலாம். உடனே எனக்கு சூப்பு குடிக்கவேண்டும். ஒத்தடமிடவேண்டும். இந்தத் தேவைகளுக்காக அரசாங்க நிதியிலிருந்து ஒரு அடிக்கு ரூபாய் பத்து வீதம் நூற்றிருபது ரூபாய் உடனே அனுப்பித் தரும்படி

சொல்ல வேண்டும். கண்ட கண்ட பெரும்படவன்கள் பஸ் நெரிசலினிடையில் என்னைத் தலையால் இடித்த விஷயத்தை நான் என் மனைவியிடம் சொல்லவில்லை. சொன்னேன் என்றால் பிரச்சினை தீவிரமாகிவிடும். இந்த பெரும்படவம் ஸ்ரீதரனின் 'அபயம்' என்கிற கதை ஒரு பத்திரிகையில் துண்டு துண்டாக வந்திருந்தது. அபயம் மிகவும் நல்ல கதையென்று என் மனைவி பலதடவை என்னிடம் சொன்னதுண்டு. அவள் அதை நிறைய பெண்களை வாசித்துப் பார்க்கவும் சிபாரிசு செய்தாள். பிரச்சினைகள் இப்படி இருக்கும் நிலையில் 'அபயத்' தின் படைப்பாளி அவளது அப்பாவிப் புருஷனைப் பன்னி ரண்டு தடவை அடித்தார் என்பதையறிந்தால் அபயம் வெறும் 'பொடை*' என்று சொல்லிவிடுவாள். காரண காரியங்களுடன் எடுத்துச் சொல்லி மற்ற பெண்களை நம்பவும் வைப்பாள்.

இப்படியெல்லாம் செய்யாமலிருக்க வேண்டுமென்றால் மேற்படி பெரும்படவம் ஸ்ரீதரன் நூற்றிருபது ரூபாயை உடனே எனக்கு அனுப்பித்தர வேண்டும். இல்லாத பட்சத்தில் பிரச்சினை தீவிரமடையும்.

மைத்ரிக்கும் அதன் ஆசிரியருக்கும் அனைத்துப் பெண்களுக் கும் மேலும் மேலும் அழகும் ஆரோக்கியமும் பெற மங்கள வாழ்த்துக்களுடன்

வைக்கம் முகம்மது பஷீர்

---

* உள்ளீடற்றது

ச.சே. நாயர்

(குங்குமம் ஓண விசேஷப் பதிப்பு)

அன்புள்ள ச.சே. நாயர்,

தாங்கள் பிரபஞ்சத்தின் ஒரேயொரு வைக்கமாக வாழ்ந்து கொண்டிருக்கிறீர்கள் அல்லவா? அங்கே வந்து தங்களின் விலாவில் இரண்டு வைக்கவேண்டும் போலிருக்கிறது. ஆனால், முதுமையின் இயல்பான சில அசௌகரியங்கள். அதாவது படுக்கையில் – எனவேதான் பதிலெழுதத் தாமதமானது. சந்திரன், ஆனந்தக்குறுப்பு போன்ற வீரசத்திரியர்கள் தங்களது விலாவைக் குறிவைத்து அரை டசன் குத்துவிட்டதாக அறிந்தால் குங்குமம் விசேஷப் பதிப்புக்கு ஏதாவது எழுதுவதற்கான தூண்டுதல் கிடைக்கும்.

நலம் விழைய வாழ்த்தும்

வைக்கம் முகம்மது பஷீர்

N.B : அடேய், நாயரே, ஏதாவது எழுதியனுப்புவதற்கு முயற்சி செய்கிறேன். சும்மா புலம்பாமல் இரு. சந்திரன், ஆனந்தக்குறுப்பு ஆகிய ஹரிஜனங்களை சத்திரியர் என்று குறிப்பிட்டதற்கு மன்னிக்கவும். நீ ஒன்றும் பள்ளிச்சானோ வட்டேக்காடனோ அல்ல. நீ சாட்சாத் கிரியத்து நாயர் தான்.

(விளம்பரம் முடிந்தது)

வைக்கம் முகம்மது பஷீர்

பத்திரிகைகள், பத்திரிகைகள்

அன்புள்ள குஞ்ஞிமங்கலம் தாமு,

தாமுவும் மற்ற நண்பர்களும் சேர்ந்து ஒரு வாரப் பத்திரிகை தொடங்கப்போவதாக அறிந்தேன். இதற்காக மகிழ்ச்சியடைவதா வருத்தப்படுவதா என்று எனக்குத் தெரியவில்லை. ஏனென்றால் ஆயிரக்கணக்கான என்று சொன்னால் வீடுதோறும் பத்திரிகைகள் வெளியிடுவது போல் தெரிகிறது. என் கண்ணில் பட்டவை அனைத்தும் கிட்டத்தட்ட ஒரே தரத்தைத்தான் கடைப்பிடித்துக் கொண்டிருக்கின்றன. சினிமா நடிகையோ அதுபோன்ற யாராவது ஒரு அழகிய பெண்ணின் சித்திரம். கூடவே இன்னும் பல நடிக நடிகையரின் சித்திரங்கள். அரு வருக்கச் செய்யும் கேள்விபதில்கள். நடிக நடிகையரின் விலாவாரியான நேர்முகங்காணல்கள். ஒரு பாலியல் அராஜகம்பற்றிய சிறுகதை. இதுபோன்ற ஒரு தொடர் கதை. மேலும் பல அசிங்கங்கள். இவற்றின் பெயர்கள் எல்லாமே கலாச்சார வெளியீடுகள்தான்.

இதை வாசிப்பவர்களுக்கு என்ன நன்மையிருக்கிறது?

தாமுவும் நண்பர்களும் சேர்ந்து தொடங்கவிருப்பது மலையாள சப்தம் அல்லவா? மலையாள... மக்களின் குரல்!

மலையாள சப்தம் நன்மையின் சப்தமாக அமையட்டும், என்று நான் வாழ்த்துகிறேன். தாமுவையும் நண்பர்களையும் இறைவன் அனுக்கிரகிப்பான். மலையாள சப்தத்தையும்.

நலம் விழைய வாழ்த்துக்களுடன்

: வைக்கம் முகம்மது பஷீர்

பைத்தியத்தில் சொர்க்கம்

அன்பார்ந்த நண்பருக்கு,

திரும்பவும் நான் ஒரு மனநோயாளியாக வல்லப் புழாஸ் மென்டல் சானிட்டோரியத்தில் சேர்க்கப் பட்டிருந்தேன். இதற்குமுன் குதிரை வட்டத்திலுள்ள பைத்தியக்கார ஆஸ்பத்திரியில் கிடந்ததுண்டு. குதிரை வட்டத்தில் ஆயிரத்துக்கும் அதிமான மனநோயாளிகள் இருக்கிறார்கள். போதுமான மருந்துகளும் மருத்துவர்களு மிருக்கிறார்கள். ஆனால், நோயாளிகள் தங்குவதற்குப் போதுமான இடவசதிகள் கிடையாது. அந்த இடத்தைச் சுத்தமாகவும் அழகாகவும் பராமரிப்பதற்குப் போதுமான ஆட்களில்லை, நோயாளிகள் தங்கியிருப்பது நூறு வருடங் கள் பழைமையான அறைகளில். அதில் வென்டிலேசன் வசதி கிடையாது. எல்லா அசிங்கங்களும் அங்கே நிறைந் திருக்கிறது. *Black-hole of calicut* என்று அதற்குப் பெயரிடலாம். நோயாளிகள் படுப்பதற்கான கோரைப் பாய்கள்கூடக் கிடையாது. கவனிக்க ஆளே இல்லை. அதாவது அமைச்சர்கள். அமைச்சர்கள் பதவியில் ஆண்டவன் அவர்களை நிரந்தரமாக அமர வைப்பானா?

அங்குள்ள மருத்துவர்களும் செவிலியர்களும் மற்றவர்களும் மிகுந்த மனிதாபிமானத்துடன் கவனிக் கிறார்கள்.

என்னுடைய வாழ்க்கையில் மிகவும் பயங்கரமான நாட்கள் நான் அங்கே தங்கியிருந்த காலம்தான். என்னு டைய ஆன்மா அழுதுவிட்டது.

திரு. என்.வி. கிருஷ்ணவாரியரின் உதவியால் – அதாவது இன்னும் பலரின் உதவி. எம்.டி. வாசுதேவன் நாயர், பட்டத்துவிளை கருணாகரன், கே.பி. கேசவ

மேனோன், புதுக்குடி பாலன், புனலூர் ராஜன் போன்றவர்களின் உதவியால் – அங்கேயிருந்து வெளிவர முடிந்தது. டாக்டர் சாந்தகுமாரிடமும் மற்றவர்களிடமும் நான் கொண்ட கடப்பாடு சொல்லித் தீர்க்க இயலாது.

வல்லப்புழை சானிட்டோரியம் சொர்க்கம். இருபது ஏக்கரில் ஒரு பூங்காவனம். அங்கே பதினாறு நாட்கள் தங்கியிருந்து முழு ஆரோக்கியத்துடன் ஆண்டவனின் கிருபையால் திரும்ப வீடு வந்து சேர்ந்திருக்கிறேன். சிகிச்சையை இன்னும் ஒரு மாதக் காலத்திற்குத் தொடர வேண்டும். இதெல்லாம் முடிந்த பிறகு நாம் 'பார்கவீ நிலைய'த்தை ஃபிலிம் நாதத்தில் வெளியிடலாம். இந்த விவரத்தை திரு. ஹம்சாவிடமும் அறிவித்து விடுங்கள். ஹம்சாவிடம் சினிமாக்காரர்களைச் சந்திப்பதற்கிடையே குதிரை வட்டம் பைத்தியக்கார ஆஸ்பத்திரியையும் சென்று பார்வையிடும்படி சொல்லுங்கள். அதைப்பற்றி எழுதுவதற்காக.

வேறு விசேஷங்கள் எதுவுமில்லை. கடவுள் அனுக்கிரகத்தால் நலம்.

பேப்பூர்
கோழிக்கோடு –15

இப்படிக்கு
வைக்கம் முகம்மது பஷீர்
16.07.1968.

பைத்திய ஆஸ்பத்திரி

அன்புள்ள ஹம்சா,

டைஃபாய்டு வந்து ரொம்ப மெலிந்து போய் விட்டதாக அறிந்தபோது வருத்தமாக இருந்தது. நன்றாக ஓய்வெடுக்கவும். சத்துள்ள ஆகாரங்கள் சாப்பிடவும். அல்லாஹு ஆரோக்கியமும் நலமும் தந்தருள்வானாக.

வைத்தியர் வல்லப்புழையின் இல்லத்திலிருந்து என் வீட்டிற்கு நலமாக வந்து சேர்ந்தேன். சிகிச்சைகள் முறைப் படி நடக்கின்றன. சிறிது காலம் தொடர்ந்து சிகிச்சையை மேற்கொள்ள வேண்டும்.

குதிரை வட்டத்திலுள்ள பைத்தியக்கார ஆஸ்பத்திரி யில் நான்கைந்து நாட்களிருந்தேன். வாழ்க்கையில் இந்த அளவுக்குத் துயரமான நாட்களை இதற்குமுன் அனுபவித் திருக்கிறேனா என்பது சந்தேகம்தான். அங்கே, கிட்டத் தட்ட ஆயிரம் நோயாளிகள் இருக்கிறார்கள். பைத் தியங்கள்! என்னையும் உங்களையும் போன்ற மனிதர்கள். அதில் பெண்களுமிருக்கிறார்கள். அந்த இடத்தை முழுவது மாகப் பார்க்க முடியவில்லை. பே வார்டு (கட்டணப் பிரிவு) பரவாயில்லாமலிருக்கும் என்று சொல்கிறார்கள். பணக்காரர்களைத் தவிர மற்ற நோயாளிகளுக்குப் படுக்கப் பாய்கூட இல்லை. போர்த்திக்கொள்ளப் போர்வை கிடையாது. இவர்களும் மனிதர்கள்தான் என்ற உணர்வு இருந்திருக்க வேண்டும். மருந்து கிடைக்கும். டாக்டர் களும் நர்சுகளும் நல்லவர்கள்தான். அரசாங்கத்தின் கவனம் அந்த நிறுவனத்தின்மீது பதியவேண்டும். அதற் காகவே உங்களை அந்த இடத்திற்குச் சென்று பார்வை யிடும்படி சொன்னேன். நூறு வருடங்களுக்கு முன்னால் கட்டப்பட்ட இருட்டறைகளில்தான் நோயாளிகள் தங்க வைக்கப்பட்டிருக்கிறார்கள். அதில் பலர்

இறந்துவிடுவார்கள். சுகாதாரமில்லை. நர்சுகள். (ஆண்கள் குறைவு) இந்த விஷயங்களை எல்லாம் நீங்கள் கவனத்தில் கொண்டு பத்திரிகையில் எழுத வேண்டும்.

நான் ஏதோ வாழ்கிறேன். என்னையும் என் குடும்பத்தையும் அல்லா பாதுகாத்துவிட்டான். ரசூலுல்லாவையும் ரிஃபாயிஷெய்கையும் ஷெய்குமுஹ்யித்தீனையும் அழைத்து அட்டகாசம் செய்துகொண்டிருந்தேன். யா ஷெய்குயா முஹ்யித்தீன், யா அஹ்மதுல் கபீர் ரிஃபாயி..! இதுதான் அட்டகாச அழைப்பு. இப்போது எல்லாமே சாந்தமாகிவிட்டன. பைத்தியம் பிடித்த என்னை மற்றவர்கள் குரு என்று அழைக்கும் போது அவமானத்தால் அப்படியே குன்றிப் போய்விடுகிறேன்.

ஓணம் விசேஷப் பதிப்பிற்குக் கடிதம் எழுதி அனுப்புகிறேன். அப்போது ஞாபகப்படுத்திவிடுங்கள். இங்கே நாங்கள் அனைவரும் சுகம். நீங்களும் குடும்பத்தார்களும் நலமுடன் வாழப் பிரார்த்திக்கிறேன்.

தங்களன்புள்ள
வைக்கம் முகம்மது பஷீர்.
பேப்பூர், கோழிக்கோடு -15
24.07.1968

N.B. : கோழிக்கோட்டுக்கு வரும்போது பேப்பூருக்கு வாருங்கள்

– பஷீர்

மரணம்

அன்புள்ள லைலா,

லைலாவையும் சொந்தபந்தங்களையும் உலகிலுள்ள அனைத்து உயிர்களையும் ஆண்டவன் அனுக்கிரகிப்பானாக!

நான் சௌக்கியமாக வாழ்ந்துகொண்டிருக்கிறேன். மேலும் வாழ விரும்புகிறேன்... இதுவரை எனக்கு வாழ்வதில் விருப்பமில்லாமலேயே இருந்தது. ஆசைகள் எதுவுமில்லாமலுமிருந்தேன். இப்போது ஆசைகளின் சில அரும்புகள் முளைவிட்டிருக்கின்றன. ஆனால், மரணம் எந்த நிமிடத்தில் நிகழுமென்று தெரியவில்லை. அதைத் தெரிந்துகொள்ள விரும்பவுமில்லை. வரும்போது வரட்டும்!

அப்போதும் எனக்கு மரணத்தையேற்றுக் கொள்வதில் விருப்பமில்லாமல் இருக்கலாம். எனக்கு வந்த வியாதி, பைத்தியம்! மிகத் தீவிரமான பைத்தியம்தான். அதிலிருந்து நானும், எனது மகளும், மனைவியும் மற்றுள்ளவர்களும் எப்படியோ தப்பித்துவிட்டோம். நடுச்சாமத்திற்குப் பிறகு, அதாவது மணி ஒன்றிருக்குமென்று நினைக்கிறேன். விசாலமான தோட்டத்தில், தனியாக இருக்கும் இந்த வீட்டிலுள்ள எல்லா விளக்குகளையும் எரியவிட்டுவிட்டு லங்கோடு மட்டும் கட்டியபடி இரண்டு கைகளிலும் இரண்டு பிச்சுவாக்கத்திகளுடன் நான் வராந்தாவில் நின்று பயங்கரமாக அலறுகிறேன்.

இல்லாத சிலவற்றுடன் யுத்தம் செய்துகொண்டிருக்கிறேன். வீட்டிலிருந்தவர்கள் பதற்றத்துடனும் உயிர்ப் பயத்துடனும் விழுந்தடித்துக்கொண்டு கேட்டுவழியாகவும் வேலியேறிக் குதித்தும் இரத்தம் சொட்டச்சொட்டத்

தப்பியோடிவிட்டார்கள். தோட்டத்தைச் சுற்றியும், இடை வழிகளிலும் ஆட்கள் கூடி நின்றிருந்தார்கள். ஆனால், இந்தப் பிரபஞ்சத்தில் தனித்து நான் மட்டும் நின்றிருந்தேன்.

இதுதான் உண்மையும்கூட! எப்போதுமே நான் தனிமைப் பட்டவன்தான். இருந்தாலும் இந்த உலகத்தில் வாழும் ஒரு உயிர். விசேஷமான அறிவிருப்பதாகச் சொல்லப்படும் ஒரு மனிதன். அனைத்தையுமே நான் அறிய முற்பட்டேன். நட்சத்திரக் குடும்பங்களைப் பற்றியும் அனைத்துப் பிரபஞ்சங் களைப் பற்றியும். சூரிய சந்திராதிகள், நட்சத்திரக்கோடிகள். ஜனனம்! மரணம்! பிறப்பின் நோக்கம் என்ன? மரணத்திற் கான தேவை என்ன? பிரபஞ்சங்களும், அனைத்துவகையான ஜீவராசிகளும் எப்படி உற்பத்தியாயின? மரணம் ஒன்றுதான் நிஜமா? மரணத்திற்குப் பிந்தைய ஒரு வாழ்க்கை இருக்கிறதா?

மானுட மனப்பிரமையின் உற்பத்திதானா கடவுள்?

ஆனால், கடவுளை மனிதனின் மாயக் கற்பனையாக நான் பார்க்கவில்லை. இறைவன் இருக்கிறான். அல்லாஹ் என்றோ ஹுதா என்றோ சர்வேஸ்வரன் என்றோ காட் என்றோ எந்தப் பெயரில் குறிப்பிடப்பட்டாலும் அல்லாஹு இருக்கிறான். மனிதகுலம் இந்த உலகில் உருவாவதற்கு முன்பும் இப்போதும், இனி மனித வர்க்கம் இந்த உலகத்துடன் சேர்ந்து அழிந்தபின்னும் சர்வேஸ்வரன் இருப்பான். உலகங்களையும் ஜீவஜாலங்களையும் சிருஷ்டித்த இறைவன் ஒருவன் இருக்கிறான்.

கடவுள் எப்படி உருவானான்? நன்மைகளையும் தீமை களையும் சிருஷ்டித்தது யார்? இவைதான் என் வாழ்க்கையின் பிரச்சினைகள். ஆனால், சிறு உயிர். பெரிய தேடல். இதனி டையே பல கோடி நட்சத்திரங்களும் எண்ணிறந்த சூரிய சந்திரர்களும் அண்டப்பெருவெளியும் ஆழ்கடலும் . . . அனைத் துலகங்களும் சர்வமான உயிர் ஜீவன்களும் . . .

அற்பப்புத்தியால் ஆழ்ந்துணர இயலாத பெரும் பிரச்சினை. உள்ளங்கையிலிருக்கும் சிறு மலரின் அழகைக் கண்டு ஆனந்தம் கொள்ள இயலாத நான் . . . அற்புதங்களுக்கெல்லாம் பேரற்புத மான மகாசாகரத்தை நீந்திக் கடந்துவிட . . . வேண்டாம்! வேண்டாம்! எனக்கு அறிவு தேவை இல்லை . . ! ஏதாவதொரு விலங்கினமாக வாழ்ந்து தீர்த்து விட்டாலே போதும். ஏதாவ தொரு பறவையாக அல்லது ஒரு விருட்சமாக வாழ்ந்தால் போதும். புல்பூண்டாக வாழ்ந்தால்கூடப் போதும். ஒரு சிறு மலராக வாழ்ந்தால் போதும்.

வேடிக்கையாகவே தோன்றுகிறது.

மலர்கள், பூமியின் புன்னகை. இதைச் சொன்னது யார்? நானேதான் ... மலராக மாறவேண்டாம். ஊர்ந்து செல்லும் ஒரு உயிரினமாகவோ தவளையாகவோ எலியாகவோ, ஈயாகவோ எறும்பாகவோ மாறினால் போதும். அதுகூட வேண்டாம். வெறுமொரு சிலந்திக் கூடாக மாறினால்கூடப் போதும்.

ஆனால், மனிதனாகப் பிறந்துவிட்டேன். என்ன செய்ய முடியும்? ஒரு துறவியாக மாறி வாழ்க்கையை முடித்துக் கொள்ளலாம் என்ற ஆசையிருந்தது. அது, இயலாமல் போய் விட்டது. சஞ்சாரியாகத் திரிந்து கடைசியில் எழுத்தாளனாக மாறினேன். ஆனால் எதைப்பற்றியுமே தீர்க்கமான ஞானம் சித்திக்கவில்லை. அனுபவங்களும் யோசனைகளும் மட்டும் தான் சொத்து.

எல்லா மனவோட்டங்களும் ... நன்மையும் தீமையும் ... தீமைகளில் எதை முக்கியமாகச் சொல்கிறேன் என்று கேட்கிறீர்களா?– மது அருந்துவது.

மதுவின் வாசமோ சுவையோ எதுவுமே எனக்குப் பிடிப்ப தில்லை. இருந்தாலும் சுயஉணர்வை இழக்கும்வரை குடித்தேன். இதன் தொடக்கத்தை ஆராய்ந்தால் மோசமான எல்லாப் பழக்கங்களையும்போல் நண்பர்களின் அறிவுறுத்தல்தான் காரணம்.

குடித்துவிட்டு நான் இதுவரை எதுவுமே எழுதியதில்லை. மது போதையின் மோசமான கடைசி அம்சம்வரை என்னிட மிருந்து விலகி, உடலும் மனதும் மூளையும் சுத்தமான பிறகு தான் என்னால் எழுத முடிந்திருக்கிறது. ஒரு வேடிக்கைக் காகவே நான் மது குடிக்கப் பழகினேன். பிறகு சுய உணர்வை இழக்கும்வரை குடிக்கத் தொடங்கினேன். எனக்குப் பைத்தியம் பிடிப்பதற்கான முக்கியக் காரணமே குடிப்பழக்கம்தான். மதுவருந்துவதைப்பற்றி நிறையச் சொல்லவேண்டும். கடிதம் இப்போதே நீண்டு போய்விட்டது. லைலா இதை, '*மைத்ரி*யில் பிரசுரம் செய்யலாம். ஒரு நல்ல கதையெழுதி அனுப்பலாமென் றால் தோதுப்படவில்லை. நேரமுமில்லை. நான், சிகிச்சையில் இருக்கிறேன். எண்ணெய், துளசி நீரில் மருந்தும் வெண்ணெயும் சூரணங்கள், நஸ்யம்*, கண்ணில் மருந்திடுவது, குளியல், மன அமைதிக்கான கூட்டு மூலிகைச் சிகிச்சைகள் ... இப்படி யாகப் போகிறது சிகிச்சைகள். வானம் இருண்டு மூடி மழை பெய்து கொண்டேயிருக்கும் இந்த நேரத்தில் குளிரில் விறைத்துப் போயிருந்தாலும்கூடத் தினமும் இரண்டு முறை குளித்துவிட

---

* மூக்கினூடே செய்யும் மருத்துவம்

வேண்டும். நஸ்யமும் கண்ணில் மருந்திடுவதும் அணுகுண்டு சிகிச்சைகளாகும்.

குளிர் வீரியம் மிகுந்த மருந்து எண்ணெயைத் தேய்த்து தலையைக் குளிரச் செய்த அரைமணி நேரத்தில் நஸ்யம் வரும். இதுவும் தினம் இரண்டு வேளை. காலையிலும் சாயுங் காலமும். நஸ்யம் எடுத்துக்கொள்வதற்கு முன் ஒரு மனப் பதற்றமும் நடுக்கமும் என்னைப் பீடிப்பதுண்டு.

யா அர்ரஹ்முர் ராஹிமீன், என்று மெதுவாகச் சொல்லி விட்டுப் பிரபஞ்ச சக்தி அனைத்தையும் மனத்தினுள் ஆவாகித்து, இயங்கிக்கொண்டிருக்கும் இந்த பூமியின் மறுபுற இருளையும் நட்சத்திரங்களையும் உணர்வில் கொண்டு ... நான் மல்லாந்து படுத்திருப்பேன். பதற்றம். இறந்துவிடப் போவது போன்ற மனப் பீதி. பலாமர இலை புனல்போலாக்கி மூக்கின் வலதுபுறத் துவாரத்தில் செருகப்பட்டிருக்கும். அது சரிந்து விழாமல் நான் வலதுகையால் பிடித்துக் கொள்வேன். மனதில் பதற்றம் நிறைந்திருக்கும். மூக்கினூடே நுழையப்போவது சுத்த மான இஞ்சி, மற்றும் சிறிய வெங்காயத்தின் சாறு வகைகள், துளசி நீர், வசம்பை அரைத்துக் கலந்த நீர், வெள்ளை அமல் பொரி (வேரின் மேல் தோல் அரைத்தது), கூடவே ஒரு குளிகையை உரசிக் கலந்து எல்லாவற்றையும் சேர்த்த பச்சை நிறத்திலான ஒரு திரவம், ஒரு ஸ்பூன் நிறையப் புனலினூடே மூக்கில் ஊற்றப்படும். பிறகு பலமாக ஃப்பூ என்று ஊதப்படும். திரவம் தலையின் உட்பகுதியான ஆகாயச் சரிவிலிருக்கும் விலாப்புற நட்சத்திரங்களைச் சுட்டெரித்துவிட்டு இடது மூக்கினூடே வெளியே பாயும். (இப்படி ஊதுபவருக்கு லேசான லங் பவர் வேண்டும். ஹ்ும்!) வலது மூக்கில் ஊற்றியதுபோல் இடது மூக்கிலும். தலையின் உட்பாகம் முழுவதும் எரிந்து முகம் புகைந்து மூச்சு வாங்கியபடியே நான் எழுந்திருப்பேன். சாகவில்லை! ஆச்சரியம்தான்! நான் மூக்கைச் சீந்திச் சீந்திச் சீந்திச் சீந்திக்கொண்டே நிற்கும்போது யாராவது வந்து கைகளில் தண்ணீர் ஊற்றித் தருவார்கள். (கண்களிலும் இந்தத் திரவம் பட்டிருக்கும்.) நான் முகத்தைக் கழுவிவிட்டுச் சாய்வு நாற்காலியில் வந்தமர்வேன். தொடர்ந்து, கண்ணுக்கு மருந்து.

நல்ல சுத்தமான பழுத்த நல்லமிளகும் மற்றும் காரமுள்ள பொருட்களும் சேர்த்து அரைத்துக் கலக்கிய குளிகை. சிவப்பு நிறத்தில் நீளமாக இருக்கும் இதில் ஒரு துண்டை ஒடித்து, முலைப்பாலோ, நீரோ சேர்த்துக் குளிகை உரசும் பாத்திரத் தில் வைத்து உரசிக் கலக்கப்படும். நான், தண்ணீரில்தான்

கலப்பேன். இதை இரண்டு சுண்டு விரல்களில் சிறிது எடுத்து கண்களைத் திறந்து வைத்துக்கொண்டு நானே போட்டுக்கொள் வேன். சுலபமான வேலைதான். யார் வேண்டுமானாலும் செய்யலாம். ஆனால், கண்களைத் திறக்கவே முடியாது. யாராவது கையைப் பிடித்துக் குளியலறைக்குக் கூட்டிக்கொண்டு போய் அங்கே தயாராக வைத்திருக்கும் நீரை மொண்டு தலையில் ஊற்றத் தொடங்கிய பிறகு லேசாகக் கண்களைத் திறக்கலாம்போல் தோன்றும். ஆனால் நான் அதுவரை காத்திருப்பதில்லை. கண்களில் மருந்து தீட்டியபிறகு இரண்டு நிமிடம் கண்களை அப்படியே மூடிக்கொண்டு அமர்ந்திருப் பேன். பிறகு, "யா அர்ரஹ்முர் ராஹிமீன்" என்று சொல்லி விட்டு சர்வ சக்தியையும் திரட்டிக்கொண்டு கண்களைத் திறப்பேன். திறந்தே வைத்திருப்பேன். பிறகு "நீதானா பிரபஞ்சம்?" என்று சிறு அகம்பாவத்துடன் எதிரிலிருக்கும் செடிகளையும், மரங்களையும், மனிதர்களையும் பார்ப்பேன். அப்போது எரிச்சல்களின், புகைச்சல்களின் மாபெரும் கொடுங்காற்று. எந்த கொடுங்காற்றும் மெல்ல மெல்லச் சாந்தமடையுமல்லவா? பிறகு, விசாலமாக ஒரு குளியல். (பல் விளக்குவது போன்ற வேலைகளை அதிகாலை 4.30க்கு முடித்துவிடுவேன். வழக்கமாக அதற்குப் பிறகு தூங்குவதில்லை.) குளித்த பிறகு மானசமித்ரம் அரைத்துக் கலந்து குடிக்க வேண்டும். தொடர்ந்து சாயா, பலகாரம். கூடவே ஒரு கசப்பான சூரணம். எல்லா மருந்துகளுமே கசப்பின் குறுகல்தான். பன்னிரண்டு வேப்பிலைகளை அதிகாலையில் ருசித்துத் தின்பேன். கசப்பும் ஒரு ருசிதான் என்பதை நம்மில் அதிகம் பேரும் புரிந்துகொள்ளவில்லை என்றே தோன்றுகிறது. இருட்டும் ஒரு சுகம்தான் என்பதுபோல். பயங்கரமான இருளில்...

எண்ணெய் தேய்ப்பது முதல் காலையிலுள்ள சாயாக்குடி வரையிலான நேரத்தில்தான் இவ்வளவையும் எழுதினேன். எண்ணெய், நஸ்யம், கண் மருந்து போன்றவைகள் காகிதத்தில் பட்டுவிடாமலிருக்க நான் கவனம் செலுத்தியிருக்கிறேன். இதைத் தபாலில் சேர்ப்பதற்கான நேரம் கிடைக்குமென்று எனக்கு நம்பிக்கையில்லை. அல்லாஹ்வின் கஜானாவில் மட்டுமே நேரமிருக்கிறது. முடிவில்லாத நேரம். அது நம்மிட மில்லை.

கோழிக்கோடு
19.8.1968

வாழ்த்துக்களுடன்,
வைக்கம் முகம்மது பஷீர்

மிஸ் விஜயாம்பிக ஷீலாகாம்பி*

வைக்கம் முகம்மது பஷீர்
வைலாலில் ஹவுஸ்
பேப்பூர்

அன்புள்ள காம்பிசேரி,

ஜொலிக்கிறது தெரியுமா? *சினிரமா!* இனியும் பிரகாசிக்குமென்பதில் எனக்கு நல்ல நம்பிக்கை இருக்கிறது. *சினிரமா* திரைப்படம் சம்பந்தமான வெளியீடுகளின் ராணியாகத் திகழட்டும் என்று வாழ்த்துகிறேன். இதை முதலிலேயே எழுதியனுப்ப இயலவில்லை. ஒரு மராமத்து வேலையிருந்தது. எங்க உப்பப்பாவுக்கொரு ஆனையிருந்தது! இதன் திரைக்கதை வசனம்: கிட்டத்தட்ட ஒரு வருடமாகிறது, தொடங்கி! இதை இவ்வளவு காலமாகியும் எழுதி முடிக்காமலிருப்பதற்கான காரணம், கண்மணி பிலிம்சார்தான். பாபுவும், ராமு காரியாத்தும். வசனமெழுதுவதற்காக அவர்கள் என்னைப் பல இடங்களுக்குக் கூட்டிக்கொண்டு போய்த் தங்க வைத்தார்கள் – எரணாகுளம், திருச்சூர், வெலிங்டன் ஐலாண்ட், பீச், மதறாஸ். “நாங்கள் பிரபஞ்ச சஞ்சாரம் செய்யக் கிளம்புகிறோம். உங்களுக்கு இங்கே எல்லா ஏற்பாடுகளும் செய்யப்பட்டிருக்கின்றன. நீங்கள் உட்கார்ந்து எழுதுங்கள். நாங்கள் வந்த உடனே சூட்டிங்கைத் தொடங்கிவிட வேண்டும். ஜாக்கிரதை” என்று உபதேசம் செய்துவிட்டுப் போய்விட்டார்கள். அன்புள்ள காம்பிசேரி, பாபுவும் ராமுவுமில்லாமல் எனக்கு எப்படி இன்ஸ்ப்ரேஷன் கிடைக்கும்? பிரபஞ்சமல்லவா அவர்களது சுற்றுலாவின் இலக்கு? நான் நினைத்துக் கொண்டேன். ஐந்தோ எட்டோ பத்தோ

---

* பேப்பூர் சுல்தானின் பிறக்கவிருக்கும் மகளின் பெயர்

வருடங்களுக்குப் பிறகுதான் திரும்பி வருவார்களாக இருக்கும். நான் பேப்பூருக்கே திரும்ப வந்துவிட்டேன். ஆனால், பாபுவும் ராமுவும் சடார் என்று உலகத்தைச் சுற்றிவிட்டுத் திரும்பி வந்துவிட்டார்கள். சரியான உலகந்தான் போலிருக்கிறது. சரி, அப்புறம் என்ன விசேஷங்கள்? நம்ம மனைவிக்கு மீண்டும் கர்ப்பம்.

திரைப்பட வசனம் சிறிதளவுகூடத் தயாராகவில்லை. பாபுவும் காரியாத்தும் கோபப்படத் தொடங்கினார்கள்:

"முதலில் பணத்தையெல்லாம் வாங்கிவிட்டு தூங்கிக் கொண்டா இருக்கிறீர்கள்? என்ன விளையாடுகிறீர்களா?"

நான் சொன்னேன் : "நீங்கள் வருத்தப்படவோ கோபப் படவோ தேவையே இல்லை. ஸ்கிரீன் பிளேயை உடனே எழுதி முடித்துவிடுவேன். மலையாளத் திரைப்படத்தின் அத்தர் களல்லவா நீங்கள்? உங்களுக்கு நான் ஒரு வெகுமதி தரவிருக் கிறேன்."

"என்ன வெகுமதி?"

நான் சொன்னேன் : "என் மனைவி கர்ப்பமாக இருக்கிறாள்."

"இருக்கட்டும். அதுக்கு நாங்க என்ன செய்யணும்?"

"திரைப்பட வசனத்திற்கான கூலியை அதிகமாக ஒன்றும் கேட்கமாட்டேன்."

"வேறு என்னதான் வேணும் சொல்லுங்கள்?"

"சொல்கிறேன். மனைவி குட்டிபோடும்போது பார்ப்போம். அது ஆணாக இருந்தால் உங்கள் இரண்டு பேருடைய பெயர் களையும் வைப்பேன். நீங்கள் மாதமொன்றுக்கு நூறு ரூபாய் வீதம் எனக்குத் தரவேண்டும். என் மரணத்திற்குப் பிறகும் நீங்களோ உங்களது வாரிசுகளோ மாதந்தோறும் அந்தத் தொகையை என் மனைவிக்கும் பிள்ளைகளுக்கும் தவறாமல் கொடுத்துவர வேண்டும் சம்மதம்தானா?"

"என்ன பெயர் வைக்கப் போகிறீர்கள்?"

"உங்கள் பெயர்கள்தான்." நான் சொன்னேன்.

"காரியாத் பாபு."

அவர்களுக்கு மகிழ்ச்சிதான். இந்த ஒப்பந்தத்திற்கு அவர்கள் சம்மதித்தும் விட்டார்கள். அன்புள்ள காம்பிசேரி, நாம் உயிரோ டிருக்கும்போதே மனைவிக்கும் மக்களுக்கும் உண்டானதைச் செய்துவிட வேண்டும் அல்லவா? நாம் திடீரென்று சுருண்டு

விட்டால்கூட அவர்களது வாழ்க்கை பாதுகாப்பாக அமைந் திருக்க வேண்டும். ஓரளவு மன அமைதியுடன் திரைக்கதை வசனத்தை உற்சாகத்துடன் எழுதத் தொடங்கியிருக்கிறேன். புத்தகத்தைவிடவும் திரைக்கதை வசனம் நன்றாக இருக்கும். சரி, காம்பிசேரி, அங்கே உங்களுக்கு அவசர வேலையொண்ணு மில்லையே? நாம் ஒரு பந்தயம் கட்டுவோமா? என் மனைவி போடப்போகும் குட்டி, ஆணா, பெண்ணா? நீங்கள் எந்தத் தரப்பு? பத்து ரூபாய் பந்தயம். நான் தயார். அந்த காட்டாக் கடை திவாகரனிடமும் சொல்லுங்கள். அந்தப் பையன் கேரளம் முழுவதும் சும்மா வெட்டியாகச் சுற்றிக்கொண்டு தானே திரிகிறான். ஒரு பிசினஸ் செய்ததுபோலவுமிருக்கும். நல்ல விஷயம்தான்! சுறுசுறுப்புடன் பணியாற்ற வேண்டும். ஒன்றேகால் சதவீதம் உங்களுக்கும் கமிஷன் கிடைக்கும். ஒரு பத்தாயிரம் ரூபாயை நீங்கள் இரண்டுபேருமாக வசூல் செய்யவேண்டும். ஒவ்வொரு ஆயிரம் சேர்ந்த உடன் எனக்கு மணியார்டர் செய்து விடுங்கள். கமிஷனை நான் அனுப்பி விடுவேன். இதை வாசிப்பதற்கிடையில் உங்களுக்கு வேறொரு ஐடியா தோன்றியதா?

மனைவி போடும் குட்டி மீண்டும் பெண்ணாகவே இருந் தால் என்ன பெயர் சூட்டலாம்? எனக்கு சினிமா நடிகை களின் பெயரைச் சூட்டவே விருப்பம். அம்பிகா, ஷீலா, விஜயா நல்ல பெண்மணிகள். நல்ல நடிகைகளும் கூட! எனக்கு இவர்களை ரொம்பப் பிடிக்கும். எனவே, அவர் களுக்கு மரியாதை செலுத்த வேண்டும். ஷீலாவும் அம்பிகா வும், விஜயாவும் மாதந்தோறும் நூறு ரூபாய் அனுப்பி வைக்க வேண்டும். (காம்பிசேரிக்கல்ல, எனக்கு.) மகளின் பெயர்: மிஸஸ் ஷீலாம்பிக விஜயா.

பரவாயில்லை போல் தோன்றுகிறதா? காம்பிசேரி என்ன சொல்கிறீர்கள்? ஓ..! அதுசரி. உங்களுக்கு மரியாதை செய்ய வில்லை. நியாயம்தான். நீங்களும் மாதந்தோறும் நூறு ரூபாய் அனுப்பி வைத்து விடுங்கள். முன்பணம் தேவையில்லை. (ஷீலாவும் அம்பிகாவும் விஜயாவும் ஒரு வருடத்திற்கான முன்பணத்தை முதலிலேயே அனுப்பிவிடுவது நல்லது.) காம்பிசேரியின் பெயரையும் சேர்த்து, மகளின் பெயர்: விஜயாம்பிகஷீலாகாம்பி.

பிரமாதமாக இருக்கிறது, அல்லவா? சரி, பேசிக்கொண் டிருக்க நேரமில்லை, காம்பிசேரி. இதோ, ராமுவின் கடிதம் வந்து விழுந்திருக்கிறது. *Script* எவ்வளவுவரை வந்திருக்கிறது? சீக்கிரமாக எப்படியாவது முடிந்துவிடும்போல் தோன்றுகிறதா?

ஆர். காரியாத்

தோன்றுகிறது. சீக்கிரமாக முடிந்துவிடும். சும்மா அடங்கி ஒரு இடத்தில் இரு! காம்பிசேரி, தாங்களும் மனைவி மக்களும் ஜனயுகமும், *சினிரமாவும்* ஆரோக்கியத்துடனும் அழகுடனும் வாழ்ந்து வெற்றிகள் பல அடையப் பிரார்த்தனைகளுடன்,

பேப்பூர்   தங்களது,
16.2.1970   வைக்கம் முகம்மது பஷீர்

N.B.: மனைவி இரட்டைக் குழந்தை பிரசவிக்கும் அறிகுறிகள் தெரிகின்றன. நல்லதுதான்! எங்கள் வீட்டிலுள்ள பசுவும் கர்ப்பமாக இருக்கிறது. அது, குட்டி போட்டு ஆணாக இருந்தால் தர்ம வகையில் அதைக் 'காட்டாக்கடை' என்று கூப்பிடலாம். அப்புறம் நமது சினிரமாவில் நடிகர் நடிகைகள் தொடர்ந்து எழுதவிருப்பதை அறிந்ததில் மிகவும் மகிழ்ச்சி. அவர்கள், எதையாவது எழுதிப் படிக்கட்டும். யாராவது எழுதிக்கொடுத்த வசனங்களை எவ்வளவு காலம்தான் பேசிக்கொண்டிருப்பார்கள்? மங்களம்! புதிதாக ஒரு ஐடியா உருவாகியிருக்கிறது. ஸ்டைலான ஆசீர்வாதம்; சினிமா வெளியீடுகளின் ராஜாவும் ராணியும் அரண்மனையாகவும் மாறட்டும் – *சினிரமா.*

இப்படிக்கு,
காரியாத் பாபு, விஜயாம்பிக ஷீலாகாம்பி,
ஆகியோரின் தகப்பனாகிய
தங்களின், வைக்கம் முகம்மது பஷீர்

ஒரு முஸல்மானும் இரண்டு கிரியத்து நாயர்களும்

அன்புள்ள நந்தகுமார்,

வலதுகை அசைக்க முடியாமலாகிவிட்டது. தசைப் பகுதிகளில் வலியுமிருக்கிறது. எனவேதான் கடிதத்திற்குப் பதில் அனுப்பவில்லை. சிகிச்சை பலமாக நடந்துகொண்டிருக்கிறது. இப்போது சிறு ஆசுவாசமேற்பட்டிருக்கிறது.

*'யாத்ரா'*வை முழுவதுமாகப் புரட்டிப் பார்த்தேன். நன்றாக வந்திருக்கிறது.

இரண்டு நாயர்கள் வீட்டில் வந்திருந்து சாமக்கோழி கூவுவதுவரை அட்டகாசம் செய்துவிட்டு 'மனைவி அவசர அவசரமாகச் சாயா போடப் படித்திருப்பார் அல்லவா?' என்று குத்திப்பேசி ஆட்சேபித்திருப்பதை எப்படிச் சகித்துக் கொள்ளமுடியும்? இதற்கான பதிலை இங்கே பக்கத்திலிருக்கும் நாயர்களோடு (நாயகுலப் பெண்டிரோடும்) பேசிக்கொள்கிறேன்.

நந்தனும் ஆர்ட்டிஸ்ட் ராகவன் நாயரும் நல்ல கிரியத்து நாயர்கள்தானா? அல்லது ஏதாவது வட்டேக்காடர்களா?

நர்மதா விசேஷப் பதிப்பில் வந்த எனது படம் . . . ஆண்டவா, அதை எப்படிச் சகித்துக் கொள்ள முடியும்? அந்த ஆர்ட்டிஸ்ட் ராகவன் நாயரின் படத்தை நான் வரைந்தால் அவரது டாக்டர் மனைவி பொறுத்துக் கொள்வாரா?

நந்தனுக்கும் மனைவிக்கும் சின்ன நாயர்களுக்கும் *யாத்ரா*வுக்கும் நலம் விழையப் பிரார்த்தனைகளுடன்,

வைக்கம் முகம்மது பஷீர்

நன்மைகளின்பால் ஆர்வத்தைத் துளிர்விடச் செய்யுங்கள்.

(மலையாள மனோரமா விசேஷப் பதிப்பு)

தலைமுறைகளின் இடைவெளி – இலக்கியத்தில் எனும் அச்சடிக்கப்பட்ட கேள்விக்கணைகள் கிடைத்தன. கேள்விகளுக்கு அமைதியாகப் பதில் சொல்வதற்கான சூழ்நிலைகள் மிகக்குறைவு. நான் இங்கே தனிமையாக இல்லை. வீடும் குடும்பமுமாக வாழ்கிறேன். நிறைய சிரமங்கள். மனதில் அமைதியில்லை. இரண்டு பிள்ளைகள் இருக்கிறார்கள்.

முன்பு, கதையெழுதுபவனாக, தனியாக வாழ்ந்த நீண்டகாலம், அப்போது நிறைய எழுதினேன். இரவும் பகலுமாக எழுதினேன்.

இன்று பொறுப்புகளின், சிரமங்களின் மத்தியில் எதுவாக இருந்தாலும் கேள்விகளுக்கு மெல்லப் பதில் சொல்வதற்கு முயற்சி செய்கிறேன்.

எல்லாக் காலக்கட்டங்களையும் பிரதிநிதித்துவம் செய்கிறார்

கடந்துபோன காலக்கட்டத்தைப் பிரதிநிதித்துவப்படுத்திய பெரும்படைப்பாளிகளை நவீனத்துவ எழுத்து முறைகள் பின் தள்ளிவிட்டன என்பது இன்றைய தலைமுறையிலுள்ள சிலரது அபிப்பிராயம். அல்லது, நம்பிக்கை. இது எந்த அளவுக்குச் சரி?

இனி, நான் இங்கே அதிகமான கேள்விகளை உருவாக்கியெடுக்க விரும்பவில்லை. ஒவ்வொன்றுக்கும்

தொடர்ந்து பதிலை மட்டுமே சொல்லிவிட நினைக்கிறேன். கடந்துபோன காலத்தை மட்டுமே பிரதிநிதித்துவம் செய்வதாகச் சொல்வது இருக்கட்டும். உயிரோடிருக்கும் அவர்கள் அனைவருமே இப்போதும் கலைப் படைப்புகளை உருவாக்கிக் கொண்டுதானிருக்கிறார்கள். அவையனைத்தும் புத்தகங்களாக வெளிவரவும் செய்கின்றன. ஆட்கள் அவற்றைக் காசு கொடுத்து வாங்கி வாசிக்கவும் செய்கிறார்கள். பெரும் படைப்பாளிகள், வாழும் காலத்தைத்தான் அதிகமாகப் பிரதிபலிக்கிறார்கள். அதில் ஓரளவுவரை கடந்த காலங்கள் பற்றியும் எழுதுகிறார்கள். இது தவறாகுமா?

பெரிய படைப்பாளி அல்ல என்றாலும் நான் எல்லாக் காலக்கட்டங்களையும் பிரதிநிதித்துவப்படுத்தவே முயற்சித்திருக்கிறேன்.

நவீனத்துவச் சிந்தனை முறைகள் என்று தாங்கள் குறிப்பிடுவது எதை? இலக்கியத்தில் மாதவிடாய்க் குருதி, நினைவிலி மனம் போன்ற விஷயங்களாக இருக்கலாம். சில படைப்பாளிகள் மாதவிடாய்க் குருதியை நிறையவே கையாள்கிறார்கள். அவர்களது வீரத்தையும் அருவருப்பின்மையையும் நான் வாழ்த்துகிறேன்.

எனக்கு மாதவிடாய்க் குருதியின் அருகில் செல்லவோ கையாளவோ தைரியமில்லை. அருவருப்பு இருப்பதாகவே கருதிக்கொள்ளும்படி வேண்டிக்கொள்கிறேன். லட்சோபலட்சம் வருடங்களுக்கு முன்பு பூமியில் சிருஷ்டிக்கப்பட்ட ஆதிப் பெண்மணியான ஹவ்வாவுக்குமிருந்தது மாதமுறை. அதை ஆதி ஆணாகிய ஆதம் எடுத்துக் கையாண்டதாக எந்த குறிப்புமில்லை. அதற்குப் பிறகு யுக யுகாந்திரங்களாக, கோடானுகோடிப் பெண்கள் இந்த பூமியில் பிறந்திருக்கிறார்கள். இப்போதும் பிறந்து கொண்டிருக்கிறார்கள். இவர்கள் அனைவருக்குமே மாதச் சுழற்சியேற்படுகிறது. வெகு சில இலக்கியவாதிகள் மட்டுமே இவர்களது மாதவிடாய்க் குருதியை எடுத்துக் கையாள்கிறார்கள். இதற்காக நாம் அவர்களுக்கு வாழ்த்துத் தெரிவிக்கலாம். சில படைப்பாளிகள் என்று தாங்கள் குறிப்பிட்டிருப்பவர்கள், பின் நவீனவாதிகள் என்று சொல்லிக்கொள்பவர்களை என்றே கருதுகிறேன். அவர்களது படைப்பிலுள்ள அணுகுண்டுகளல்லவா மாதவிடாய்க் குருதி. அதை வெல்லக்கூடிய வகையில் ஒரு ஹைட்ரஜன் குண்டைக் கண்டுபிடித்துக் கதையில் பொருத்திவிட வேண்டும். நான் யோசித்தேன். நிறைய யோசித்தேன். இரவும் பகலுமாக யோசித்தேன். மாதவிடாய்க் குருதியைவிட அதிர்ச்சி தரக்கூடிய ஒரு அம்சம் என்ன இருக்கிறது? ஆதிப் பெண்மணி

யான ஹவ்வா தொடங்கி எல்லாப் பெண்களுக்கும் இருந்து வருவதான ஒன்றாகவுமிருக்கவேண்டும். அப்படியான என் ஆழ்ந்த சிந்தனையில் உருவான ஒரு ஹைட்ரஜன் குண்டை ஒரு கதையில் பொருத்தினேன். அந்தக் கதையின் பெயர் 'பர்ர்ர்.'

போலச் சொல்லுதலின் மயக்கம்

தொடர்ந்து மயக்கம் குறித்த சிறு காவியமொன்றையும் எழுதினேன். அதோடு பின் நவீனத்துவவாதிகளில் சிலர் என்னை ஆச்சாரியான் என்றும் குரு என்றும் அழைக்கத் தொடங்கினார்கள். மட்டுமல்ல, பின் நவீனத்துவவாதிகளினி டையில் எனக்கும் ஒரு இருக்கை போட்டுத் தந்தார்கள். ஆனால், நான் அதில் இருக்கவில்லை. எனக்கு, கள்ளு, கஞ்சா, சாராயம் போன்றவைகளின் வாசமும் சுவையும் பிடித்த மில்லை. நீங்களெல்லாம் பிறப்பதற்கு முன்பே நான் இவற்றை உபயோகித்தவன்தான். சரஸ், கஞ்சா, பாங்க், அபின், மது வகைகள் போன்றவற்றை நான் சேவித்ததுண்டு, இதன்மூலம் எனக்கு புதிய அறிவோ, வெளிச்சமோ எதுவும் கிடைக்க வில்லை. கிடைத்தவை அனைத்துமே அறுதப் பழசுகள். போதை மருந்துகளையும் மதுவகைகளையும் மனிதர்கள் விலக்க வேண்டும். இல்லையென்றால் ஆரோக்கியத்தை இழந்து அகால மரணமடைய வேண்டியதாகிவிடும். யாராவது இவற்றைப் பயன்படுத்துவார்கள் என்றார் தாராளமாகச் செய்துகொள் ளட்டும். மக்கள் தொகையைக் கட்டுப்படுத்துவதற்கு இதுவும் ஒரு மார்க்கம்தான்.

அப்புறம் மரணத்துடன் எல்லாமே முடிவுக்கு வந்து விடும். ஆகவே உயிருடனிருக்கும்போதே அனுபவித்துவிட வேண்டும். மதுவும் போதை வஸ்துக்களும் அனுப்பவிப்பதற் கானவைதான். இவ்விதமான கருதுகோள்கள் கதைகளிலும் கவிதைகளிலும் வந்துகொண்டேயிருக்கின்றன. வரட்டும், பரவா யில்லை. இதற்கெதிரான மாற்றுக் கருத்துகளும் இருக்கின் றனவே. மனிதன், உன்னதமான படைப்புச் சக்தி கொண்டவன். அவனுக்கு ஆன்மா இருக்கிறது. மரணத்திற்குப் பிந்திய வாழ்க்கை யிருக்கிறது. அனைத்துக்கும் மேலாக ஆண்டவன் இருக்கிறான். இதைச் சிலர் மறுக்கிறார்கள். இந்த மறுதலிப்பை முன்வைத்து, இலக்கியங்கள் படைக்கிறார்கள். இவையெல்லாம் அனாதி காலந்தொட்டே நிகழ்ந்துகொண்டிருப்பவைதான். யாருமே புதிதாகக் கண்டுபிடித்த நவீனக் கருத்தியல்களில்லை இவை. இந்தியாவிலுமிருந்தன. ஐரோப்பிய நாடுகளிலிருந்து கதைகள் வாயிலாகவும் மற்றுமெல்லாம் வந்து சேர்ந்தவைகளும் இருக்

கின்றன. போலச் சொல்லுதலின் மயக்கம் பொதுவாகவே நமக்கு அதிகம்தான். எதற்காக ஒன்றை அதைப் போலச் சொல்லவேண்டும்.

கிருதா வைப்பதை எடுத்துக்கொள்ளுங்கள். தொத்துநோய் போல் அது படர்ந்து வியாபித்துக்கொண்டே இருக்கிறது. கிருதாவை வளர்த்துக் கொள்வதால் என்ன உபயோகமிருக்கப் போகிறது? அழகு அதிகமாகிறதா? பயங்கரமாகக் கிருதா வைத்திருக்கும் ஒரு பிரபலமான திரைப்பட இயக்குநரிடம் கேட்டேன். இவர், பின் நவீனத்துவ எழுத்தாளர்களின் சார்பு மனோபாவியும்கூட! அவர், வீராவேசமாகச் சொன்னார்! "கிருதா பின் நவீனத்துவ மனிதர்களின் குறியீடாக இருக்கிறது."

ரோம மதங்கள்

ரொம்ப மகிழ்ச்சி. நான் யோசித்துப் பார்த்தேன். ஒரு ஐம்பது வருடங்களுக்கு முன் ஐரோப்பாவில் தோழர் கன்ன மயிர், ஆண்களின் முகங்களை அலங்கரித்துக்கொண்டிருந்தார். அவர் சைட்பேன்ட்ஸ் என்ற அழகிய திருநாமத்தால் அழைக்கப் பட்டார். பத்து ஐம்பது வருடங்களுக்கு முன்பிருந்த அமெரிக்க ஜனாதிபதிகளின் புகைப்படங்களைப் பார்த்தால் இந்தக் கிருதாவெனும் பின் நவீனக் குறியீட்டைக் காணமுடியும். சிறு காலக்கட்டத்திற்குப் பின்னோக்கிப் பார்த்தால் – ஒரு இரண்டு மூன்றாயிரம் வருடங்கள் – அப்போது இந்த பின் நவீனத்துவக் குறிப்பான்கள் யூதர்களின் கன்னங்களிலிருந்ததைக் காணமுடியும். கிருதா, இன்றும்கூட யூதர்களின் ஒரு மதாச்சாரத் தேவையாக இருக்கிறது.

அப்படியென்றால் கிருதாதாரிகளாகிய பின் நவீனத்துவ வாதிகள் எந்த இடத்தில் நின்றுகொண்டிருக்கிறார்கள்?

ரோம மதங்கள்

நீங்கள் கேள்விப்பட்டதுண்டா? பல மதத்தினர்களும் மயிர்களால் பலவிதமான அப்பியாசங்களை மேற்கொண்டிருக் கிறார்கள். நான் இதை 'மாந்திரீகப் பூனை' எனும் கதையில் பொருத்திவைக்கவும் செய்திருந்தேன். சுபம்! விஷயம் என்ன வென்றால் அனீஷ்பஷீர் ஒரு ஆட்டுக்குட்டியுடன் என் பக்கத்தில் வந்தான். நான் கேட்டேன்:

"மோனே, ம்மா என்ன செய்யிறா?"

அவன் சொன்னான்:

"ஆடு."

அதாவது, உம்மா ஆட்டைப் பரிபாலனை செய்துகொண்டிருக்கிறாளாம்.

"இந்த ஆட்டுக்குட்டியோட பேரென்னடா மோனே?"

"ஜெயா."

ஜெயா, அம்மிணி, ஷீலா, ஷீஜா, மணி, பேபிலதா, சத்யபாமா, சரோஜினி, கௌசல்யா, மாலதி இப்படித்தான் முஸ்லிம் ஆடுகளுக்குப் பெயரிட்டிருக்கிறோம். முஸ்லிம் ஆடுகளுக்கு இந்துப் பெயர்களைச் சூட்டியிருப்பதுகூட ஒரு புரட்சிதான், மகனையும் ஜெயாவையும் சேர்த்து எடுத்துக் கொண்டுபோய் ஆடுகள் நிற்குமிடத்தில் அவனது உம்மாவின் பக்கத்தில் நிறுத்தினேன். இரண்டு பலா மரத்திலும் பச்சிலைகள் தீர்ந்து கொண்டிருந்தன. அதற்கென்ன. என் ரோஜாச் செடிகள் இருக்கிறதல்லவா?

நான் சொன்னேன்:

"மலைபோல வளர்ந்த உன் ஆடுகளெல்லாம் என் ரோஜாச் செடிகளை நாசமாக்குது. நான் எல்லாத்தையும் வெட்டித் துண்டுதுண்டாக்கி பிரியாணி போட்டுடுவேன்."

"இதெல்லாம் என்ன பேச்சுங்குறேன்? இதிலெ உள்ள பாலெல்லாம்தானே கெட்டி கெட்டியாகச் சாயாபோட்டுக் குடிக்கிறீங்கா?"

"அப்பிடீன்னா நீ போய்ச் சாயா போடு." என்று சொல்லி விட்டுத் திரும்பும்போது உச்சத்தில் இங்குலாப் கோஷம் கேட்டது. கேட்டின் அருகில் சியாவுத்தீன் அகமது. பயங்கரமான இங்குலாப் சத்தம் ரோட்டில் கேட்கிறது. ஹைஸ்கூல் மாணவர்களும் ஊர்வலத்தில் போகிறார்கள் எங்கே போகிறார்களோ என்னமோ?"

எதிர்காலப் பயங்கரம்

சியாவுத்தீன் அகமது ஒரு அரபி பண்டிதர். அரேபியாவில், மதீனா யூனிவர்சிட்டியில் அரபியில் உயர் கல்வி கற்றவர். அவர், பால்யகால சகியை அரபியில் மொழிமாற்றம் செய்து மக்காவிலுள்ள ஒரு பத்திரிகைக்கு அனுப்பவிருக்கிறார். எனது அனுமதிக்காக வந்திருக்கிறார். அவர் சொன்னார்:

"பள்ளிக்கூடத்திலே படிக்கிற பிள்ளைங்க பெஞ்சுகளையும் செயர்களையும் உடைச்செறிஞ்சிட்டு ஊர்வலம் போறாங்க. வழிகளிலிருக்கிற கடைகள் மேலயும் கல்லெறிறாங்க. பையன்

களுக்கு யார் மீதும் பயமில்லை. இவங்களை உற்சாகப்படுத்திச் சீரழிக்கிறது அரசியல் தலைவர்கள்தான். நம்ம எதிர்காலம் எவ்வளவு பயங்கரமாகப் போயிட்டிருக்கு. அரேபியாவுலே பள்ளிக்கூடங்களும் கல்லூரிகளுமெல்லாம் இருக்கு. அங்கே போராட்டமில்லை. வேலை நிறுத்தமில்லை. ஒழுங்கோடும் அமைதியாகவும் வாழுறாங்க. லட்சக்கணக்கிலெ முதலீடு செய்யப்பட்டிருக்கிற கடைகளிலெ சிலநேரங்களில் பொறுப் பாளர்கள்கூட இருக்கமாட்டாங்க, யாருமே புகுந்து திருடுற தில்லை. திருடினால் கையை வெட்டிடுவாங்க. கொலை செய்பவ னின் தலையை உடலிலிருந்து வேறுபடுத்திடுவாங்க. அங்கே இந்தமாதிரி இங்குலாப் கோஷங்களெதுவுமே கிடையாது."

"கம்யூனிஸ்ட் ரஷ்யாவிலேயும் சீனாவிலேயும் மாணவர் போராட்டங்களும் வேலை நிறுத்தங்களும் நடக்குதா என்ன?"

"இல்லைன்னுதான் கேள்விப்பட்டிருக்கேன்." சியாவுத்தீ னுக்கு ஒரு தம்ளர் சாயா கொடுத்து நானும் ஒரு தம்ளர் சாயா குடித்தேன். பிறகு அனுமதிக் கடிதத்தில் கையொப்ப மிட்டுக் கொடுத்தேன். அவர் கிளம்பினார். நான் ஒரு சிகரெட் டைப் பற்றவைத்து ஆழ்ந்து ஒருமுறை இழுத்துப் புகைவிட் டேன்.

நவீனத்துவம்.

பின் நவீனத்துவம்.

இரண்டுமே இன்றுகள். அனேகக்கோடி நவீனத்துவங்களும் பின் நவீனத்துவங்களும் கொண்ட இன்றுகள் நேற்றுவரை வந்து போயிருக்கின்றன. ஒவ்வொரு இன்றுமே பின் நவீனக் கூறுகள் கொண்டதுதான். ஆயிர வருடங்களுக்குப் பின்னரும் பின் நவீனத்துவ இன்றுகள் வரும். ஆயிர வருடங்களுக்குப் பிந்தைய மனிதர்களின் நிலை என்ன? அன்று நாம் யாருமே இருக்கமாட்டோம். நமது இந்தப் பெயரும் இந்த பின் நவீனத் துவமும் படைப்புகளுமெல்லாம் கால மயக்கத்தில் ஆழ்ந்து போகும்.

பின் நவீன மனிதன்

அதெல்லாம் போகட்டும். மானுடச் சமூகம் இந்தச் சிறு பூமியில் உருவாகி லட்சோப லட்சம் வருடங்கள் கடந்துவிட்டன. இங்கே என்னவெல்லாமோ நிகழ்ந்திருக்கிறது. பற்பல மதங்கள் உருவாயிற்று. அனேகவகையான நவீனமயமாக்கல்கள் நிகழ்ந் துள்ளன. இவற்றில் பலவும் பெயரளவில் மட்டுமே மிச்சமாயின. தாராளமாக மயிரிருப்பவர்கள் அதை வைத்துப் பல்வேறு

சாகசங்களை நிகழ்த்திக்காட்ட முடியும். அதை நவீனமென்றோ பின் நவீனமென்றோ சொல்லிக்கொள்ளவும் செய்யலாம். இன்று தலைமயிரை நீளமாக வளர்த்து எண்ணெய் தேய்த்துச் சீவாமல் பஞ்சடையும் பேனும் பிடித்து நாற்றம் வீசும் இளை ஞர்கள் பின் நவீன மானுடவர்க்கமாக நடக்கிறார்கள் அல்லவா? இவர்களுடைய தலைகளின் எதிர்காலம் என்ன வாகும் என்று நினைக்கும்போது எனக்குச் சிரிப்புதான் வரும். முன்பு, ஒரு நாற்பது வருடங்களுக்கு முன் நான் ஒரு பின் நவீன இளைஞனாகிவிட முயற்சிசெய்தேன். அன்று முஸ்லிம் சமுதாயத்திலுள்ள ஆண்கள் அனைவரும் தலைமயிரை மழுங்கச் சிரைத்துச் சிறு தாடியும் வைத்திருந்தார்கள். இதுதான் இஸ்லாமியக் கோலம். முடிவளர்த்துவது கூடாது. இந்த விதி விலக்கு எங்கிருந்து உருவானது? இஸ்லாம் முடியிலா பலம் பெற்று நிற்கிறது? ஆண்களுக்கு முடி விலக்கப்பட்டதென்றால் இறைவன் அவர்களுக்கு எதற்கு முடியைக் கொடுத்தான்? பெண்களின் முகத்தில் முடியைப் படைக்காதிருந்ததைப் போல் ஆண்களின்தலையிலும் படைக்காமலிருந்திருப்பான் அல்லவா? முடிவளர்ப்பது, இஸ்லாத்தில் மறுக்கப்படவில்லை. அதை அழகாகவும் சுத்தமாகவும் வைத்திருக்க வேண்டும். நான் முடி வளர்த்து கிராப் செய்து கொண்டேன். வானம் தகர்ந்து விழுந்துவிட்டது! அதாவது, குடும்பத்தார்களும் சுற்றமும் முக்கியஸ்தர்களும் கொதித்தெழுந்தார்கள். என் வாப்பா மட்டும் எதுவுமே சொல்லவில்லை. மற்றவர்கள் வெகுண் டெழுந்து குரல்கொடுத்தார்கள். என்னை இஸ்லாத்திலிருந்து வெளியே தள்ள வேண்டும்.

தள்ளிக்கோ!

இஸ்லாத்தைத் தகர்க்க அனுமதியோம். பலம்பிரயோகித்து மயிர் மழிப்போம்.

நியாயமான விஷயம். அப்போது என்னிடம் ஒன்பது அங்குல நீளமும் நல்ல கூர்மையும் பளபளப்புமுள்ள முழு யோக்கியதையான ஒரு பிச்சுவாக்கத்தியிருந்தது. நான் கத்தியைத் தூக்கிக் காட்டிச் சொன்னேன்:

“சுலபமாகச் சாகத் தயாராக இருக்கும் சிங்கங்கள் என் மயிரைச் சிரைக்கும் கத்தியுடன் ஒவ்வொருவராக முன் வரலாம். எச்சரிக்கிறேன்.” அப்படி யாராவது முன் வந்திருந்தால் வெறும் ஒரு பிடி மயிருக்காக நான் அவர்களது உயிரை எடுத்திருப் பேனா? எதையும் உறுதியாகச் சொல்ல முடியவில்லை. எதுவாயினும், யாரும் என் மயிரை மழிப்பதற்கு முன்வரவில்லை. கிராப் செய்யப்பட்ட தலைமுடியுடன் பின் நவீன மனிதனாக

நான் அப்படியே திரிந்தேன். முடியில் எண்ணெய் தேய்ப்ப தில்லை. பஞ்சடை பிடித்த தலையுடன் இன்றைய பின் நவீனர் களைப்போல் நான் அன்று நடந்தேன். ஆனால், தினந்தோறும் குளித்துவிடுவேன். எனவே பெரிய அளவிலான துர்நாற்றமெதுவு மில்லை. ஆனால், பேன் மட்டும் நிறைய இருந்தது. பயங்கர மான கடி! சொறிந்தபடியும் அழுத்தியபடியும் என் காலம் அப்படியே நகர்ந்துகொண்டிருந்தது. பறட்டை முடி. கவனிப்பது மில்லை. கொஞ்சங்கொஞ்சமாக முடி உதிரத் தொடங்கியது. அப்படியாக அதிகத் தாமதமில்லாமல் ஃப்ளாஷ் வழுக்கை யானது.

இன்றைய எனது பின் நவீனம் சார்ந்த நம்பிக்கை, முடியை நீட்டி வளர்க்கும் ஆண்கள் பிற்போக்குவாதிகள்; இடைத் தரகர்கள். பின் நவீனத்துவவாதிகள் என்று சொல்லிக்கொள்ளும் அருகதை படைத்தவர்கள் வழுக்கைத் தலையர்கள் மட்டுந் தான். சுபம்!

ஸாரி, சுபமாகவில்லை. இன்னும் சிலவற்றைச் சொல்ல வேண்டியதிருக்கிறது.

எழுதி எழுதிச் சிந்தித்தேன்

இலக்கியத்தில் தலைமுறைகளின் இடைவெளி . . . மொழி வளமடைகிறது. புத்தம் புதிய அறிவுகள் கிடைக்கின்றன. புதிய புதிய அர்த்தப்பாடுகள் உருவாகின்றன. அதாவது மனிதனால் உற்பத்தி செய்யப்படுகின்றன. கூடவே சட்ட விதிகளுமியற்றப் படுகின்றன. புதிய வாழ்க்கை வசதிகள் உருவாகின்றன. சில, பழைமையடைகின்றன. சில, அழிந்துபோய்விடுகின்றன. அப்போது அதில் சில நேரங்களில் தலைமுறைகளின் மெல்லிய இடைவெளியும் ஏற்படலாம்.

எதற்காக எழுத வேண்டும்? அதைச் சிந்திக்கவே இல்லை. எழுதத் தொடங்கினேன். எதை எழுதுவது என்ற நோக்கமு மிருக்கவில்லை. தோன்றுவதை எழுதினேன். எதை எழுதலாம் என்ற யாருடைய அறிவுரையும் இல்லாமல் எழுதினேன். அப்படி எழுதியெழுதிச் சிந்திக்கத் தொடங்கினேன். அனுபவங் களைப் பதிவு செய்யத் தொடங்கினேன். நிறைய கஷ்டங்களை அனுபவித்தேன். நிறைய பட்டினிக் கிடந்தேன். ஏராளமான துயரங்களை அனுபவித்தேன். எழுத்தாளனாக மாறியதில் திருப்திதானா?

வாழ்க்கையில் பெரிய ஆசைகள் எதுவுமில்லை என்பதால் திருப்தியென்றே சொல்லலாம். மலையாளம் ஒரு சிறு மொழி. சிறிய ஒரு வட்டம்தான். எழுதுவதன் மூலம் கிடைக்கும்

வருமானம் குறைவாக இருக்கலாம். இருந்தாலும் சிரமப் பட்டாவது வாழமுடிகிறது. எழுதுவதைத் தவிர வேறு வேலை யெதுவுமில்லை. இதிலிருந்து கிடைக்கும் வருமானம் மட்டுந்தான்.

மானுடச் சமூகத்துக்கு நான் சொல்வதற்கு என்ன இருக் கிறது. விசேஷமாக எதுவும் சொல்லவுமில்லை. சிறு அறிதல். பெரிய அனுபவங்கள். சிறு கற்பனை. இவற்றை வைத்துப் பல கதைகளின் வாயிலாகச் சின்னச் சின்ன விஷயங்கள் பலவற்றைச் சொல்ல முயற்சித்தேன்.

படைப்பாளிக்குச் சமூகப்பொறுப்பு எதுவும் இருக்கிறதா? எவ்விதச் சமூகக் கடமைகளும் கிடையாது என்று சில படைப் பாளிகள் கருதுகிறார்கள். எது எப்படியிருந்தாலும் எழுதுபவ னால் சமூகத்தைச் சீர்குலைக்கமுடியும். வாழ்க்கையைத் தாறு மாறாக்க முடியும். இப்படியான சில கருத்தியல்களும் நிலவு கின்றன.

ஒரு படைப்பாளியின் படைப்புகள் அவன் இறந்த ஐம்பது வருடங்களுக்குப் பிறகு பொது மக்களுடையதாக மாறிவிடுகின்றன. அதுதான் சட்டம். யார் வேண்டுமானாலும் அதை அச்சடித்து விற்பனை செய்ய முடியும்.

நன்மையில் நம்பிக்கையிருக்கிறது

எதிர்கால மனித குலத்தைச் சீர்குலைக்க வேண்டிய தேவை என்ன இருக்கிறது? இப்போதிருப்பவர்களையும் சீர்குலைக்க வேண்டிய தேவையில்லை. எழுதாமலிருக்கலாம். வாழ்க்கையை வழிநடத்திச் செல்வதற்கு வேறு என்னென்ன வெல்லாம் தொழில்கள் இருக்கின்றன.

நான் நன்மையில் நம்பிக்கை வைத்திருக்கிறேன். மனித னின் சிந்தனை வகைப்பட்ட முன்னேற்றத்தை நம்புகிறேன். பொருளியல் அபிவிருத்தியை நம்புகிறேன். தொலைதூரக் கிரகங்களில் மனிதன் இறங்கி வசிக்கத் தொடங்குவான் என்று நம்புகிறேன். மானுட குலத்திற்குப் பிரகாசமான ஒரு எதிர்காலமிருப்பதாக நம்புகிறேன். மரணத்திற்குப் பிந்தைய வாழ்க்கையை நான் நம்புகிறேன். இந்த பிரபஞ்சங்களையெல் லாம் உள்ளடக்கிய அனைத்தையும் படைத்த இறைவன் மீது நம்பிக்கை கொண்டிருக்கிறேன். இறைவன் உருவமற்றவன் என்பதை நம்புகிறேன். அவன் எல்லையில்லாக் கருணை வடிவானவன் என்று நம்புகிறேன்.

இங்கே நன்மைகளும் தீமைகளும் படைக்கப்பட்டிருக் கின்றன. கனிவர்க்கங்களில் நல்லவைகளும் தீயவைகளுமிருப்பது போல். நல்ல கனிவகைகளை உண்பதுபோல் நன்மைகளின்பால்

செயல்படவேண்டும். ஆரோக்கியமான நல்ல வாழ்க்கையை மேற்கொள்ள வேண்டும். இதுபோன்ற கருத்துக்கள் ஒருவேளை எனது கதைகளிலும் தென்படலாம். அவையனைத்துமே என் மன உணர்வுகளைப் பிரதிபலிப்பவைதான். எழுதிய பல கதைகளை நான் கிழித்துப்போட்டுமிருக்கிறேன். தோன்றிய பல விஷயங்களை நான் எழுதாமலும் விட்டிருக்கிறேன். பல புதுப்புதுக் கருத்தியல்கள் வந்துகொண்டேதானிருக்கின்றன. சுய அனுபவங்களாக இருக்குமென்றால் அழுத்தமான நம்பிக்கையுடன் சொல்ல முடியும். எனது படைப்புகள் பெருமளவும் சுய அனுபவங்களை முன்நிறுத்தியவைதான். அறிவியலும் என்னை வசீகரித்திருக்கிறது. சூரியன், சந்திரன், நட்சத்திரங்கள், அந்தகார இருள், கடல், மலைகள், பாலை வனங்கள், நதிகள், பிரபஞ்சம் எல்லாம் எப்போதுமே என்னை அதிசயத்தில் ஆழ்த்திக்கொண்டிருக்கின்றன.

நான் காதலனாக வாழ்ந்திருக்கிறேன். அரசியல்வாதியாக இருந்திருக்கிறேன். நான் எப்போதுமே சுதந்திரமாக வாழ விரும்புகிறேன். காலனி ஆதிக்கத்திற்கெதிராகப் போராடியிருக்கிறேன். போலீஸ்காரர்களின் அடி, உதைகளை ஏற்றிருக்கிறேன். அசிங்கமான வார்த்தைகளால் வசை வாங்கியிருக்கிறேன். போலீஸ் லாக்கப்புகளில் கிடந்திருக்கிறேன். சிறை வாசம் அனுபவித்திருக்கிறேன். இது போன்ற விஷயங்களைப் பற்றிக் கதைகள் எழுதியிருக்கிறேன்.

மனிதகுலம் முன்னேறுகிறது

நவீன இலக்கியம் என ஒன்று இருக்கிறதா என்று கேட்டால் நவீனக் கூறுகொண்ட 'இன்று' என்று ஒன்றிருப்பதுபோல் அது இலக்கியத்திலிருக்கும் ஒரு 'இன்று'. நான் முதலில் குறிப்பிட்டதுபோல் இன்று, நேற்றுகளுடன் கலந்துபோய் விடும். நூறுநூறாயிரம் இன்றுகள் வருகின்றன. எல்லாமே நேற்றுகளை நோக்கிச் செல்லும் இன்றுகள். அனுதினமும் வாழ்க்கையை அப்படியே நகர்த்திக்கொண்டிருக்கும் மனிதனின் ஆசாபாசங்கள், பசி, இணை சேரல், தூக்கம் – இதில் குறிப்பிடும் படியான எந்த மாற்றங்களும் நிகழ்ந்துவிடவில்லை. லட்சோப லட்சம் வருடங்களுக்கு முன்னிருந்ததைப்போல் இன்றும் அப்படியே தொடர்கிறது. போர்களும் தீராவியாதிகளும் பசிப்பிணியும் மானுடக்குலம் பலவற்றை அடைந்திருக்கிறது. அதற்காகவே இறைவன் மனிதனுக்கு அறிவைத் தந்திருக்கிறான். அறிவைப் பிரயோகித்து மானுடக்குலம் முன்னேற்றமடைகிறது. எழுதுபவன் மனிதன்தான். எல்லாக் காலக்கட்டங்களிலும் வீரியம் ஒரே அளவில் நிலைபெறுவது சாத்திய

மில்லை. அப்புறம் சிந்தனைகளிலும் நம்பிக்கைகளிலும்கூட மாற்றம் வரும். ஏற்கனவே சொன்னதைத் திரும்பவும் சொல்லாமலிருப்பது. எழுதியதையே திருப்பியெழுதாம லிருப்பது. நான் இதில் கவனம் செலுத்த முயற்சி செய்திருக் கிறேன். அல்லது, 'எங்க உப்பப்பாவுக்கொரு ஆனை இருந்தது' எனும் கதை 'பால்யகால சகி' போலவே வந்திருக்கும். 'எங்க உப்பப்பாவுக்கொரு ஆனை இருந்த'தில் பெரும் சோகத்தைத் தமாஷாக மாற்றியிருந்தேன். எழுதியதைப்போல் மற்றொன்றை எழுதுவதற்குப் பெரிய சிரமமெதுவுமில்லை. வேண்டாம் என்றுதான். ஒவ்வொன்றும் வெவ்வேறாக இருக்கவேண்டும். நான் சொன்னேன் அல்லவா? எழுதிய பல விஷயங்களை வேண்டாமென்று கிழித்துப்போட்டிருக்கிறேன். வாசகர் களுக்கு இது எந்த விதமான அனுபவங்களை ஏற்படுத்தும்? இந்தச் சிந்தனை எப்போதுமே என்னைப் பாதித்திருந்தது. வாசிப்பவர்களின் அகமயக்கங்களைத் தெளிய வைக்கவேண்டும். அவர்களை நன்மைகளின்பால் நாட்டமுடையவர்களாக மாற்ற வேண்டும். மனதை இளகச்செய்து தூய்மைப்படுத்த வேண்டும். அல்லது சிரிக்க வைக்கவேண்டும். இதில் நான் எந்த அளவுக்கு வெற்றிபெற்றேன் என்பதை வாசகர்கள்தான் சொல்ல வேண்டும். என்னிடம் எழுதுவதற்கான நிறைய கதைகள் இருக்கின்றன. நான் சொன்னேனே, நேரமில்லை இறைவனின் கஜானா வில்தான் எல்லைகளற்ற காலமிருக்கிறது.

மரணம் எப்போது நிகழும் என்பது தெரியாதல்லவா? இருந்தாலும் எழுதுகிறேன். எழுதிக்கொண்டிருப்பதைப் பூர்த்தி செய்துவிடலாம் என்ற நம்பிக்கை ஒருபோதுமில்லை. இறைவனின் கஜானாவில்தான் எல்லைகளற்ற காலமிருக்கிறது.

நேற்று, இன்று, நாளை

(மனோராஜ்யம் விசேஷப் பதிப்பிற்கு ஏதாவது எழுதவேண்டுமென்ற வேண்டுகோளுடன் நாங்கள் அனுப்பிய கடிதத்திற்குப் புகழ்பெற்ற எழுத்தாளர் வைக்கம் முகம்மது பஷீர் அனுப்பி வைத்த இரண்டு பதில் கடிதங்களை இத்துடன் இணைத்திருக்கிறோம். ஒரு கடிதத்தை அப்படியே சேர்த்துள்ளோம்.

வைக்கம் முகம்மது பஷீர் நேற்றுவரை என்ன செய்தார், இன்று அவர் எப்படி வாழ்ந்துகொண்டிருக் கிறார் என்பது போன்ற விவரங்கள்தான் அவரது ஆசீர்வதிக்கும் எழுத்து முறைகளிலான இந்தக் கடிதங்கள். இது கதை, கவிதை, கட்டுரை, விவரணை, அல்லது எல்லாமும். மனோராஜ்யம் விசேஷப் பதிப்பு – 1981)

அன்புள்ள வள்ளங்குளம் பி.ஜி. பிள்ளை,

மனோராஜ்யம் தவறாமல் கிடைத்து வருகிறது. இதழ், ஒவ்வொரு வாரமும் அதிகப் பொலிவு பெற்று வருகிறது. தங்களுக்கும் மற்றவர்களுக்கும் வாழ்த்துக்கள்.

நான் ஒரு நோயாளியாக வாழ்ந்துகொண்டிருக் கிறேன். அழகழகான ஐந்துவகை நோய்கள். முக்கியஸ்தர் நான் நடக்க முடியாமலிருக்கிறேன். எழுந்து நிமிர்ந்து நிற்கும்போதும் நடக்கும்போதும் வேதனை. இருந்தாலும் நிமிர்ந்துதான் நடக்கிறேன். கூடவே பயங்கரமான வயிற்றுவலி. இது, அவ்வப்போது வந்தும் போய்க்கொண்டு மிருக்கும். சில நேரம் உக்கிரமும் தீவிரமுமாக வரும். கிடந்து புரண்டுகொண்டிருப்பேன். சிறு அளவில் வழக்க மாக எப்போதுமே இருந்துகொண்டுதானிருக்கும். வாயிலிருந்து நிறைய உமிழ்நீர் வடிந்துகொண்டே இருக்கும். இறுகி, நுரைத்து, பசை போன்ற துப்பலாக

இது வெளியாகும். ஒரு விஷயம் மட்டும் உண்மை. ரொம்ப வயதாகிவிட்டது. தள்ளாத முதுமை என்றே சொல்லலாம். அப்போது சில வியாதிகளெல்லாம் வந்து தீரவேண்டுமல்லவா? அப்படியாக வாழ்ந்துகொண்டிருக்கிறேன். ஏதாவது எழுத வேண்டுமென்றுதான் நினைக்கிறேன். பார்க்கலாம். ஏதாவது எழுதுகிறேன்.

தாங்களும் குடும்பத்தினரும் ஆரோக்கியத்துடனும் தீர்க்காயுசுடனும் வாழப் பிரார்த்திக்கிறேன்.

பேப்பூர் | **இப்படிக்கு,**
கோழிக்கோடு – 15 | **வைக்கம் முகம்மது பஷீர்**
19.06.81

அன்புள்ள வள்ளங்குளம் டி.ஜி.பிள்ளை,

தாங்கள் பிரியத்துடன் அனுப்பிய கடிதமும் 200 ரூபாய்க்கான காசோலையும் கிடைத்தது. காசோலையைக் கண்டதும் நான் அதிர்ச்சியடைந்துவிட்டேன். கண்களில் கண்ணீரும் நிறைந்துவிட்டது. தங்கள் நல்ல மனதிற்கு நன்றி.

காசோலையைத் திருப்பியனுப்பிவிடவே தோன்றியது, 95% எதை எழுத வேண்டும் என்று எந்தப் பிடியுமில்லை. பண்டு, அதாவது பண்டொரு காலத்தில் ஒரு ஐம்பது வருடங்களுக்கு முன் நான் ஊரைவிட்டுப் போனேன். பிறகு இமயமலையின் அடிவாரங்களில் ஹிந்து மதத் துறவியர்களுடன் கொஞ்சகாலம் துறவு பூண்டுத் திரிந்தேன்.

பிறகு முஸ்லிம் துறவியர்களுடன் சேர்ந்துகொண்டேன். இவர்களை சூஃபிகள் என்று சொல்வார்கள்.

'அனல்ஹக்' என்றொரு விஷயத்தை நான் எழுதினேன். அது முன்பே பிரசுரிக்கப்பட்டிருந்தது. அஹம் பிரமாஸ்மி என்பதுதான் அனல்ஹக்கின் அர்த்தம். ஹல்லாஜ் இப்னு மன்சூர் எனும் சூஃபி ஞானியை அடிப்படைவாதிகளான முஸ்லிம்கள் தீயிலிட்டு எரித்துச் சாம்பலை யூப்ரடீஸ் நதியில் கலந்த ஒரு கதை இது. சூஃபியாக, சூஃபி ஞானிகளுடன் தங்கியிருந்த காலத்தில் இரவும் பகலும் ஒரே பிரார்த்தனைதான். பிரார்த்தனை.

இப்படியாகவும் சில வருடங்கள் கழிந்தன. அதற்குப் பிறகு ஒரு ஹிந்துத்துறவியுடன் பாரத தேசத்திலுள்ள எல்லாத் தேவாலயங்களையும் தரிசித்தேன். எல்லாப் புண்ணிய நதிகளிலும் மூழ்கியெழுந்தேன். இந்தத் துறவி, ஒரு பிராமணர். பாலைவனங்கள், குகைகள், கடலோரப் பிரதேசங்கள்,

இடிந்து தகர்ந்த நகரங்கள். எங்கெங்கெல்லாமோ நாங்கள் கிடந்திருக்கிறோம். தட்சசீலத்தில் நாங்கள் ஒருமாதம் தங்கி யிருந்தோம். அங்கே வைத்துத்தான் நாங்கள் பிரிந்தோம். அவர் என்னையும் நான் அவரையும் அனுக்கிரகம் செய்து விட்டுப் பிரிந்தோம்.

நான் பெரிய மனிதனாகிப் பெஷாவருக்குப் போனேன். கான் அப்துல் கஃபூர்கான், டாக்டர் கான் சாஹிப் (கஃபூர்கா னின் சகோதரர்தான் டாக்டர் கான் சாஹிப்) இவர்களுடைய வீட்டில் இரண்டு மூன்று நாட்கள் தங்கியிருந்துவிட்டு லண்டிகானா, லண்டிகோத்தல்வழி அஃப்ரீதுகளில் வசிப்பிடத் திற்குச் சென்றேன். இந்த இடம் மலை முகட்டில் இருந்தது. இப்பி ஃபக்கீர் என்பவரைத் தாங்கள் அறிந்திருப்பீர்களோ என்னமோ. அஃப்ரீதுகளுடன் தங்கியிருந்துவிட்டுத் திரும்ப வும் பெஷாவர் வழியாகக் காஷ்மீருக்குச் சென்றேன். சேக் அப்துல்லாவுடன் ஒருமாதம் தங்கியிருந்தேன். அல்லாமா யூஸுஃப் அலி, முகம்மது அஸத் எனும் இரண்டு மகான்களைச் சந்தித்தேன். யூஸுஃப் அலி அப்போது தால்தடாகத்தின் கரை யில் ஒரு சிறுகுடிலில் தனியாக அமர்ந்து குர்ஆனை ஆங்கிலத்தில் மொழி பெயர்த்துக் கொண்டிருந்தார். இவர் ஓய்வு பெற்ற ஐ.சி.எஸ் அதிகாரியாகவோ என்னமோ இருந்த தாக நினைவு. இறந்து போவதற்குள் குர்ஆனை ஆங்கிலத்தில் மொழிபெயர்த்து முடித்துவிடவேண்டும் என்பதுதான் இந்த வயோதிகரின் ஆசை. அவர், குர்ஆனை மொழிபெயர்த்து முடித்த பிறகுதான் மரணமடைந்தார். சௌதி அரேபிய அரசு, அந்த கையெழுத்துப் பிரதியின் பதிப்புரிமையை யூஸுஃப் அலியின் குடும்பத்தினரிடமிருந்து பெற்று அமெரிக்கா வில் அச்சாக்கம் செய்து அழகிய நூல்வடிவத்தில் ஹஜ் யாத்திரை வருபவர்களுக்கு இலவசமாகக் கொடுத்து வருகிறது. அப்படியாக வந்த அந்த குர்ஆனின் ஒரு பிரதி இப்போது என்னிடமும் இருக்கிறது.

முகம்மது அஸத் ஒரு ஆஸ்திரியன் யூதர். லியோப்போல்ட் வெய்ஸ். இவர் இஸ்லாத்தை ஏற்றுக்கொண்டு அரபியாவுக்குச் சென்று அரபுமொழியைப் படித்து விட்டு வந்தவர். மனைவி யுடன் அப்போது ஸ்ரீநகரில் வசித்து வந்தார். ‘ரோடு டு மெக்கா’ ‘இஸ்லாம் ஆன் தி க்ரோஸ் ரோட்ஸ்’ ஆகிய இரண்டு நூல் களை அவர் வெளியிட்டிருந்தார். இந்த இரண்டு நூல்களையும் எனக்குத் தந்தார். இவர், பாகிஸ்தானின் பிரதிநிதியாக யு.என் னில் தங்கியிருந்தார். பிறகு, நான் பல வேலைகளில் ஈடுபட் டேன். பல்வேறு இடங்களில் தங்கியிருந்தேன்.

இதெல்லாம் முடிந்தபிறகு ஊருக்குத் திரும்பி வந்தேன். அப்போது வீடு பாப்பராகிப் போயிருந்தது. வாப்பா வியாபாரத்தில் பெரும் நஷ்டத்தை அடைந்திருந்தார். அனைத்துமே கடனில் மூழ்கிப் போயிருந்தன.

நான் எழுத்தாளனாக மாறினேன். ஒரு சிலவற்றை எழுதவும் செய்தேன். சில புத்தகங்களும் வெளிவந்தன. நான் எழுதியவற்றை ஏதோ பெரிய விஷயங்களாக நான் கருதவில்லை. வாசிப்பதற்கு நன்றாக இருக்கிறது. அவ்வளவுதான்.

எங்களுடைய வீட்டுக் கடனையும் மற்ற கடன்களையுமெல்லாம் தீர்த்ததும், சகோதரிகளுக்குத் திருமணம் செய்து வைத்ததும் எனது தம்பி அப்துல்காதர்தான். இந்த தகவல்கள் எல்லாம் 'பாத்துமாவின் ஆடு' எனும் புத்தகத்தில் இருக்கிறது. இந்த புத்தகமும் 'பால்யகால சகி', 'எங்க உப்பப்பாவுக்கொரு ஆனை இருந்தது' எனும் புத்தகங்களும் இந்தியாவின் 14 மொழிகளில் மொழி பெயர்க்கப்பட்டுப் புத்தகங்களாக வெளிவந்திருக்கின்றன. இதையெல்லாம் டாக்டர் ரொனால்ட் ஆஷர், பேராசிரியர்கள் அச்சாம்ம கோயில் பரம்பு, சந்திரசேகரன் ஆகியவர்கள் ஆங்கிலத்தில் மொழிபெயர்த்து, எடின்பரோ யூனிவர்சிட்டி பிரஸ் தனிப் புத்தகமாக்கி வெளியிட்டிருக்கிறது. நூறு ரூபாய் விலையில்.

எனக்கு என் பங்காக வீட்டிலிருந்து கிடைத்த நிலத்தை எனது இரண்டு சகோதரிகளுக்கும் கொடுத்தேன்.

எனக்கு வாழ்க்கையில் பெரிய அளவிலான ஆசைகள் எதுவுமில்லை. எதையும் நான் எதிர்பார்த்ததுமில்லை. எனக்குச் சொந்தமாக ஒரு வீடு வேண்டுமென்று கூட நான் ஆசைப்பட்டது கிடையாது.

பழைய துறவு வாழ்க்கையின் ஞாபகங்கள் என் மனதின் அடித்தட்டில் பதிந்துவிட்டன. அது இப்போதும் இருக்கிறது.

திருமணத்தையும் வேண்டாமென்றுதான் நினைத்திருந்தேன். எனது தம்பிகளுக்கெல்லாம் திருமணமாகி நான்கும் ஐந்தும் என்று குழந்தைகளுமிருக்கிறார்கள்.

சில காரணங்களுக்காக நானும் திருமணம் செய்து கொண்டேன். வரதட்சணையோ நகை நட்டுகளோ பண்டம் பாத்திரங்களோ எதையுமே நான் ஏற்றுக்கொள்ளவில்லை. என் மனைவியின் பெயர் ஃபாபி பஷீர்.

எனக்கு இந்த பேப்பூரில் இரண்டேக்கர் தென்னந்தோப்பும் ஒரு வீடுமிருக்கிறது. கொஞ்சம் தேங்காய்கள் கிடைக்கும்.

புத்தகங்கள் மூலம் கொஞ்சம் பணம் வருகிறது. நிறைய புத்தகங்கள் மூன்று நான்கு வருடங்களாக அவுட் ஆஃப் பிரிண்டிலிருக்கின்றன. இதையெல்லாம் கோட்டயத்தின் டி.சி. புக்ஸ் உரிமையாளர் ஸ்ரீ.டி.சி கிழக்கெமுறி வெளியிட்டார். டி.சி. எனது பழைய சினேகிதர். அவர் எனது பழைய புத்தகங்களை வெளியிட்டது மட்டுமல்ல, ஒவ்வொரு மாதமும் முதல் தேதியன்று எனக்கு 500 ரூபாயும்* அனுப்பிவைப்பார்.

நானொரு சுதந்திரப் போராட்ட வீரனுமாவேன். இந்தியச் சுதந்திரத்திற்காக நிறைய அடியும் உதையுமெல்லாம் பட்டிருக்கிறேன். நீண்ட கால ஜெயில் வாசமும் அனுபவித் திருக்கிறேன். எனக்கு நான்கு தாமிரப் பத்திரங்களும் கிடைத் திருக்கின்றன. இலக்கியம் மற்றும் சூரியன் அஸ்தமிக்காத பிரிட்டிஷ் சாம்ராஜ்யத்திற்கெதிராகப் போராடியதற்காக என்று.

சுதந்திரப் போராட்ட வீரனுக்கான அரசாங்க ஓய்வூதிய மும் கிடைத்துக் கொண்டிருக்கிறது. எனக்கு இரண்டு பிள்ளைகள் இருக்கிறார்கள். ஒரு பெண்ணும் ஒரு ஆணும். மகள் ப்ரீடிகிரி வரை படித்திருக்கிறாள். இரண்டு வருடங்களுக்கு முன்பு நல்ல முறையில் திருமணம் முடித்து வைத்தேன். அழைத்தும் அழைக்காமலும் தொலைதூரங்களிலிருந்துகூடப் பெரியோர்க ளெல்லாம் வந்திருந்தார்கள். அவர்களிடமெல்லாம் நலன் விசாரித்து நல்லபடியாக வரவேற்பதற்கு என்னால் முடிய வில்லை. பதற்றத்துடன் ஓடியாடிக் கொண்டிருந்தேன். சாயா வும் பலகாரமும் பிரியாணியும்தான் விருந்து.

மகளின் கணவன் பெயர் : முகம்மது ஹபீபு

மகளின் பெயர் : ஷாஹினா ஹபீபு

மகள் ஆண் குழந்தை பிரசவித்தாள். அப்படியாக நான் தாத்தாவானேன்.

பேரக்குழந்தையின் பெயர் : முல்லுஹபீபு.

இறைவனின் அனுக்கிரகத்தால் நாங்கள் நலமாகவே வாழ்ந்து கொண்டிருக்கிறோம். ஆர்ப்பாட்டங்களுடன் இல்லை யென்றாலும் அல்லல்களில்லாமல் நகர்கிறது வாழ்க்கை.

இங்கே நிறைய யாசகர்கள் வருவார்கள்.முஸ்லிம்களும் இந்துக்களும். இதில் கிறிஸ்தவர்களின் வருகை குறைவுதான். வருபவர்களுக்கெல்லாம் ஏதாவது கொடுப்பதுமுண்டு. அப்புறம், கொடுங்கல்லூர் கோயிலுக்குப் போகிறவர்கள், சபரிமலைக்குப்

---

* இதை ஒரு சில மாதங்களில் 750 ஆக உயர்த்தினர்

போகிறவர்கள், பழனிக்குப் போகிறவர்கள், ராமேஸ்வரத் திற்குப் போகிறவர்கள், அஜ்மீருக்கு, நாகூருக்குப் போகிறவர் கள் என்று. ஒவ்வொருவருக்கும் எங்களால் முடிந்ததைக் கொடுப்போம். சிவன்கோயில் குளம் திருப்பணி செய்வதற்கு, புனருத்தாரணப் பணிக்கு, விநாயகரைப் பிரதிஷ்டை செய் வதற்கு, சாஸ்தான் கோயில் திருவிழாவுக்கு – எல்லாவகை யான ஆட்களும் வருவதுண்டு. அள்ளிக் கொடுப்பதற்கு இங்கே என்ன இருக்கிறது. குறைந்தபட்சம் ஐந்து ரூபாய் கொடுப்பேன். எனக்கு இதிலெல்லாம் நம்பிக்கை கிடையாது. நான் ஏக இறை நம்பிக்கையாளன். அறிவுக்கும் கற்பனைக்கும் அப்பாற்பட்டவனும், அறிந்து கொண்டதும் அறிந்து கொள் ளாததுமான சகல உலகங்களையும், பயத்தைத் தோற்றுவிப் பதும் அற்புதமுமான அனைத்துப் பிரபஞ்சங்களையும் சிருஷ்டித்துக் காத்து வரும் கருணாமூர்த்தியும் உருவமற்ற வனுமாகிய இறைவனாகிய அல்லாஹூதான் நாம் நம்பும் இறைவன். ‘கண்களால் அவனைக் காண இயலாது. அவன் கண்களைக் காண்கிறான்.’ ‘நான் உனது பிடரி எலும்பை விட மிக அருகாமையில் இருக்கிறேன்.’

அப்படியென்றால் நான் ஏன் கோயில் திருப்பணிகளுக்கு என்னால் இயன்ற காணிக்கையைச் செலுத்த வேண்டும்? நான் மனித மாண்புகளை மதிக்கக் கற்றிருக்கிறேன். அப்புறம் நீண்ட கால எனது சஞ்சார வாழ்க்கையின்போது அனே காயிரம் மனிதர்கள் எனக்கு உணவு தந்திருக்கிறார்கள். பல உதவிகள் செய்திருக்கிறார்கள். ஹிந்துக்கள், முஸ்லிம்கள், கிறிஸ்தவர்கள், சீக்கியர்கள், ஜைனர்கள், பார்சிகள் என எல்லா மதத்தினர்களும். நான் அவர்களுக்காகப் பிரார்த் தனை செய்திருக்கிறேன். எனது நண்பர்களான எல்லோருக் காகவும் பிரார்த்தனை செய்திருக்கிறேன். இவர்களுக்குப் பிரதியுபகாரம் செய்வதற்கு என்னிடம் வேறென்ன இருக்கிறது? அண்மையில் ஒருவன் போப்பாண்டவரைச் சுட்டுக் கொல்ல முயற்சி செய்தான். நான் இரண்டு தடவைதான் மிகவும் அதிர்ச்சியடைந்திருக்கிறேன். ஒன்று, மகாத்மா காந்தியைச் சுட்டுக் கொன்றதாக அறிந்தபோது. இரண்டாவது போப்பாண்ட வரை! உலகில் அமைதி நிலவட்டுமென்று ஜெபித்துக் கொண் டிருக்கும் அந்தப் புனித ஆத்மாவை எதற்காகக் கொலை செய்ய முயன்றான்? மகமத் டங்குடு என்றோ வேறு ஏதோ பெயருள்ள ஒரு மிலேச்சன். அவன் ஒரு முஸ்லிம் பத்திரிகை யாசிரியரைச் சுட்டுக் கொன்றதற்காகச் சிறைவாசம் அனு பவித்துக் கொண்டிருந்தவன். இங்கிலாந்திலிருந்து எனக்கு ஒரு பத்திரிகை வந்து கொண்டிருக்கிறது. அதில், ஒரு கிறிஸ்தவ எழுத்தாளர் குறிப்பிட்டிருக்கிறார்; இதன் பின்னணியில் மிகப்

பெரிய ஒரு சதியாலோசனை இருக்கிறது என்று. அந்தக் கொடியவன் சிறைச்சாலையிலிருந்து தப்பிப்பதற்கு உதவியாக இருந்தவர்கள் யார் யார்? பாஸ்போர்ட் எப்படிக் கிடைத்தது? விமானப் பயணத்திற்கான பணம் யார் கொடுத்தார்கள்? இத்தாலியில் அவன் தங்கியிருப்பதற்கு உதவியவர்கள் யார்? துப்பாக்கி எங்கிருந்து கிடைத்தது? ஆர்மீனியர்கள், முஸ்லிம் களைப் போலவே பெயர் சூட்டிக் கொள்பவர்கள். அவன் ஒரு கம்யூனிஸ்ட்காரன் என்பதாக அந்தக் கட்டுரையாளர் குறிப்பிட்டிருக்கிறார்.

நான் போப்பாண்டவருக்காகப் பிரார்த்தனை செய்தேன். இறைவா, அந்த மனிதருக்கு எந்த ஆபத்தும் நேர்ந்து விடக் கூடாது. அவர் உடல்நிலை சீக்கிரமே குணமடைய வேண்டும்.

அவரது உடல்நிலை சீராகக் கோடிக்கணக்கான மனிதர் கள் பிரார்த்தனை செய்திருக்கிறார்கள்.

நாங்கள் எங்களது விரதம் அனுஷ்டிக்கும் மாதமாகிய ரம்சானில் வழக்கமாக 300 ரூபாய் தர்மம் செய்வோம். நாங்கள் வசதி படைத்தவர்கள் அல்ல, என்றாலும். தர்மம் செய்வது முஸ்லிம்களுக்கு மட்டும்தான் என்று நீங்கள் கருதிவிடக் கூடாது. இங்கே ஏராளமாக ஏழை முஸ்லிம்களும் ஹிந்துக் களும் வாழ்கிறார்கள். (ஒரேயொரு கிறிஸ்தவக் குடும்பம்தான் இருக்கிறது. ரோமன் கத்தோலிக்கர்கள். அவர்கள் ஏழைக ளல்ல. திரு. ஜெ.சி. சைமனும் அவரது குடும்பமும். எங்களின் பக்கத்து வீடுதான். பண்டிகை தினங்களில் அவர்கள் குடும்ப சமேதராக எங்கள் வீட்டுக்கு வருவார்கள். அவர்களது பண்டிகை நாட்களின்போது நாங்களும் அங்கே செல்வோம்.) அக்கம்பக்கங்களிலுள்ள ஏழை ஹிந்து முஸ்லிம் வீடுகளுக்குச் சென்று என் மனைவி ஐந்து ரூபாய் வீதம் கொடுப்பாள். இதை வைத்து அவர்கள் வறுமையைப் போக்கிவிட முடியாது. ஒரு சிறு உபகாரம் என்ற மட்டில்தான்! எதுவுமில்லையென் றால் கஞ்சி வைத்துக் குடிப்பதற்காவது உதவுமே. சமூக மாற்றத்தை மட்டுமே எதிர்பார்த்திருந்தால் மக்கள் பட்டினி கிடந்து செத்துவிடுவார்கள். ஏதோ எங்களால் முடிந்ததை நாங்கள் செய்கிறோம் என்ற அளவில்தான்.

இங்கே அனைவருடனும் நாங்கள் நல்லிணக்கத்துடன் தான் வாழ்ந்து வருகிறோம். இங்குள்ள எல்லா ஹிந்துக் குடும்பத் திருமணங்களுக்கும் இறந்த வீடுகளுக்கும் என் மனைவி போவ துண்டு. இயன்ற உதவிகளையும் செய்வாள். இங்கே இந்த வீட்டில் ஒரு புலயன் தங்கியிருக்கிறான் ராமன். இவனுக்குக் குறிப்பிடும்படியான வேலைகள் ஒன்றும் இங்கே கிடையாது. வேறெங்காவது வேலையிருந்தால் போவான். தின்பதும் குடிப்

பதும் படுப்பதுமெல்லாம் இங்கேதான். கொஞ்ச நாட்களுக்கு முன் பேராசிரியர் சுகுமார் அழிக்கோடு இங்கே வந்திருந்த போது மூன்று நான்கு ஹிந்துப் பெண்கள் குளித்து முடித்து ஈர உடைகளுடன் எங்களின் முன்பாக நடந்து போனார்கள். பேராசிரியர் கேட்டார் :

"இந்தப் பெண்கள் எல்லாம் எங்கிருந்து வருகிறார்கள்?"

நான் சொன்னேன் :

"அவர்கள் எங்கள் வீட்டுக் கிணற்றிலிருந்து தண்ணீ ரெடுத்துக் குளியலறையில் வைத்துக் குளித்துவிட்டுப் போகிறார்கள்."

"ஹிந்துப் பெண்களா?"

"ஆமாம்."

"முஸ்லிம் வீட்டுக்கு வந்தா?"

நான் சொன்னேன்:

"பேராசிரியருக்கு இன்னும் திருமணமாகவில்லையே? பெண்களுக்கு மாதமுறை என்றொரு பூர்ஸ¬வா ஏற்பாடிருக் கிறது. அந்தக் காலக் கட்டங்களில் நான்கு நாட்கள் அவர்கள் தங்கியிருப்பது இந்த முஸ்லிம் வீடுகளில்தான். தின்பதுவும் படுப்பதுவுமெல்லாமே இங்கேதான். எப்போதாவது சோறோ கஞ்சியோ கொண்டு வந்து வேலிக்குப் பின்பக்கம் நின்று கொடுத்தாலும் கொடுப்பார்கள்.

எனக்கு நல்ல தரமான ஐவகை நோய்கள் இருக்கின்றன.

1. நடப்பதற்குச் சிரமமாக இருக்கிறது. இடுப்பு வலி, நிமிர்ந்து நிற்கும்போது வலி. இருந்தாலும் நடக்கத்தான் செய்கிறேன்.

2. வயிற்றுவலி. சாப்பிட்டாலும் வலிக்கும், சாப்பிடாமலிருந் தாலும் வலிக்கும்.

3. சுவாசத் தடை. சிறிது நடந்தால் போதும், உடனே இழுப்பு ஆரம்பித்துவிடும்.

4. வாயிலிருந்து நிறைய உமிழ்நீர் கட்டியாகச் சுரந்து பதைத்துக் கோழையாக வெளியாகும். துப்பிக்கொண்டே இருக்க வேண்டும்.

5. கிறுக்கு. (முன்பு பிடித்திருந்தது. இப்போது இல்லை என்பது எனது நம்பிக்கை. இருந்தாலும். . .)

இவைகளெல்லாம் சேர்ந்து என்னை முடிந்தவரை தொந்தரவு செய்கின்றன. தூக்கமும் குறைவு. இரவு மூன்று மணியாகும்போது லேசாகக் கண்ணயரும்.

வியாதிகளுக்கான மருந்தையும் உட்கொள்கிறேன்.

இதை எழுதிக் கொண்டிருக்கும்போதும் மேற்படியார்கள் என்னைத் தொந்தரவு செய்து கொண்டுதானிருக்கிறார்கள். வயதும் ஏராளமாகிவிட்டது. சாவதற்கும் சில நியாயங்கள் இருக்க வேண்டாமா?

எப்போதுமே நான் சாகத் தயார்தான்.

வாழவும் தயார்தான்.

எனக்கு உடல்நிலை சரியில்லை என்பதை அறிந்து வளைகுடாவில் வேலைபார்க்கும் இரண்டுபேர் இங்கே வந்திருந்தார்கள். ஒரு ஹிந்துவும் ஒரு முஸல்மானும். இரண்டு பேருமே நல்ல சம்பளத்தில் வேலைபார்க்கும் உயர்ந்த உத்யோகஸ்தர்கள். இங்கே பெரும்பாலான எல்லா நாட்களும் யாராவது வந்து விடுவார்கள். வருகிறவர்களுக்குச் சாயா கொடுப்பேன். சில வேளைகளில் கட்டன் சாயா. வளைகுடா மனிதர்களுக்குச் சாயா கொடுத்தேன். அவர்கள் சொன்னார்கள் : "நாங்கள் பஷீருக்காக அரேபியாவில் கொஞ்சம் பணம் வசூல் செய்ய இருக்கிறோம். பெரிய ஒரு தொகை."

நான் சொன்னேன்: "நண்பர்களே, அது தேவையில்லை. ஆண்டவனின் கிருபையால் எனக்குப் பணக் கஷ்டமெதுவு மில்லை. குடும்ப வாழ்க்கை சிரமமில்லாமல் நடந்து வருகிறது. ரொம்ப நன்றி. உங்களை இறைவன் ஆசீர்வதிப்பானாக."

அப்படியிருக்கும்போது எழுத்தாளராகிய நமது என்.பி. முகம்மது வந்து சொன்னார்:

"கலா கௌமுதி பத்திரிகை அதிபர் திரு. எம்.எஸ். மணி வரவிருக்கிறார். ஃபோன் செய்திருந்தார். கேரள கௌமுதியின் சார்பில் பஷீருக்கு ஒரு தொகை அன்பளிப்புச் செய்வதற்காக வருகிறார்."

எம்.எஸ். மணி என்னுடைய நண்பர்தான். நான் அவருக்கு அவசரமாக ஒரு கடிதம் அனுப்பி வைத்தேன். எனக்குச் சிரமங்கள் எதுவுமில்லை. கேரளக் கௌமுதிக்கும் தங்களுக்கும் நன்றி. வாழ்க்கை அல்லல்கள் எதுவுமில்லாமல் நகர்கிறது. மணிக்கும் குடும்பத்திற்கும் இறைவன் தீர்க்காயுளையும் ஆரோக்கியத்தையும் அளிப்பானாக.

அந்நாட்களில், ஒருமுறை திரு. கே.டி. முகம்மது, தன் பரிவாரங்களுடன் வீட்டுக்கு வந்திருந்தார். மூவி கேமிராவில் என்னைப் படமெடுப்பதற்காக. அப்போது கே.டி. ரகசியமாக என்னிடம் தெரிவித்தார் : முதலமைச்சர் திரு. இ.கே. நாயனார் பஷீரின் சிகிச்சைக்கும் மற்றுமாக ஒரு தொகை தருவதாக உத்தேசித்திருக்கிறார்.

நான் முதலமைச்சருக்குக் கடிதம் அனுப்பினேன். எனக்குச் சிரமங்கள் எதுவுமில்லை. சிகிச்சையும் மற்ற செலவு களும் பிரச்சினைகளில்லாமல் நடந்து வருகின்றன. தொகை எதுவும் அனுப்பி வைக்க வேண்டாம். முதலமைச்சருக்கும் குடும்பத்தினருக்கும் நன்மைகள் விளையட்டும்.

அப்படியிருக்கும்போது ஒரு நாயர் பெரியவர் வீட்டிற்கு வந்தார். வயதான ஆள். நிலம்பூரின் பக்கத்திலுள்ள ஒரு கிராமத்தைச் சேர்ந்தவர். சாயா கொடுத்தேன். நீண்ட நேரம் பேசிக் கொண்டிருந்தோம். அவர் பழைய காலம் முதலே நான் எழுதுவதையெல்லாம் வாசித்துக் கொண்டிருப்பவர். மரணம் எப்போது நிகழும் என்பது தெரியாதல்லவா? ஒரு தடவை பார்த்துவிடலாமென்று தோன்றியிருக்கிறது. அவர் சொன்னார் : “ஒரு துண்டு பேப்பரில் எதையாவது எழுதிக் கையெழுத்திட்டுத் தாருங்கள்.” நான் ஒரு சிறு காகிதத் துண்டில், தங்களை இறைவன் ஆசீர்வதிப்பானாக என்று எழுதிக் கையொப்பமிட்டுக் கொடுத்தேன். அவர் உடனே ஒரு இருபது ரூபாய் நோட்டை எடுத்து என்னிடம் நீட்டிச் சொன்னார் : “இதை வைத்துக் கொள்ளுங்கள்.”

நான் சொன்னேன்: “ரொம்ப நன்றி ஐயா, எனக்குப் பணக்கஷ்டம் எதுவுமில்லை.”

நான் அவருக்கு என் புத்தகமொன்றைக் கொடுத்தேன். அவர் என்னை ஆசீர்வதித்துவிட்டுப் போனார். பிறகு நான் டாக்டர் சரத் சந்திரனைப் பார்ப்பதற்காகச் சென்றேன். நான் இல்லாத நேரம் பார்த்துப் பெரியவர், கொஞ்சம் அல்வாவும் ஜிலேபியும் லட்டுமெல்லாம் வாங்கி வீட்டில் கொடுத்துவிட்டுப் போனார்.

நான் பணக்காரன் ஒன்றுமில்லை. இருந்தாலும், சொன்னேன் அல்லவா? ஆண்டவன் உதவியால் சிரமங்களில் லாமல் வாழ்ந்து கொண்டிருக்கிறேன்.

கேரள அரசு தந்து கொண்டிருந்த ஓய்வூதியத்தை எனக்கு அதிகமான வருமானமிருக்கிறதென்ற முடிவுக்கு வந்து நிறுத்தி யிருந்தார்கள். அதை மரியாதைக்குரிய இ.கே. நாயனார்தான் மறுபடியும் வழங்குவதற்கான ஏற்பாட்டைச் செய்தார்.

எனக்குச் சிகிச்சையளிப்பவர்கள், டாக்டர் கே.ஆர். சரத் சந்திரன், டாக்டர் சி.கே. ராமச்சந்திரன், டாக்டர் பி.கே. அப்துல் காதர் ஆகியோர். இவர்கள் என்னிடம் காசு வாங்குவதில்லை. மருந்துகளும் பெரும்பாலும் இலவசமாகவே தந்துவிடுவார்கள்.

தாங்கள் அன்புடன் அனுப்பி வைத்த இருநூறு ரூபாய்க் கான காசோலையைக் கண்டபோது இந்தக் குறிப்பை எழுதத் தோன்றியது. எவ்வளவுதான் கிடைத்தாலும் போதாது என்று நினைக்கும் விஷயமல்லவா பணம்? ஆனால் பணம் அதிகமாகத் தேவையில்லை என்பது எனது எண்ணம். நான் திடீரென்று இறந்து போனால் என் மனைவியும் மக்களும் எப்படியோ கஷ்டப்பட்டாவது வாழ்ந்துவிடுவார்கள்.

காசோலையைத் திருப்பி அனுப்பவில்லை. அன்பு கூர்ந்து அனுப்பி வைத்ததல்லவா? நான் இதைப் பத்திரமாக வைத்திருந்து ஏதாவது நல்ல விஷயங்களுக்குப் பயன்படுத்துவேன்.

மரியாதைக்குரிய டாக்டர் ஜார்ஜ் தாமஸ் அவர்களையும் மரியாதைக்குரிய மிஸஸ் ரெய்ச்சல் தாமசையும் கேட்டதாகச் சொல்லவும்.

மனோராஜ்யம் வார இதழ் நீடித்த ஆயுளையும் எல்லா நலன்களையும் பெற்று வாழ வாழ்த்துகிறேன்.

டாக்டர் ஜார்ஜ் தாமசும் ரெய்ச்சல் தாமசும் தாங்களும் நீண்ட ஆயுளும் ஆரோக்கியமும் பெற்று வாழ வாழ்த்துகிறேன். சகலமானோருக்கும் மங்களம்.

பேப்பூர்,
14.07.81.

இப்படிக்கு
(ஒப்பு)
வைக்கம் முகம்மது பஷீர்

இந்தக் கடிதத்தை வாசித்த *மனோராஜ்யக்*காரர்கள் 500 ரூபாய் அனுப்பி வைத்தார்கள். அதற்குப் பதிலெழுதி அனுப்பவில்லை.

: பஷீர்

வட இந்தியர்கள் அறிய

(எஸ்.கே. பொற்றெகாட்டுக்கு ஞானபீடம் விருது கிடைத்துள்ளது. டெல்லியில் வைத்து நடைபெறும் இந்நிகழ்ச்சியில் கேரள சாகித்ய மண்டல் வெளியிடும் 'எஸ்.கே. பொற்றெகாடும் அவரது கதைகளும்' என்ற ஹிந்திப் புத்தகத்திற்காகப் பஷீர் எழுதிய கட்டுரை, இது.)

1981 நவம்பர் 28, மாத்ரு பூமி

எஸ்.கே. பொற்றெகாட் ஒரு வீரியமுள்ள ஹிந்து! இவர் முஸல்மானாகிய என்னுடைய நண்பருமாவார். இவருடனான எனது நட்புறவுக்கு முப்பது நாற்பது வயதுகளாவது இருக்கும். இவரது மனைவி ஜெயவல்லி யின் மாஹியிலுள்ள வீட்டில் இவருடன் சேர்ந்து நானும் தின்றும் குடித்தும் வாழ்ந்திருக்கிறேன். கோழிக்கோட்டி லிருக்கும் இவரது 'சந்திரகாந்தம்' எனும் இல்லத்தில் தான் நானும் என் மனைவி ஃபாபிபஷீரும் திருமணம் முடிந்தபிறகு தேனிலவு கொண்டாடினோம். அது எதிர் பாராத ஒரு நிகழ்ச்சியுமாகும்.

நான் கோழிக்கோட்டிலிருந்து பத்து இருநூறு மைல் தொலைவிலுள்ள வைக்கத்தையடுத்துத் தலயோலப் பரம்பிலுள்ள எங்களது வீட்டில் ('பாத்துமாவின் ஆடு' எனும் புத்தகத்தில் இந்த வீட்டைக் காணலாம்) என் அம்மா, சகோதர சகோதரிகளுடன் சௌக்கியமாக வாழ்ந்து கொண்டிருக்கும்போது கோழிக்கோட்டிலிருந்து ஒரு ஹிந்துவும் இரண்டு முஸல்மான்களும் என் வீட்டுக்கு வந்து என்னைப் பிடித்துக்கொண்டு போனார்கள். அவர்கள், நாடகாசிரியரான திக்கோடியன், பொதுநல ஊழியரான எம். அப்துல் ரஹ்மான், வி. அப்துல்லா

ஆகிய மூவரும்தான். 'எங்க உப்பப்பாவுக்கொரு ஆனை இருந்தது' எனும் என்னுடைய கதையைக் கோழிக்கோட்டில் நாடகமாக அரங்கேற்றுவதற்காக. நாங்கள் ஒரு காரில் கோழிக்கோட்டிற்கு வந்தோம். எங்கே தங்குவது?

ஹிந்துக்களான எம்.வி. தேவன் (ஓவியர்) எம்.டி. வாசுதேவன் நாயர் (இலக்கியவாதி), சோபனா பரமேஸ்வரன் நாயர் (புகைப்படக் கலைஞர், திரைப்படத் தயாரிப்பாளர்), இஸ்லாமிய ரான என்.பி. முகம்மது (இலக்கியவாதி) ஆகியவர் சேர்ந்து சொன்னார்கள்.

"தங்குவதற்கு நல்ல ஒரு வீடிருக்கிறது. எஸ்.கே. பொற்றெகாட் எனும் ஒரு பூர்ஷுவாவின் வீடு. இவருக்கு இரண்டு வீடுகள் உண்டு. கோழிக்கோட்டிலுள்ள சந்திரகாந்தம் என்ற வீடு காலியாகக் கிடக்கிறது. வீட்டுடைமையாளராகிய இந்த பூர்ஷுவா மாஹியில் இருக்கிறார், அவருடைய மனைவியின் வீட்டில். நமக்கு வீட்டை உடைத்துத் திறந்து கைப்பற்றி விடலாம். இது ஒரு பொதுஜனத் தேவையல்லவா?"

இதற்கு நான் கூட்டு நிற்கவில்லை. பார்க்காததுபோல், பேசுவது காதில் விழாததுபோல் நின்றிருந்தேன். மேலே சொன்ன துஷ்டர்களாகிய ஹிந்துக்களும் முஸல்மான்களும் சேர்ந்து இங்குலாப் கோஷத்துடன் எஸ். கேயின் வீட்டிலுள்ள நல்ல அழகான விலையுயர்ந்த தாழ்ப்பாளை உடைத்துத் திறந்து, வாசலை அகலத் திறந்துவைத்தார்கள்.

அப்படியாக நான் மகிழ்ச்சியுடன் குடிபுகுந்தேன்.

லங்கோடு மட்டும் கட்டி, பயில்வானாக, பளபளக்கும் ஒரு பிச்சுவாக்கத்தியைக் கையில் பிடித்தவாறே ஒவ்வொரு காட்சியாகப் பரமேஸ்வரன் நாயருக்கு நாடகம் சொல்லிக் கொடுத்துக் கொண்டிருந்தேன். பரமு அதை ஒரு நோட் புத்தகத்தில் குறித்துக் கொண்டிருந்தார். என்.வி. தேவன் எனும் கேரள பிக்காசோ ஓவியப்பலகையில் வைத்திருந்த கான்வாசில் என்னை வரைந்து கொண்டிருந்தார். பகல் நேர வெயிலில் சந்திரகாந்தத்தில் துஷ்டர்களாகிய ஹிந்து மற்றும் முஸல்மான் களின் கொடூரமான கொலைக் கூக்குரல்கள்.

இந்த சுபவேளையில் வருகிறார் எஸ்.கே. மெல்ல மெல்ல வருகிறார். வந்து, தூரத்தில் தயங்கியபடி நின்றுவிட்டார். என்னைப் பார்த்துவிட்டார். நான் இடது கை விரல்களால் மூக்கின் நுனிப்பகுதியைப் பிடித்தபடி வலது கையிலிருந்த பெரிய பிச்சுக்கத்தியால் மூக்கை வெட்டி விடுவது போல் சைகை காட்டினேன். 'கிட்ட வந்தா தீத்துக் கட்டிருவேன்.'

எஸ்.கே. வந்தார். எங்களுடன் சேர்ந்து அவரது வீட்டில் தங்கிக் கொள்வதற்கு நாங்கள் கருணையுடன் அனுமதியளித்தோம்.

எனது முக்கியமான பணி, சமையல் செய்வது, அதாவது, குக்! வி. அப்துல்லா சாகிபின் வீட்டிலிருந்து திருமதி உம்மி அப்துல்லா சகலமான ஹிந்துக்களுக்கும் முஸல்மான்களுக்கும் சாப்பிடுவதற்கான சாமான்களை – அரிசி மற்றும் குழம்புக்கான சாமான்களைத் தினமும் கொடுத்தனுப்புவார். நான் சமைத்துப் பரிமாறுவேன். மற்றவர்கள் மூக்கு முட்டத் தின்பார்கள். எஸ்.கே. பொற்றெகாட் எனும் சித்தாந்தியைத் தவிர மற்ற ஹிந்துக்களோ முஸல்மான்களோ யாருமே இது நாள் வரை என்னிடம் நன்றி காட்டியதே கிடையாது. ஆகவேதான், ஏற்கனவே குறிப்பிட்டவர் மாபெரும் தலைமை தாங்க நான் ஃபாபிபஷீரைப் பாணிக்கிரகணம் செய்து கொண்டேன். தாலி கட்டி முடிந்ததும் எஸ்.கே. எனது கையைப் பற்றிக் கொண்டு குலுக்கினார். கன்னத்தில் முத்தம் தந்ததாகவும் ஞாபகம். அதனால்தான் இப்படிச் சொல்கிறேன் என்று நினைத்துவிடவேண்டாம் இதை நான் எப்போதுமே சொல்வதுண்டு.

எஸ்.கே. பொற்றெகாட் ஒரு கவிஞர். அதாவது நல்ல கவிதைகள் பல எழுதி அவை பிரசுரமாகியிருக்கின்றன. சிறுகதையாசிரியர், நாவலாசிரியர், பயண இலக்கியங்கள் எழுதியவர்.

ஏராளமான அழகழகான சிறுகதைகள் எழுதியிருக்கிறார். நிறைய தொகுப்புகள் வெளிவந்திருக்கின்றன. நாவல்கள், பயண இலக்கியங்கள் எண்ணிக்கைகள் அவருக்கே நினைவிருக்குமா என்பதே சந்தேகம்தான்.

எஸ்.கே. பொற்றெகாட் மேலே உயரத்திலிருக்கும் சந்திர மண்டலத்துக்குப் போனதில்லையென்று நினைக்கிறேன். நமது இந்தப் பூவுலகின் எல்லாப் பகுதிகளையும் சொந்தக் காசைச் செலவு செய்து சுற்றியிருக்கிறார். அவர் எங்கெங்கெல்லாம் போயிருக்கிறார் என்பதை அவரது படைப்புகளை வாசித்தால் அறிந்து கொள்ள முடியும்.

உலகில் ஆகமொத்தம் ஒரேயொரு பொற்றெகாட்தான் இருக்கிறார். அது கேரளத்தில் மட்டும்தான். கேரளக்காரர்களாகிய நாங்கள் இதில் கொஞ்சம் பெருமைப்படுவதை மற்றவர்கள் பொறுத்துக் கொள்ளவேண்டும்.

எஸ்.கேயும் அவரது மனைவி ஜெயவல்லியும் எங்கள் வீட்டுக்கு வருவதுண்டு, ஃபாபிபஷீரும் நானும் அவர்களுடைய வீட்டிற்கும் போவதுண்டு, எதையாவது சாப்பிட்டபடியே

நாங்கள் மகிழ்ச்சியுடன் பேசிக்கொண்டிருப்பது வழக்கமாக நடக்கும். ஃபாபிபஷீரும் ஜெயவல்லி பொற்றெகாடும் நெருக்கமாகிவிட்டிருந்தார்கள். திடீரென்று ஒருநாள் ஜெயவல்லி இறந்து போய்விட்டார்.

ஜெயவல்லியின் ஆத்மாவுக்கு இறைவன் நித்ய சாந்தியை அளிப்பானாக!

எஸ்.கேவுக்கு ஞானபீடம் விருது கிடைத்த நாள் நினைவுக்கு வருகிறது. மாத்ருபூமி பத்திரிகையின் பிரதிநிதி இரவில் எங்களைத் தட்டியெழுப்பி இந்த விவரத்தைச் சொன்னார்.

ஃபாபிபஷீர் சொன்னாள் : “என் வீட்டுக்காரரும் நானும் எஸ்.கேயின் சந்திரகாந்தம் வீட்டில் தங்கியிருந்ததால் கிடைத்த நன்மை இது. எனக்கு ரொம்ப மகிழ்ச்சி. எஸ்.கே. இனிமேலும் நிறைய விருதுகள் பெற வேண்டும்.”

நான் சொன்னேன் : “எனக்கும் மிகுந்த மகிழ்ச்சி. கேரளமே இதில் மகிழ்ச்சியடைகிறது. சந்திரகாந்தத்தில் நாங்கள் தங்கியிருந்ததால் கிடைத்த நன்மை என்று நான் கருதவில்லை. எஸ்.கேவுக்கு அதற்கான அருகதை இருக்கிறது. மலைபோல் விருதுகளைக் குவித்து எஸ்.கே. ஆரோக்கியத்துடனும் சுகத்துடனும் சந்திரசூரியர் உள்ளவரை நீடூழி வாழ்க.

லோகாஸ்ஸமஸ்தாஸ்ஸுகினோ பவந்து!

ஏன், எப்படி, எதற்காக?

(குங்குமம் இதழின், எட்டாவது விருது வழங்கும் விழாவின்போது விருது பெற்றவர்களை வாழ்த்திப் பஷீர் எழுதிய இந்தச் சொற்பொழிவு உரை, மலையாள நாவல் இலக்கியத்தின் இன்றைய பல அடிப்படைப் பிரச்சினைகளையும் பஷீருக்கு மட்டுமே உரிய எளிமை யும் ஆழமும் கலந்த நடையில் முன் வைக்கிறது. இதை, திரு. என்.வி. கிருஷ்ணவாரியர் வாசித்தளித்தார் – குங்குமம் வார இதழ்.)

மதிப்புக்குரியவர்களே,

குங்குமம் வார இதழின் பொறுப்பாளர்கள், இந்த ஆண்டின் நல்ல இரண்டு நாவல்களுக்கும் ஆறு திரைக் கதைகளுக்கும் விருதுகள் வழங்கும் இவ்வேளையில் விருதுபெற்றவர்களை வாழ்த்தி இரண்டு நல்ல வார்த்தை கள் பேசவேண்டுமென்று என்னிடம் சொன்னார்கள். இது என் வீட்டில் வைத்து நடந்த சம்பவம். அதாவது எங்களின் வீட்டுத் தோட்டத்தில் ஒரு மரத்தின்கீழ் வைத்து. நான், புராதனமான சாய்வு நாற்காலியில் அமர்ந்திருந்தேன். எதிரிலிருந்த செயர்களில், பூலோக வாசிகளான, பத்திரிகை அதிபர் திரு. என்.வி. கிருஷ்ண வாரியர், ஒன்பது வெளியீடுகளின் பொது மேலாளர் பிரம்மஸ்ரீ எம்.சி. வாசுதேவன் நம்பூதிரிப்பாடு ஆகியோர் அமர்ந்திருந்தார்கள்.

எனக்கோ, கொஞ்சமும் இயலாத நிலை. நடக்க வும், இருக்கவும், பேசவும் கூடச் சிறு அளவிலான சிரமமிருந்தது. எதையாவது சொல்வதற்கான அறிவும் என்னிடமில்லை. பெரும் சோர்வு. முடியவில்லை என்று சொல்லி எங்காவது சுருண்டு விழுந்து படுத்துவிட்டால் என்ன? வயதும் நிறைய கடந்துவிட்டது. தவத்திரு

இல்லையென்றாலும் முதிர்ந்த தவத்திரு என்றே சொல்ல லாம் – ஆசிகள் வழங்குவதைத் தவிர நம்மால் வேறென்ன செய்ய முடியும்?

எப்போதுமே சாபத்தைவிட அனுக்கிரகம்தான் நல்லது. கடவுளின் ஆசி எப்போதுமே நம்மீது உண்டாவதாக! தெய்வானுக்கிரகம்!

கடவுள் இல்லையென்று நம்புகிறவர்கள் அதிகமாக இருந்தாலும், கடவுள் எல்லாக் கிருமி உயிரினங்களைப் பற்றியும் நன்றாகவே அறிவான். அனைத்து வகையான பிரபஞ்சங்களையும் சிருஷ்டித்துக் காத்துப் பரிபாலித்துவரும் எல்லையிலாக் கருணையுள்ள இறைவன்தான் என்னையும் படைத்தான். நான் சுயம்பு அல்ல, ஒருபோதும்.

இனி எழுதுவது பற்றியல்லவா ஏதாவது சொல்ல வேண்டும். நாவல் எப்படி எழுதவேண்டும்? சிறுகதைகள் எப்படியிருக்கவேண்டும்? அதை உங்களுக்குச் சொல்லித் தர எனக்குத் தெரியவில்லை. முதலில் அதைச் சொல்லித் தெரிய வேண்டிய தேவை இருக்கிறதா?

ஏன்?

ஒரு துஷ்டனின் கன்னத்தைக் குறி வைத்து இரண்டு அடி வைக்கிறீர்கள். அல்லது, வேலியின் மறுபுறம் நின்று பூக்களைக் கிள்ளியெடுத்து முந்தானையில் போட்டுக் கொண்டிருக்கும் ஒரு வாலைக் குமரியைக் காண்கிறீர்கள். வாலைக் குமரிகளாக இருந்தாலும் வாலைக் கிழவிகளாக இருந்தாலும் எல்லாருமே அழகிகள்தான். எதைப் பற்றியும் கவலைப்படாமல் பூப்பறித்துக் கொண்டு நிற்கும் அவளை இதோ பிடித்துக்கொள் என்று காதலிக்கிறீர்கள். அவளைப் பற்றிய கவிதைகள், சிறுகதைகள், நாவல்கள் இத்யாதிகளை இயற்றுகிறீர்கள். அவளைக் களவாடியெடுத்து ஒளிந்து ஓடிவிட முடியாததால் திருமணம் செய்து சூரிய சந்திராதிகள் உள்ள வரை சுகமாக வாழ்கிறீர்கள். சர்வமும் சுபம். சர்வ மங்களம்.

உலகோரே, ஏதாவது ஒன்றாவது சுபமாக இருக்கிறதா? மங்களகரமாக நிறைவடைகிறதா?... எல்லாமே அவ்வளவுதான்! வாழ்க்கையின் நிர்வாண யதார்த்தம். குழந்தைகள்! பாவப்பட்ட தங்கச்சிலைகள். அந்த செல்ல இல்லக்கிழத்தியின் தலைமயிரைப் பற்றிப் பிடித்து விலாவைக் குறிவைத்து நாலு சாத்துச் சாத்துகிறீர்கள். சரியாக நாபிக்குழிபார்த்து உதைக்கிறீர்கள். பிறகு சமாதானப் பேச்சுவார்த்தைகள் மீண்டும் சரசரவெனச் சந்தானங்கள்.

பசியை எப்படிப் போக்குவது? அறிவும் தொலைநோக்கு முள்ளவர்கள் தங்களது நிலங்களில் பயிர் செய்திருக்கிறார்கள் அல்லவா? கல்லையும் முள்ளையும் பாம்புகளையும் பொருட் படுத்தாமல் நடுஜாமத்தில் வேலி தாண்டிக் குதித்து மரச்சீனிக் கிழங்கைத் திருடிப் பிடுங்கிக்கொண்டு வந்து துண்டுகளாக வெட்டித் தோலைக் களைந்துவிட்டு நீரில் அலசித் தண்ணீர் ஊற்றி அடுப்பில் வைத்துவிட்டுப் பார்க்கும்போது விறகு இல்லை. வீட்டின் சாய்ந்த கூரைப்பகுதியிலிருந்து கொஞ்சம் ஓலைகளைப் பிய்த்தெடுத்துத் தீயைப் பற்றவைத்து, வெந்த கிழங்கை இல்லக் கிழத்தியும் மழலைச் செல்வங்களும் வயிறு நிறையத் தின்று தண்ணீரும் குடித்து விட்டுக் கிழிந்த ஓலைப் பாயில் படுத்து சுந்தரக் கனவுகளுடன் தூங்குகிறார்கள்.

அல்லது, சமத்துவ சுந்தரடங்கூஸ் வாக்குறுதிகளை அள்ளித் தந்துவிட்டு அழகழகான தோட்டங்களும் அரண்மனைபோ லுள்ள கார்களும் ஐந்து நட்சத்திர ஹோட்டலும் மீன்பிடிப் படகுகளும் பொண்டாட்டியின் தோள்வரையணியப்பட்ட தங்கக் கைவளைகளும், பொய்ப் பெயர்களில் வங்கிகளில் முதலீடும். அப்புறம் குளிர்பதனமூட்டப்பட்ட அறையில் பஞ்சணையில் ஆழ்ந்த அரை மயக்கத்துடன் வாழ்ந்தருளும் மக்கள் ஜனநாயகவாதியை எப்படி உலக்கையால் அடித்துக் கொன்றுவிட்டுத் தாய்த்திருநாட்டைப் பாதுகாப்பது?

நண்பர்களே, இது போன்ற கருத்தியல்கள் சார்ந்தும் சிறுகதைகள், நாவல்கள், நாடகங்கள், காவியங்கள் என எதை வேண்டுமானாலும் விருப்பம்போல் எழுதலாம். இதுபோன்ற உன்னதமான விஷயங்களை எப்படிச் செய்ய வேண்டும் என்று யாருக்காவது தனியாகச் சொல்லித்தர வேண்டிய தேவை இருக்குமா?

நாவலெழுதவும் சிறுகதையெழுதவுமெல்லாம் யாரிடமும் ஆலோசனை கேட்க வேண்டாம். சுயமாகவே யோசனை செய்து எழுதிவிடலாம்.

முதல் நாவலாசிரியரும் முதல் கவிஞரும் முதல் சிறுகதை யாசிரியரும் யாருடைய ஆலோசனையின்படி எழுதினார்கள்?

சிறுகதை, கவிதை, நாவல், நாடகங்கள், விமர்சனங்கள் – யாரும் எழுதலாம். சொந்த வாழ்க்கையை எழுதியே காய்ச்சிவிடலாம்.

பிறந்து பூமியில் வந்து விழுந்ததுமே அய்யோ ஆத்தா என்று அழுது, முலைப்பால் குடித்து, தின்று வளர்ந்து கல்வி கற்றது. கள் அருந்தி, கஞ்சா இழுத்து, ஆண் – பெண் பாலுறவு கள், சரஸ், பாங்க்... இறுதியில், பிரசவித்துத் தாய்ப்பால்

தந்து அன்புகாட்டி வளர்த்து ஆளாக்கிய தாயின் கர்ப்பப் பையினுள் நுழைந்து சுருண்டுபடுத்து இரண்டு ட்ராம் கொட்டு வடி சாராயம் அருந்தி ஒரு முழுக்கஞ்சா பீடியும் குடித்துப் புகைவிடத் தோன்றுவது – எல்லாமே சிறுகதைகள்தான் – சிறுகதை என்ன? நாவலே எழுதிவிடலாம். பெருங்காவிய மாகவும் படைக்கலாம்.

அல்லது புதிய புதிய நாவல்களை வாசிக்கலாம். அவைகளி லிருந்து புதியவர்களுக்குச் சில தூண்டுதல்கள் கிடைக்கும். புதிய நாவல்களை வாசித்து வாசித்துக் கடைசியில், இதோ கிடக்கிறது சவக்குழி.

சவக்குழி

இந்தச் சவக்குழியை நாவல் படைப்பவர்கள் சிலர் மிகக் கவனமாகத் தோண்டி வைத்திருக்கிறார்கள். வாசகர்களாகிய ஆண்கள், பெண்கள் அனைவருமே வாழ்க்கையில் எந்தப் பிடிப்புமில்லாமல் குதித்துச் சாவதற்காக!... வாழ்க்கையின் பிடிமானமென்று ஒரு சுக்கும் கிடையாது, சுண்ணாம்பும் கிடையாது. சும்மா அப்படியே செத்துப் போய்விடவேண்டியது தான். கயிறோ சேலையோ உபயோகித்துத் தூக்குமாட்டியும் சாகலாம். சவக்குழி உங்களுக்குப் பிடிக்காதபோது தூக்கு மாட்டிச் செத்துக் கொள்ளுங்கள். இந்த மகத்தான பணிக்கு நல்ல உறுதி வாய்ந்த ஒரு கயிற்றை ஏற்பாடு செய்துகொண்டு சவக்குழி இலக்கியவாதியின் வசிப்பிடத்திற்குச் செல்கிறீர்கள். சவக்குழி சித்தாந்தியல்லவா மேற்படியார்? 'ஷிவாஸ் ரீகல்' எனும் மதுவை சிப் சிப்பாக ருசித்தபடி அவர் புத்தம்புதிய சவக்குழி இலக்கியம் தயாரித்துக் கொண்டிருக்கிறார் – சவக்குழி நாவல் – அதில் எதிர்பார்த்திருத்தல் என்றொரு கருத்தியல் தளமிருக்கிறது. காத்திருந்து, காத்திருந்து, காத் திருந்து, காத்திருப்புக்காரனோ அல்லது காரியோ மரமாக மாறுகிறா(ன்)ள்.

மரம்!

மரச் சிந்தாந்தியேதான் சவக்குழிச் சித்தாந்தியும்.

"இந்நாவலின் கடைசிப் பகுதியில் வரும் அந்தக் குழியைத் தாங்கள் யாருக்காகத் தோண்டி வைத்திருக்கிறீர்கள்?"

"வாசகர்களுக்குக் கடைசியில் குதித்துச் செத்துப் போவதற் காக."

"மாபெரும் சித்தாந்த நாவலாசிரியரான தாங்கள்?"

"இல்லை, நான் சாகமாட்டேன். எனது வாழ்க்கை அர்த்தங்களால் பரிபூரணமடைந்திருக்கிறது. எனக்கு அழகான வீடும் காரும் கேர்ள் ஃபிரண்ட்சும் வங்கி இருப்புமெல்லாம் இருக்கிறது. நான் ஷிவாஸ் ரீகலுடன் மட்டுமே திருப்திப்பட முடியாது. எனக்கு மற்றதுதான் வேண்டும்."

"எந்த மற்றது?"

"ராயல் சல்யூட்! இருபத்தைந்து வருடகால மகா ஊறல். ஒரு புட்டி, இரண்டாயிரத்து ஐந்நூறு ரூபாய் விலையுள்ள விஸ்கி! வெற்றுக் குப்பியே ருபீஸ் எய்ட் ஹண்ட்ரட் ஒன்லி. இந்த விஸ்கி இப்போது இறக்குமதி இல்லை. கள்ளச்சந்தையில் தாராளமாகக் கிடைக்கிறது. ஐந்து நட்சத்திர ஓட்டல்களில். எண்பது லட்சம் நூறு லட்சமென்று சம்பளம் வாங்கும் திரைப்பட ந . . ."

அப்படியென்றால் வாசக உலகம் சாக வேண்டும். சித்தாந்தியான உங்களுக்குச் சுகபோக வாழ்க்கை! மயிரே, உன்னை உயிரோடு விடக்கூடாது! என்ற முன்னுரையுடன் அந்த சிந்தனையாளனின் கழுத்தில் சுருக்குமாட்டி இழுத்துப் பிடித்து மூச்சுத் திணறத் திணற – இதெல்லாம் கூட நல்ல ஒரு நாவலுக்கான கருத்துக்களல்லவா?

அல்லது, எனக்கு தாய் தந்தையருடனோ ஆசிரியர்களுடனோ சமூகத்துடனோ எந்த விதமான பொறுப்போ அக்கறையோ கிடையாது. எனக்குத் தோன்றுவதை நான் எழுதுவேன்.

எழுதி முடித்தபிறகு கிழித்து எறிந்து விடவும் மாட்டேன். அச்சடித்து விலையும் குறிப்பிட்டுப் புத்தகமாக்கி விளம்பரம் செய்து மக்களைக் காசு கொடுத்து வாங்க வைப்பேன். நான் சித்தாந்தவாதி. பணக்காரனும் கூட. தின்றும் குடித்தும் போகித்தும் சுகித்தும் தூங்கியும் விழித்தும் வாழ்கிறேன்.

நான் சுயம்பு!

இதுகூடத் தத்துவத் தரிசனப் பின் நவீனத்துவ நாவல்களுக்கான விஷயங்கள்தான். படைப்பாளி திறமைசாலி. மாபெரும் திறமைசாலி.

மையின் விலை

நான் அதிபுராதனமான பிற்போக்குவாதி. தாய் தந்தையருடனும் ஆசிரியப் பெருமக்களுடனும் சொந்தபந்தங்களுடனும் அண்டை அயலார்களுடனும் தேசத்துடனும் இந்த பூமி

யுடனும் அனைத்து வகைப் பிரபஞ்சங்களுடனும் எல்லா வற்றையுடன் படைத்த இறைவனுடனும் நேசம் கொண்டிருக் கிறேன்.

இந்த அக்கறையை என்னளவில் நான் சரிவர வெளிப் படுத்த முடிகிறதா என்பதை மட்டுமே என்னால் கவனிக்க இயலும். எளியவனாகிய நான் என்னால் முடிந்தவரை வாழ்ந்து கொண்டிருக்கிறேன். நல்ல நோக்கங்களுக்காக இரத்தம் சிந்தி, மரணத்தைத் தீரத்துடன், தழுவிக் கொண்ட மகாவீரர்களின் குருதியை விடவும் புனிதமானது நல்ல எழுத்தாளன் ஒருவனின் எழுதுகோலில் துளிர்க்கும் ஒரு துளி மை.

அதையெல்லாம் விட்டுத்தள்ளப்பா. பழைய புராணங்கள்!

ஒரு விஷயத்தைச் சொல்ல மறந்துவிட்டேன். சில வருடங் களுக்கு முன் எனக்கு முழுமையாகப் பைத்தியம் பிடித்திருந் தது! சுத்தப் பைத்தியம். நீண்டகாலச் சிகிச்சைக்குப் பிறகு நோய் கட்டுக்குள்ளானது. மிச்ச சொச்சங்கள் இப்போதும் இருக்கக்கூடும். நான் சொன்னவற்றையும் சொல்பவைகளை யும் சொல்லவிருப்பவற்றையும் இதன் வழியாகத்தான் நீங்கள் பார்க்க வேண்டும்.

பிறழ்வுபட்ட மனதில் மாயச் சொப்பனங்கள்.

எல்லாமே மாயைதான்,

பசி, தாகம், மோகம், வலி, தூக்கம் – எனப் பல இருக்கிற தல்லவா?

எதற்காக எழுதவேண்டும்?

ஏதாவது நோக்கமிருக்கிறதா?

கலை, கலைக்காகவா?

கலை, வாழ்க்கையின் அபிவிருத்திக்காகவா?

அச்சு வடிவத்தில் புகழ்...

கோடி கோடி அனந்த கோடி

புகழின் உச்சியில் வாழ்ந்தவர்கள் செத்து மண்ணோடு மண் மடிந்து போய்விட்டார்கள். அவர்களை எல்லாம் யார் இப்போது நினைத்துப் பார்க்கிறார்கள்?

நினைத்துப் பார்ப்பதில்தான் என்ன பயன் இருந்து விடப்போகிறது?

புகழ்பெற்றவர்களும் பெற விரும்புகிறவர்களும் நானும் நீங்களும் பயணம் செய்து கொண்டிருக்கிறோம். அல்லவா?

திடீரென்று சென்று விழப் போகும் உயிரின் காலமுடிவை நோக்கி.

கால மயக்கத்திற்குள்ளாகும் உயிர். ஆகியே தீர வேண்டும் அல்லவா?

ஒரு தத்துவப் பார்வை இருக்கிறது. பழைமையானதுதான். காலம் சென்ற, புராதன, புராதனமான சூரியன், நட்சத்திரங்கள், சந்திரன், காற்று, நீர், பூமி, மனிதகுலம் – அனைத்துமே பழைமையானவைதான். சொல்ல வந்த விஷயம் இதுதான்.

வாழ்க்கையின் இயல்பான பிரவாகத்திற்கு இடைஞ்சலாக இருக்கும் எல்லாச் சித்தாந்தங்களும் செயல்பாடுகளும் தவறுகள் தான், தடைகள்தான், கேடுகள்தான், பாவங்கள்தான்.

புராணப் பழங்கதைகள்தான் எத்தனை எத்தனை?

பூவுலகில் வாழும் மனிதச் சமூகத்திற்கென ஆயிரத்து ஐந்நூறுக்கும் அதிகமான மதங்களிருப்பதாகக் கேள்விப்படு கிறோம். சிறியதும் பெரியதும் இடைப்பட்டதுமான மதப் பிரிவுகள். மிகச் சிறியதும் துண்டு துக்கடா மதங்களும் வேறு.

எல்லாவற்றிலுமே இருக்கின்றன புராணப் பழங்கதைகள்.

அதிசயங்களுக்கெல்லாம் மாபெரும் அதிசயம். பீதியூட்டும் அதிசயம், பிரபஞ்சம்..!

அதன் சிறிதொரு அம்சமான இந்தப் பூவுலக வாசிக ளல்லவா நாம்? ஆனால் பூவுலகில் நாம் எங்கே இருக்கிறோம்? நாமெல்லாம் வெறுமொரு பொருட்கள்தானே? ஏதோ கொஞ்சம் போலஅறிவு மட்டும்தானே இருக்கிறது?

எதுதான் வாழ்க்கை?

வாழ்க்கை என்றால் என்ன? யோசித்துப் பார்த்திருப் பீர்கள்தானே? வாழ்க்கை என்று சொல்லப்படுவதை மிகச்சிறு அறிவை மட்டும் வைத்துச் சிந்தித்துப் பார்த்தால் ஆச்சரியமும் அழகும் கம்பீரமும் நிறைந்த ஒரு பெரிய விஷயமாகத் தெரியும்.

நினைத்துப் பார்க்கும்போது ஞாபகங்களின் இருளி லிருந்து ஒரு துண்டு. கிரேக்கப் புராணங்களிலிருந்தல்ல, எகிப்திய புராணங்களிலிருந்துமல்ல. ஸெண்டவஸ்தா, சபூர், தௌராத், இன்ஜில், ஃபுர்கானுல் அலிம் – குர்ஆன் போன்றவற்றிலிருந்து மல்ல. இச்சிறு துண்டு, சாம வேதத்திலிருந்துதான். சாம வேதம், நினைவிருக்கிறதல்லவா?

'இறைவனின் மாற்றொலிபோல் மனதிற்குத் தோன்றும் ஒரு ஓசை உலகைக் கவிந்திருக்கிறது. படைப்பின் சோபையை அது நிறைவுபடுத்துகிறது.'

'மூலமந்திரத்தை சிருஷ்டிக்கிறது.'

'அந்த இசை தடைபடாமல் நிகழ்ந்து கொண்டிருக்கட்டும்.'

பூமியெனும் இதயம் அதன் ஒரு தாளக்கருவியாக மாறட்டும். இறையின் இசையைக் கேட்பதாகவே இருக்கட்டும் உங்களது மிகப் பெரிய வாழ்க்கையனுபவம்.

முற்றிலுமாக அழிந்து போன மனித குல நாகரிகங்களே, நம்பிக்கை வாக்குமூலங்களே, புராதனமான தேவ மகா ரிஷிகளே, இறைத்தூதர்களே வந்தனம். எப்போதும் இப்போதும் நினைவு கூர்கிறேன், வந்தனம்!

இதையெல்லாம் சும்மாதான் சொன்னேன். வெறுஞ் சும்மா. இதையெல்லாம் நாவலுக்கான கருவாகப் பயன் படுத்தவும் செய்யலாம். வியாபாரப் படைப்புகள்தானே பெரு மளவும். இனிவரும் காலங்களில் இந்த நிலைமையில் மாற்றம் வராதென்று சொல்லிவிடமுடியாது. உலகம் முழுவதிலுமாக அறுநூறோ எண்ணூறோ கோடி மனிதர்கள் இருப்பதாகச் சொல்கிறார்கள். இவர்கள் அனைவருமே தாய் பெற்ற பிள்ளைகள்தான். எல்லாருக்குமே சித்தாந்தப் பார்வைகளும் இருக்கும். இது போல், பூமியில் ஏராளம் ஏராளம் மரங்களும் செடி கொடிகளும் கிழங்கு வகைகளும் பழங்களும் காய் கனிகளுமிருக்கின்றன. இதில் சில வகை மட்டுமே உயிரினங்கள் புசிப்பதற்கு ஏற்றவை. விஷத் தாவரங்களும் நிறையவே உண்டு. அவற்றைப் புசித்தால் சாவு நிச்சயம். கவனமாக இருக்கிறோ மல்லவா? இதுபோல்தான் சித்தாந்தங்களும். பெரும்பாலான வையும் விஷம்தான். வாழ்க்கையின் இயல்புப் பிரவாகத்திற் கேற்றவைகளை மட்டும் நினைவில் கொள்வது நல்லது.

இந்த உலக வாழ்க்கையென்பது வெறுமொரு விளையாட் டான விஷயம்தான். வெறுமொரு மாய விளையாட்டு. ஆனால், பசியும் தாகமும் நிஜமல்லவா? வியாதிகளும் துன்பங்களும் கொடூரம் நிறைந்த மனிதர்களும் இருக்கிறார்கள் அல்லவா? அகம்பாவ நோய்பிடித்த, ஆத்மாவில் குஷ்டம் பிடித்த நீச ஆட்சியாளர்களும் இருக்கிறார்களே? சிந்தனையாளர்களும் கதையெழுதுபவர்களும் கவிஞர்களும் விமர்சகர்களும் இருக் கிறார்களே? அதுசரி. சிறிது அறிவும் இருக்கிறதல்லவா? அறிவு! சிந்தியுங்கள். முடிவுக்கு வாருங்கள். பிரச்சினைகள், நிறையவே இருக்கின்றன. முன் செல்லுங்கள். முன் செல்லுங்கள். வரையறை

களின்றி முன் செல்லும் தோறும் பிரச்சினைகளும் மேலும் அதிகமாகத்தான் செய்யும். பிரச்சினைகளில்லாத ஒரு காலக் கட்டம் ஒருபோதும் சாத்தியமில்லை. தீர்வுதான் கண்டுபிடிக்கப் படவேண்டும். அறிவு . . . சும்மா சுருண்டுபடுத்துக் கால்களுக் கிடையே கைகளைத் திணித்து, விதியைப் பழித்துக் கொண்டே அங்குலம் அங்குலமாகச் சாவதே நோக்கமென்றால் வாழ்த் துக்கள் – நீங்கள் சாகலாம்.

மரணத்தை உபதேசித்த மகா சித்தாந்திகள் யாரும் உபதேசம் முடிந்ததும் உடனே தற்கொலை செய்துவிடவில்லை. சுகபோகங்களில் ஆழ்ந்து சுகித்து வாழ்ந்தார்கள். தொண்ணூறு நூறு வயதான பின்பும் அவர்களது படைப்புகள் நம்பிக்கை யின் சொத்துக்களாக வாழ்கின்றன. அப்பாவி மக்கள் வாசித்து வாசித்து நிராசையுடன் மரணத்தைத் தேடுகிறார்கள். மது, போதை வஸ்துக்கள், தற்கொலை . . . அதுகூட ஒரு சுவாரஸ்யம் தான். மனிதகுலம் வெகுவேகமாகப் பெருகிவருகிறது. பூமியால் தாங்கமுடியாத அளவில் அது பெருகிவிட்டது. பெரு வியாதி களும் போர்களும் வெள்ளப் பிரளயமும் வரவேண்டுமல்லவா? இவை அனைத்துமே நாவலுக்கான விஷயங்களாகலாம்.

முன்னேற்றம்

பண்டொரு காலம், கோடி வருடங்களுக்கு முன், மனித குலம் பிறந்தமேனியராகக் குகைளில் வாழ்ந்து வந்திருக்கிறது. இந்தக் குகைகளை அமைத்தவர் யார்? அது யாராகவுமிருக் கட்டும். அந்தக் குகைகளில்தான் ஆதிமனிதர்கள் இராத் தங்கி னார்கள். அதுதான் அவர்களது இல்லம். பிறகு பெரிய இலை களின் கீழ். இலைகள் படர்ந்த மரக்கிளைகளைக் கீறிக் கட்டி அதன் கீழும் சிறுசிறு குடிசைகளிலும் பிறகு வைக்கோலோ ஓலையோ வேய்ந்த சிறு வீடுகளிலும் பிறகு ஓடு வேய்ந்தவை களிலும் கல் பதித்தவைகளிலும் வாழ்ந்து வந்தார்கள். இப்போது, கண்ணாடிச் சில்லுகளும் இரும்புக் கம்பிகளும் சிமெண்டும் உபயோகித்து அழகழகாக அமைக்கப்பட்ட வீடு களில் வாழ்கிறார்கள்.

குளிரையும் வெப்பத்தையும் காற்றையும் தடுத்துப் பாது காப்பாக வாழ்வதுதான் நோக்கம்.

‘தூக்கம்.’

நான் சொல்லிக்கொண்டிருப்பது நாவலின் வடிவப் பரிணாமத்தைப் பற்றிய விஷயங்கள்தான். வடிவம் எப்படி வேண்டுமானாலும் மாறலாம். சுய விருப்பம் சார்ந்து அமைத்துக்

கொள்ளலாம். ஆனால் உள்ளடக்கத்தை எண்ணங்களால் நிரப்பிக்கொள்ளவேண்டும். விஷம் வேண்டுமா, அமிர்தம் வேண்டுமா என்று சிந்திக்க வேண்டும். சாபம், அனுக்கிரகம் எனும் இரண்டு விஷயங்கள் இருக்கிறதல்லவா? வாழ்க்கைக்கு ஒரு தத்துவ அடிப்படை இருப்பது எப்போதுமே நல்லதுதான். அது மதத் தத்துவங்களாக இருக்க வேண்டுமென்றால் நம் அருகில் இந்து மதமிருக்கிறது. ஜைன, புத்த, பார்சி, யூத மதங்களிருக்கின்றன. கிறிஸ்தவ மதமிருக்கிறது. இஸ்லாம், சீக்கிய, பகாயி மதங்களிருக்கின்றன. மதங்கள் வேண்டாமென்றால் கம்யூனிசம் போன்றவைகளிருக்கின்றன. நம்மிடம் ஆய் வாளர்கள் வேண்டும்; வெளியீட்டாளர்கள் வேண்டும். கதை யெழுதுபவர்களும் கவிஞர்களும் வேண்டும்.

எழுதுங்கள். மொழிவளப்படட்டும்.

எழுத்து, மிக அதிகமாக நீண்டுபோய்விட்டது. எழுதும் பலகையை மடியில் வைத்துக் குனிந்தமர்ந்து யோசனை செய்து எழுதுகிறேன். இப்போது முதுகுவலி, வயிற்று வலி, சுவாசத்தடையெல்லாம் லேசாகவே இருந்து கொண்டிருக் கின்றன. வயதும் நிறைய ஆகிவிட்டதல்லவா? இருந்தாலும் ஓரளவு நலம்தான். வேதனைகள் ஞாபகங்களாக மாறட்டும். ஞாபகங்கள் . . .

ஒரு சிறு விஷயம் இப்போது ஞாபகத்திற்கு வருகிறது.

நட்சத்திர உலகம்

ஒரு நாளிரவு. முற்றத்தில், கூரிருட்டில் நாங்கள் நின்று கொண்டிருக்கிறோம். மேட* மாதச் சூட்டின் கடும் வறட்சி யான காலம். நாங்கள் தலையுயர்த்தி ஆகாயப் பரப்பைப் பார்த்தோம். மேகங்கள் எதுவுமே இல்லை. அங்குமிங்குமாக ஓரிரு நட்சத்திரங்கள் மட்டும் தெரிவது போல் தோன்றியது. இது என்ன ஆச்சரியம்? சிக்கனமில்லாமல் வாரிச் சொரிந்து கிடக்கும் அனேகக் கோடி ஒளிப்புள்ளிகளான நட்சத்திரங்க ளெல்லாம் எங்கே?

நினைவுகள் :

காலத் தொலைவில் மறைந்துபோன எனது சிறு வயதில், இங்கிருந்து மிகமிகத் தூரத்திலுள்ள எங்களது வீட்டில், இறந்து போன என் வாப்பாவுடன், சில இரவுகளில் முற்றத்தில் நின்று வானப் பெரும்பரப்பை மின்னிப் பளபளக்கும் நட்சத்திரக் கோடிகளைப் பார்த்துக் கொண்டு நிற்பதுண்டு.

---

* சித்திரை மாதம்

மட்டுமல்ல, அதை எண்ணிப் பார்க்கவும் செய்வோம். ஒருபோதுமே எண்ணிக்கையைப் பூர்த்தி செய்ய முடியவில்லை. ஆயிரமாயிரம், லட்சோபலட்சம், கோடிகோடி நட்சத்திரங்கள்.

இது சிறுவயதில்.

பிறகு நான் தேச சஞ்சாரியாக அலைந்துதிரிந்த காலத்தில் லட்சங்களை மட்டுமல்ல கோடி நட்சத்திரங்களையே கண்டேன். நட்சத்திரக் கோடிகள்.

வருகிறது, மற்றொரு அழகிய, ஏகாந்த, அற்புத இரவு.

பாலைவனம். அடிவானத்தினுள், இளஞ்சிவப்பு நிறப் பொலிமையுள்ள வெள்ளை மணற்பொடிகள் மட்டும். அழகான இராப் பொழுதின் முதல் சாமம். பெரும்பரப்பான பாலைவனம். நிசப்தம். நிசப்தம்தானா? மேலே கழுவித் துடைத்துச் சுத்தம் செய்தது போன்ற தொடக்கமும் முடிவு மற்ற நீலவானம். கையெட்டும் தூரத்திலிருப்பது போன்ற உயரத்தில் மிகவும் பிரகாசத்துடன் ஒளிக் கோளங்களென மின்னித் திலங்கும் ஆயிரமாயிரம் நட்சத்திரங்கள். ஒரு அற்ப உயிரினமாக நான். பாலைவனத்தின் அற்புதமான பயங்கரத் தோற்றம் . . . ஏகாந்தத் தனிமையிலாழ்ந்திருந்தேன். அதிசய மான அஞ்ஞான வெளிச்சத்தின் ஆயிரமாயிரம் . . . ஆச்சரிய மும் பயமும் ஆனந்தமும் பதற்றமும் . . . நாதப் பிரம்மத்தின் எல்லைகளில்லாச் சுருதி லயம். ஆத்மிக இசை . . . நான் முழுவது மாகப் பதற்றத்தில் மூழ்கினேன். யா இலாஹீ! எனதிறைவா, இம்மகா அற்புதம், கடுகு மணி போன்ற என் மனதால் இதை உணர்ந்து கொள்ள இயலவில்லை. இந்த அழகிய பயங்கரம் . . . இது என்ன நிசப்தத்தின் ஓசை? இறைவா, என்னைக் காப்பாற்று. நான் இந்த அனாதிகால நிசப்த சங்கீதத்தினுள் கரைந்துபோய்விடுவேன். என்னைக் காப்பாற்றி விடு. யா இலாஹி.

அலறியழுதுகொண்டே என் போன்ற மனிதர்கள் வாழும் பக்கத்திலிருந்த ஒரு கிராமத்திற்கு ஓடிவிட்டதாகவும் ஒரு நினைவு வருகிறது. மின்னி மின்னிப் பிரகாசத்துடன் ஒளிர்ந்த அந்த நட்சத்திரங்களைப் பற்றியும் நினைவிருக்கிறது. இது அரை நூற்றாண்டுக்கு முந்தைய ஒரு ஞாபகம்.

அந்த நட்சத்திரங்கள் இப்போது எங்கே?

எங்கேயும் போய் விடவில்லை. ஆகாயத்திலேயே இருக் கின்றன. நம்மால் பார்க்க முடியவில்லை, அவ்வளவுதான். நமது பார்வைகளிலிருந்து அந்த நட்சத்திரக்கோடிகளை மறைத்தது யார்?

நாமேதான்! நாமாகிய இந்த மனிதகுலம்தான். அறிவியலின் பாய்ச்சல்.

மாசு

காற்றை மாசுபடுத்திவிட்டோம். காற்றின் மேற்பகுதியான வானப்பரப்பு மாசடைந்து வருகிறது. நீர்த்தேக்கங்கள் அனைத்தும் நஞ்சைச் சுமந்து நிற்கின்றன. கடல், வாய்க்கால் பரப்புகள், நதிகள், அருவிகள், குளம் குட்டைகள், கிணறுகள் அனைத்தும். நீர்வாழ் உயிரினங்கள், மீன்வகைகள், பறவைகள், மிருகங்கள், மனிதகுலம் – அனைத்துமே செத்து விழுந்துகொண்டிருக்கின்றன. வனச் செல்வங்களும் அழிந்துகொண்டிருக்கின்றன. அபாயம் மிகுந்த இந்த கோர விபத்திலிருந்து மனிதச் சமூகத்தையும் பிற உயிரினங்களையும் செடி கொடி விருட்சாதிகளையும் நமது இந்த பூகோளத்தையும் யார் காப்பாற்றப் போகிறார்கள். அணு ஆயுதப் போரின் ஆபத்தை நாம் எப்படி எதிர்கொள்ளப் போகிறோம். பூமியிலுள்ள பெரும்பாலான எல்லா ஆட்சியாளர்களிடமும் பயங்கரமான வெடிகுண்டுகள் குவித்து வைக்கப்பட்டுள்ளன. அணு குண்டுகள், ஹைட்ரஜன், நியூக்ளியர், குண்டுகள், குண்டுகள், குண்டுகள்.

அதி நவீன அறிவியல் முன்னேற்றம்! அறிவியல் தடங்கல்களில்லாமல் முன்னேறட்டும். தவறான நோக்கங்களுடன். பெரிய பயன்கள் எதுவுமிருக்கப்போவதில்லையென்றாலும் இந்த விஷயங்களையும் நாவல்களின் கருவாக எடுத்துக் கொள்ளலாம்.

நான் முடித்துக் கொள்ளப்போகிறேன். நேரமாகிவிட்டதல்லவா?

குங்குமம் அவார்ட்

குங்குமம் அவார்ட் 1111 ரூபாய். இப்போதும் இது சிறு தொகையொன்றுமல்ல. இதை அன்பளிப்புச் செய்பவர் ஒரு முதலாளி. இது உங்களை விலைக்கு வாங்குவதற்காக அல்ல. யாரையுமே விலை கொடுத்து வாங்குபவரல்ல, ஆர். கிருஷ்ணசுவாமி. இவர் ரெட்டியார் சமூகத்தில் பிறந்தவர். பெருஞ்செல்வந்தர். நிறைய வியாபாரங்களில் ஈடுபட்டிருப்பவர். கூடவே இலக்கியமும். இவர் ஏழையான எனது வீட்டிற்குப் பல தடவை வந்திருக்கிறார். எங்கள் வீட்டுத் திண்ணையில் சடைத்துப்போய் உட்கார்ந்திருக்கிறார். என் மனைவி கொடுத்த தேநீரை அருந்தி

* கிருஷ்ண சுவாமி இறந்துபோய்விட்டார்.

யிருக்கிறார். இந்த கிருஷ்ணசுவாமி இப்போது ஒன்பதோ பத்தோ வெளியீடுகளை நடத்தி வருகிறார்.

குங்குமத்தின் தலைமைப் பொறுப்பிலிருப்பவர் திரு. என்.வி. கிருஷ்ணவாரியர்.

என்.வியைப் பற்றி எதுவும் சொல்ல வேண்டியதில்லை. மௌலவியும் ரிஷி முனிவரும் மார்க்சியவாதியுமான மெலிந்து உயரமான, தனிமை விரும்பியான ஒரு மனிதர் இந்த என்.வி. கிருஷ்ணவாரியர்.

இரண்டு கிருஷ்ணர்கள். பரவாயில்லையே.

நமது நாட்டில் நிறைய கோடீஸ்வரர்கள் இருக்கிறார்கள். ஹிந்து, முஸ்லிம், கிறிஸ்தவர்கள். கிருஷ்ண சுவாமியைப் போன்றவர்கள்தான் அதிகம் கிடையாது. நிறைய பேர்களுக்கு வேலை கொடுக்கிறார். கதாசிரியர்களையும் கதாசிரியைகளையும் உற்சாகப்படுத்துகிறார். அனைவருக்கும் வேலைக்குத் தகுந்த கூலியும் தருகிறார். வேலை செய்யாதவர்களுக்கும் கூலி தருகிறார். சொன்னேன் அல்லவா? அவர் ஒரு முதலாளி. ஆகவே, குற்றங்குறைகளும் இருக்கக்கூடும். கூடவே சில அபூர்வக் குணங்களும். ஒரு குணத்தை மட்டும் சொல்லிவிடுகிறேன். என்னை, 'பேப்பூர் சுல்தானா'க்கியது இந்த கிருஷ்ணசுவாமியின் குங்குமம்தான்.

என்.பியும் எம்.சி. வாசுதேவனும் சுப்பையா பிள்ளையும் என் வீட்டிற்கு வந்திருந்தார்கள். மரத்தடியில் உட்கார்ந்து நிறைய பேசிக் கொண்டிருந்தோம். தேநீர் குடித்தோம். வேடிக்கைக் கதைகள் பேசி நிறைய சிரித்தோம்.

இனி என்ன சொல்லவேண்டும்? எதையெல்லாமோ சொல்லவேண்டும்போல் தோன்றுகிறது. வேண்டாம். இனி எதுவும் சொல்வதற்கில்லை. நான் கிறுக்கி வைத்ததில் நிறைய தவறுகள் இருக்கலாம். எல்லாவற்றையும் பொறுத்துக்கொள்ள வேண்டும். அடுத்த குங்குமம் விருது வழங்கும் நிகழ்ச்சியின் போது நம்மில் எத்தனைபேர் – அதை விடுவோம். அதெல்லாம் கடவுளின் கையில். நான் சொன்னது அனைத்தையும் மறந்து விடும்படி கேட்டுக்கொள்கிறேன்.

நீங்கள் அனைவரும் பல வெற்றிகளையடைய வாழ்த்துகிறேன். நீடித்த ஆயுளும். இறைவனின் சகல ஆசீர்வாதங்களும் நம்மீது சொரிவதாக!

மங்களம்

சாபமில்லை; அனுக்கிரகம் மட்டும்

(**தேசாபிமானி** வார இதழ், ஜனவரி 1982)

அன்புள்ள பத்திரிகையாசிரியர்,

'பி.சியும் பஷீரும்' என்ற தலைப்பில் ஒரு கட்டுரையை வாசிக்க நேர்ந்தது. தங்களது *தேசாபிமானி* வார இதழில்தான். இலக்கம் 24. புத்தகம் 13. எழுதியவர், கே.இ.என். குஞ்ஞுகமது. கட்டுரை நன்றாக இருந்தது. அவர் மிகுந்த சிரமத்துடன் ஆய்வு செய்துதான் எழுதியுமிருக்கிறார். ஆனால், கட்டுரையின் கடைசிப்பகுதியில் சிறு பிழை நேர்ந்திருக்கிறது. வேண்டுமென்றே செய்திருக்க மாட்டார். தவறான புரிதலிலிருந்து உருவானதாக இருக்கலாம். நான் சொல்ல வருவது கேரளத்தின் புதிய படைப்பாளிகளைப் பற்றி நான் சொன்னதாகக் குறிப்பிட்டுள்ள அந்தப் பகுதியைப் பற்றித்தான்.

குஞ்ஞுகமதுவுக்கு அந்தப் பகுதி எங்கிருந்து கிடைத்தது என்பது எனக்குத் தெரியும். ஒரு வாரப் பத்திரிகையில் என்னைப் பற்றி வந்திருந்த பெரிய கட்டுரையொன்றின் சிறு பகுதிதான் அது. அதைப் பார்த்த உடனேயே அந்தக் கட்டுரையாசிரியருக்கு நான் எழுதினேன். 'தாங்கள் அந்தக் கட்டுரையை ஏதாவது புத்தகத்தில் சேர்க்க நினைத்திருந்தால் – நான் புதிய எழுத்தாளர்களைப் பற்றிக் குறிப்பிட்டதாக வரும் அந்தப் பகுதியை நீக்கிவிட்டு மீதிப் பகுதியை வெளியிடும்படி கேட்டுக் கொள்கிறேன்.' இதையே நான் குஞ்ஞுகமதுவிடமும் கேட்டுக் கொள்கிறேன்.

பொதுவாகச் சொல்வதென்றால், இது செய்யாத குற்றத்திற்குத் தண்டனையளிப்பது போன்ற விஷயம்.

சிந்தனைகள் அருகிப் போய்விட்டன. தார்மிக ரோசம், சித்தாந்தப் பார்வைகள் போன்ற விஷயங்கள் நல்லவைதான். நான் எழுதி வெளியிடும் புத்தகங்களில் இருக்கும் விஷயங் களைப்போல் அல்லவே, நான் சொன்னதாக மற்றவர்கள் பத்திரிகைகளில் எழுதும் விஷயங்களும் குறிப்புகளும். இங்கு பேப்பூரிலுள்ள எனது வீட்டுக்கு அவ்வப்போது, தினமும் என்றே சொல்லலாம், யாராவது வருவார்கள். நட்புணர் வுடன்தான். நாங்கள் எதையாவது பேசிக் கொண்டிருப்போம். சூரிய மண்டலத்திற்குக் கீழும் அதற்கு மேலேயுமுள்ள எல்லா விஷயங்களையும் பேசுவோம். சர்வமும் உணர்ந்தவர்களாக அல்ல. அப்படி இந்த பூமியில் இதுவரை யாரும் பிறக்கவுமில்லை. சின்னஞ்சிறு யோசனைகள், தீர்வுகள், வேடிக்கைகள் இப்ப டியே பேச்சுக்கள் நீண்டு போகும். சாயா குடிப்போம்; பீடி இழுப்போம்; சிகரெட்டும் இழுப்போம். சாப்பாடு தேவைப் படுபவர்களுக்குச் சாப்பாடு. பெரிய அளவிலான கூட்டுக் கறிகளெல்லாம் இருக்காது, ஏதோ ஒப்புக்கு. பேசுவதை டேப் ரிக்கார்டரில் பதிவு செய்யும் ஏற்பாடுகள் ஒன்றும் இல்லை. எழுதியெடுப்பதும் கிடையாது. வந்தவர்கள் திரும்பிச் செல் வார்கள். இதில் எனக்கு ஏதாவது லாபம் இருக்கிறதோ? எதுவுமில்லை. ஏதோ நேரம் போகும், அவ்வளவுதான். அப்புறம், கடிதங்கள். ஏராளமான கடிதங்கள் வரும். பதிலெழுதி அனுப்ப வேண்டுமல்லவா? இதில் கொஞ்சம் நேரம் போகும். பிறகு, பத்திரிகைகள், மாத இதழ்கள், புத்தகங்கள். இதற்கே நீண்ட நேரமாகிவிடும். இப்படியாகவே எனது நேரத்தில் முக்காலே அரைக்கால் பாகமும் கழிந்து விடுகிறது. யாரிடம் போய்க் குறைபட்டுக் கொள்ளமுடியும்? ஏதாவது எழுதியனுப்பி நாலு காசு பார்த்தால்தான் ரேசன் வாங்க முடியும். எனக்கு விவசா யமோ வியாபாரமோ உத்தியோகமோ எதுவுமில்லை. நான் ஒரு எழுத்துத் தொழிலாளி. ஆனால், வேலை செய்வதற்கான நேரம் குறைவு. என்ன செய்வது? வாழ்க்கை இப்படியாகப் போய்க் கொண்டிருக்கிறது. போகட்டும். இவ்வளவும் போதும். பட்டினியோ வேறு சிரமங்களோ இல்லை. இப்படியிருக்கும் போது வருபவைதான் நேர்முகங்காணல்கள், கட்டுரைகள், சித்தாந்தத் தீர்வுகள். பிரதிக்கூண்டில் நான்.

நான் சொன்னதாகவும் என்னைப் பற்றியதுமான பல கட்டுரைகள் பத்திரிகைகளில் வருகின்றன. நேர்முகங்காணல் களும். இதையெல்லாம் கண்ட கண்ட பத்திரிகைகளில் பிரசுரிப் பதற்கு முன் அவர்கள் என்னிடம் காண்பித்திருக்கலாம். அடிப்படை மரியாதை என்றெல்லாம் சும்மா சொல்லிக் கொள்ளலாம். ஆனால், யாருமே அப்படி நடந்து கொள்வ

தில்லை. எல்லாவற்றையும் வாசித்துவிட்டுப் பிறகு தார்மிக ரோசம் கொள்வது மட்டும்தான் அவர்களது முக்கிய அயிட்டம். எனக்கோ புளித்த வசவு. தலை வழுக்கையாகப் போனது சும்மா ஒண்ணுமில்லை. பிற்போக்காளன், டிங்கூஸ் கைக்கூலி, சித்தாந்தப் பார்வை இல்லாதவன், அஞ்ஞானி. இது மட்டுமா? எனது புத்தகங்கள், எனது வாழ்க்கைப் பார்வை, எனது வாழ்க்கை முறை – இதெல்லாம்தான் என் மீதான விமர்சனக் கட்டுரைக்கான விஷயங்கள். சமீபத்தில் மூன்று பத்திரிகை களில் என்னைப் பற்றிக் காத்திரமான கட்டுரைகள் வெளி வந்தன. ஒன்றில் ஒரு திறந்த மடல்.

எனது ஆட்சேபகரமான சித்தாந்தப் பார்வைகள் பற்றியும் எனது சிந்தனைப் போக்குகள் குறித்தும் ரோசம் பூண்ட எழுத்துக்கள். தார்மிக ரோசம்!

அதுவும் சரிதான் நான் சொல்லாததை எல்லாம் சொன்ன தாகச் சொல்லி, அது அச்சாக்கம் செய்து வெளிவந்து, அது என்னுடைய பார்வையில் படும்போது நான் எதுவுமே சொல்வ தில்லை. இதனால் வானம் இடிந்து விழுந்துவிடப்போவ தொன்றும் இல்லையே, என்று அமைதியாக இருந்து விடுவேன். ஆட்சேபித்து எழுதுபவர்கள் நான் சொன்னதாக நம்பியதால்தானே எழுதுகிறார்கள். அவர்கள் வேண்டுமென்றே இப்படிச் செய்வதாக நினைக்கவில்லை. நான் பெரிய ஞான வான் ஒன்றுமில்லை. சிறு அறிவு. சிறு யோசனை, சிறு கற்பனை – மிக மிகச் சிறு தரிசனப்பார்வை. இதில் நான் திருப்தியடைகிறேன். யாராவது சொல்வதையெல்லாம் பின் தொடர்ந்து செல்வதற்கான நேரமில்லை. பொதுவாக நான் ஒரு சோம்பேறியும் கூட. உடல்நிலையும் ரொம்ப மோசமாக இருக்கிறது. நான்தான் சொன்னேனே? ஏராளமான சோக் கேடுகள். நடப்பது கூடச் சிரமமாக இருக்கிறது. ஆனாலும் நடக்கிறேன். நியாயமான தோதில் வேதனையுமிருக்கிறது. நிறைய வயதாகிவிட்டது. சோர்வு. பரிதாபப்படும் வகை யிலான சோர்வு. உடல்நிலை கிட்டத்தட்ட இறந்து விழும் பருவத்திற்கு மாறியிருக்கிறது. மரணத்தை விரும்பி அழைக்க மாட்டேன். அதுவாக விரும்பினால் வரட்டும்.

நான் இறந்த உடனே பெரும் பிரளயம் ஏற்பட்டு, அனைத் துமே அழிந்து, பூமி வெடித்துச் சிதறி, மண்துகள்களாக மாறி, கரைந்துபோகுமென்றாலாம் நான் கருதவில்லை. எந்தக் கேடுபாடுகளில்லாமல், எந்தக் குறைபாடுமில்லாமல் எல்லாம் அப்படி அப்படியே நிலை கொள்ளும். எனக்கு பிள்ளைக ளிருக்கிறார்கள். மகளுக்கு மகனுமிருக்கிறான். ஒரு வயதாகிறது.

இதுபோல் ஏராளமான மக்கள் நம்மைச் சுற்றி வாழ்கிறார்கள் அல்லவா?

புதிய தலைமுறையினர் தீரத்துடன் முன்வருவார்கள். வந்து கொண்டுதானிருக்கிறார்கள். இவர்கள் போர்ப்பறை முழக்கியபடியே கொடுங்காற்றுப்போல் அலையலையாக முன்னகர்ந்து செல்வார்கள். ஆரோக்கியமும் வீரமுமிக்க இளந்தலைமுறை. இதில் கதையெழுதுபவர்களும் கவிஞர்களும் அரசியல்வாதிகளும் விமர்சகர்களும் சித்தாந்திகளும் இருக்கவேண்டுமல்லவா?

புதிய தலைமுறையிலுள்ள பெரும்பாலான எழுத்தாளர்களும் எனக்கு அறிமுகமானவர்கள்தான். இதில் நிறையபேர் என் வீட்டிற்கு வந்துமிருக்கிறார்கள். நிறைய பேர் எனக்குக் கடிதமெழுதுகிறார்கள். சுக க்ஷேமங்களை விசாரிக்கிறார்கள்.

இவர்களை என்னால் சபிக்க முடியுமா? என்னிடம் சாபம் கிடையாது; அனுக்கிரகம் மட்டும்தானிருக்கிறது. நான் அவர்களை அனுக்கிரகம் செய்கிறேன்.

எழுதுங்கள். படித்து, சிந்தனை செய்து, மானுட நன்மைகளை முன்னிறுத்தி வீரியத்துடன் எழுதுங்கள். வெற்றி பெற வாழ்த்துகிறேன்; மங்களம்!

புதுயுகத்தின் தீரமிக்க போராளிகளே, நாங்கள் பழைய ஆட்கள். நீர்த்துப்போய்க் காலாவதியாகிக் கொண்டிருக்கிறோம். முடிவுகளில்லாத நேற்றுகளுடன் கூடிய அனந்த கோடி வருடங்களுக்குள் கரைந்து காணாமலாகப் போகிறோம். உங்களுக்காக இதோ ஒரு புதிய சூரியோதயம். எழுங்கள்; செயலாற்றுங்கள்; முன்னேறுங்கள். வாழ்க்கையை அழகுபடுத்துங்கள். ஆனந்த மாக்குங்கள். சுபம்.

வைக்கம் முகம்மது பஷீர்

பொறுப்புணர்வுகள் எங்கேபோயின?

(பி அன்ட் டி ரிக்ரியேசன் கிளப் சுவனீர்)

அன்புள்ள வேணுகோபாலன்,

கடிதம் கிடைத்துப் பல நாட்களாகிவிட்டன. தினமும் எனக்கு நிறைய கடிதங்கள் வருகின்றன. வழக்கமாக, நிறைய பேர் சந்திக்கவும் வருவார்கள். நான் ஒரு நோயாளியாக வாழ்ந்து கொண்டிருக்கிறேன். வயிற்றுவலி, சுவாசத் தடை, காலில் வேதனை. இதையெல்லாம் கண்டுகொள்ளாமல் கூனிக் குறுகி அமர்ந்தபடி இதை எழுதுகிறேன். எனக்குத் தாராளம் வயதாகிவிட்டது. எந்த நிமிடம் வேண்டுமானாலும் இறந்து போகலாம். இருந்தாலும் எதையாவது எழுதவேண்டும்போல் தோன்றுகிறது. சிறுசிறு பகுதிகளாக நிறைய எழுதி வைத்திருக்கிறேன். முழுமைப்படுத்த முடியவில்லை. பதில் எழுத வேண்டிய கடிதங்கள், தினந்தோறும் வந்து கொண்டிருக்கின்றன. பார்வையாளர்கள். ஃப்ரீ டைம் கொஞ்சமும் கிடையாது. ஆட்களிடம் கடிதங்கள் எழுத வேண்டாமென்றோ பார்க்க வரவேண்டா மென்றோ சொல்ல முடியுமா? நான் இறப்பதுவரை தானே இதெல்லாம் நடக்கும்? நிறைய எழுதியுமிருக் கிறேன். இப்படியாகப் போகட்டும் வாழ்க்கை.

நான் இதை இரவு நேரத்தில்தான் எழுதுகிறேன். இரவில் எழுதினால் தலை சூடேறிவிடும். தூக்கம் வராது. முன்பு, எனக்கு மனநோய் ஏற்பட்டிருந்தது. இரவுகளை ஜாக்கிரதையாகக் கழிக்க வேண்டியதிருக்கிறது.

பி.அன்ட்.டியும் ரெயில்வேயும் பிரிட்டிஷ்காரர் களின் காலத்தில் மிகுந்த கட்டுப்பாடுகளுடனும்

செயலூக்கங்களுடனும் இயங்கி வந்த நிறுவனங்கள். சுதந்திரம் கிடைத்த பின்பு செயல்பாடுகளுக்குக் கேடு வந்துவிட்டது. ஏன் இப்படி? பொறுப்புணர்வு என்பது சிறிதுகூடக் கிடையாதென்றே சொல்லலாம். யாரையும் யாருக்கும் பயமில்லை. தொழிற்சங்கங்களும் தொழிற்சங்கத் தலைவர்களும் பெருகிப் போய்விட்டார்கள். கோஷங்களால் மட்டுமே தேசத்தை ஆண்டு விட முடியும் என்பதுபோல். அரசின் எந்த நிறுவனங்களுமே கட்டுப்பாட்டு உணர்வுகளுடன் இல்லை. ஊர்வலங்கள், போராட்டங்கள், தர்ணா, முற்றுகை, பந்த் – நாட்டில், மக்களின் இயல்பு வாழ்க்கையை முடக்கிப்போடுவதன் மூலம் இந்த அமைப்புகள் எதைச் சாதித்துக்காட்ட விரும்புகின்றனவோ.

கூலி உயர்வுக்காகவே மட்டுமே இந்தப் போராட்டங்களும் ஊர்வலங்களும் பிற தொந்தரவுகளும். தொழிலாளிகள் பொறுப்புணர்வுடன் வேலை செய்யவேண்டுமென்று தொழிற்சங்கத் தலைவர்கள் ஒருபோதும் உபதேசிப்பதில்லை. ஒரு சாதாரணத் தொழிலாளிக்கு இந்த பாவப்பட்ட தேசத்தில் இப்போதைய தினக்கூலி இருபத்தைந்து ரூபாய் முதல் ஐம்பது ரூபாய்வரை. காலையில் ஒன்பது மணிக்கு வந்து மாலையில் ஐந்து மணிக்குத் திரும்புவார்கள். சில தொழிலாளர்களின் தினக்கூலி இருநூறு ரூபாய்வரை இருப்பதாகக் கேள்வி.

பி.அன்ட்.டிகாரர்களும், ரெயில்வேகாரர்களும், போலீஸ்காரர்களும், டிரான்ஸ்போர்ட், எலக்ட்ரிசிட்டி டிபார்ட்மென்டுகளும் ஆசிரியர்களும் தென்னை மரமேறும் தொழிலாளர்களைப் போலவோ, தோட்டத் தொழிலாளர்களைப் போலவோ மூடை தூக்கும் தொழிலாளர்களைப் போலவோ அல்ல. அனைவருக்கும் நல்ல சுத்தமாக உடைகள் வேண்டும். உணவு வகைகள் வேண்டும். குழந்தைகளைப் படிக்க வைக்க வேண்டும். தாய் தந்தையரை, சகோதர, சகோதரிகளைக் கவனிக்க வேண்டும். வீடு வேண்டும்; மருத்துவ உதவி வேண்டும். அத்தியாவசியப் பொருட்களின் விலை உயர்ந்து கொண்டே போகிறது. கிடைக்கிற சம்பளம் எதற்குமே போதாமலிருக்கிறது. என்ன செய்வது? யாரிடம் போய் முறையிடுவது?

ஆட்சியாளர்களுக்கு இதையெல்லாம் சிந்திப்பதற்கே நேரமில்லை. நாட்டிலுள்ள எந்த விவரங்களையும் அறியாதவர்கள் போலிருக்கிறார்கள். அதிகார நாற்காலி சரிந்துவிடாமல் பாதுகாப்பதே அவர்களின் குறிக்கோள். ஆளும் கட்சியும் எதிர்க் கட்சியும் நாற்காலியை முன்னிறுத்தியே அரசியல் செய்து கொண்டிருக்கின்றன. கையூட்டு, ஜாதி அபிமானம் – அனைத்துமே ஊழல். பிரமாண்டமான பங்களாக்கள், விலை யுயர்ந்த வாகனங்கள் எனச் சம்பாதித்துக் கொள்கிறார்கள்.

தோட்டங்கள், இயந்திரப் படகுகள், ஓட்டல்கள் இதையெல்லாம் எப்படிச் சம்பாதிக்க முடிந்தது.

மூலதனமாக வெறும் பத்துக் கோசங்களுடன் பொது வாழ்க்கைக்கு வந்தவர்கள் இவர்கள். ஒரு அமைச்சருக்கும் ஒரு தொழிற்சங்கத் தலைவருக்கும் இரண்டோ மூன்றோ கோடி ரூபாய்க்கான ரகசியக் கணக்கு சுவிஸ் வங்கிகளிலிருப்பதாகக் கேள்வி. நமது நாட்டில் நிறைய அமைச்சர்களும் நிறைய தொழிற்சங்கத் தலைவர்களும் இருக்கிறார்கள்

பல விதமாகக் கேள்விப்படுகிறோம். பல விஷயங்களை அறிந்து கொள்ளவும் செய்கிறோம். உண்மை எதுவென்பது அந்த ஆண்டவனுக்குத்தான் வெளிச்சம். உங்களது பரிதாபகரமான வாழ்க்கையைப் பற்றி என்ன சொல்வதற்கிருக்கிறது? பி.அன்ட்.டி ஊழியர்களின் துயரக் கதைகள் சரிசெய்யப்பட வேண்டும். இந்தப் பரிதாபகரமான அவஸ்தையிலிருந்து மீண்டெழுவதற்கான தடுமாற்றத்தின் ஒரு பகுதியாகவுமிருக்கலாம் பழைய ஆட்கள் இப்போது உதறிக் கொண்டு எழுந்திருப்பது. ரிக்ரியேசன் கிளப்பின் 20ஆவது ஆண்டு விழாவைச் சிறப்பாகக் கொண்டாடுவதற்கு எங்களைத் தூண்டியதற்கும் இதுதான் காரணமாக இருக்கும்.

விழாவை முன்னிட்டு வெளியிடவிருக்கும் சுவனீர் வெற்றி பெறட்டும். உங்களது கஷ்டங்களுக்குப் பரிகாரம் கண்டுபிடிக்க வேறுயார் இருக்கிறார்கள்? நீங்களே ஒன்றுபட்டு ஒரே சக்தியாகத் திரண்டு வெற்றி பெற வேண்டும்.

மங்களம்.

10.03.1983

அன்புடன்,
வைக்கம் முகம்மது பஷீர்.

ஆயிரம் வருடத் தூக்கம்

(டிட் ஃபார் டாட் நடத்திய ஒரு நேர்காணல் – 1984)

தார்மிகமின்மையும் அக்கிரமும் அநீதியும் இந்த அளவுக்கு வெகு சாதாரணமாகிவிட்டதற்கான காரணம், சமூகத்தின், மத - உன்னதங்களின் வீழ்ச்சிதானே?

– நிச்சயமாக! மனிதனை மிருகங்களிலிருந்து வேறு படுத்தி மனிதத் தன்மைக்கு உயர்த்துவது மதங்கள்தான். மதங்களில் மிகவும் இயல்பானதும் எளிமையானதும் இஸ்லாம்தான்.

கலாச்சாரச் சீரழிவில் இன்றைய இலக்கியத்திற்கும் திரைப்படத் திற்கும் பங்கு இருக்கிறதல்லவா?

– இருக்கிறது. இங்கே ஏராளமான வெளிநாட்டுப் படைப்புகள் இறக்குமதியாகின்றன. இணை சேர்வதைக் கற்றுக் கொடுப்பவைகள்தான் இதில் அதிகமும். ஆண் பெண் போகமும் ஒரு பெண்ணைப் பல ஆண்கள் போகிப்பதும் எப்படியென்பதை அவை கற்றுத் தருகின் றன. அதையெல்லாம் வாசித்துவிட்டு இங்கிருப்பவர்கள் எழுதத் தொடங்கினால்தான் ஆபத்து. இறக்குமதி செய்யப் படுவதில் நல்லவைகளும் இருக்கக்கூடும். அப்புறம், திரைப்படங்கள். அவை, மனிதனுக்கு நல்லவற்றைப் போதிப்பதும் ரசிக்க வைப்பதாகவும் இருக்க வேண்டும்.

முஸ்லிம்களின் பிரச்சினையைப் பற்றித் தங்களது கருத்தென்ன?

– முகம்மது நபிக்குப் பிறகு 5–6 நூற்றாண்டுகள் வரை பொற்காலமாக இருந்தது. அதற்குப் பிறகு முஸ்லிம் கள் துயில் கொள்ள ஆரம்பித்தார்கள். ஆயிரம் வருடத் துயில். மெதுவாகச் சிலர் விழித்துக் கொண்டு 'எங்க

உப்பப்பாவுக்கொரு ஆனை இருந்தது' என்று சொல்லிப் பவுசு கொண்டாடுகிறார்கள். அறிவியல் – சாஸ்திரத் துறைகளில் முதன்முதலாக உலகிற்கு அர்ப்பணிப்புச் செய்தவர்கள் முஸ்லிம்கள்தான். இதை நானாகச் சொல்லவில்லை. வரலாற்றாய்வாளர்களாகிய பென்சும் டோயன்பியும் சொன்னதுதான். அதெல்லாம் பழங்கதைகள். முஸ்லிம்கள் இப்போது கஃபாவுக்குத் தங்க வாசல் செய்து கொண்டிருக்கிறார்கள்.

ஹோனலூலு – நகரும் அரண்மனை. சௌதி அரேபியாவில் ஃபஹத் மன்னரின் கப்பல். ஆறு மாடிகள் உட்பட ஒரு ஹெலிபேடும் மருத்துவமனையும் அதில் இருக்கின்றன. ஆக மதிப்பு வெறும் 45 கோடி ரூபாய்தான். இங்கிலாந்தில் வைத்து இன்னும் கொஞ்சம் மெருகுபடுத்தினார்களாம், 21 கோடி ரூபாய் செலவில். ஆக மொத்தம் 66 கோடி.

மாத்ருபூமி, மனோரமா போன்ற பத்திரிகைகளில் படித்த செய்தியில் ஃபஹத் மன்னரின் சிலகோடி ரூபாய் மதிப்புள்ள ஒரு வாகனத்தைப் பற்றியும் அறிய முடிந்தது. ரியாத், மக்கா, மதீனா, ஜித்தா ஆகிய நகரங்களில் கோடிகோடியாகச் செலவு செய்து அரண்மனைகள் கட்டப்பட்டிருக்கின்றன. இப்போது கடலில் ஒரு தீவை உருவாக்கிக் கொண்டிருக்கிறார்கள். இதில் பல ஆயிரம் கோடி செலவிலான அரண்மனைகள் எழும்பும்.

இறைத்தூதர் முகம்மது நபியைப்பற்றியும் குர்ஆனைப்பற்றியும் அறிந்திருப்பீர்களே, முகம்மது நபிக்குச் சொந்தமாக ஒரு படுக்கைகூடக் கிடையாது. காலையில் எழுந்திருக்கும்போது ஈச்சமரத்தின் கீற்றுகளால் முடையப்பட்ட பாயின் அடையாளங்கள் அவரது உடலில் பதிந்திருக்கும். நான் வேண்டுமென்றேதான் ஸல்*. சொல்லாமல் தவிர்த்திருக்கிறேன். இங்கு அதை எதற்காகக் குறிப்பிடவேண்டும்?

இறைவனின் தூதுவராகிய முகம்மது பிறந்து வளர்ந்து மரணமடைந்த நாடு, சௌதி அரேபியா : திருக்குர்ஆன் அருளப்பட்ட நாடு. குர்ஆனின் முதல் வார்த்தையே 'வாசிப்பீராக' என்பதுதான். உங்களுக்குத் தெரியுமோ என்னமோ 82 விழுக்காடு மனிதர்கள் எழுத்து வாசனை அறியாதவர்கள் என்று சொல்லப்படுகிறது. நான் சொல்வதை எல்லாம் டிட்ஃபார் டாட் பிரசுரிக்குமென்றால் இந்தப் பத்திரிகையைச் சில முஸ்லிம் தேசங்கள் தடைசெய்யக்கூடும். இப்போது சுமார் 50 முஸ்லிம் தேசங்கள் இருக்கின்றன. சுமார் நூறு கோடி முஸ்லிம்களும்

* முகம்மது நபியைப் பற்றிக் குறிப்பிடும் இடங்களில் ஸல்லல்லாஹு அலைஹி வஸல்லம் என்று மரியாதையுடன் சொல்லிக் கொள்வது இஸ்லாமியர்களின் மரவு. : மொ–பெ

இருக்கிறார்கள். சன்னி, முஜாஹித், ஜமா அத்தே இஸ்லாமி, காதியானி, அலி அல்லாஹ் முதல் 22 பிரிவு ஷியாக்கள், மைதஸீன், துருசி, ஷாஃபி, ஹனஃபி, ஹம்பலி, மாலிக், அஃலே ஹதீஸ், அஃலேகுர்ஆன் . . . இப்படிப் போகின்றன அவை. இதில் உண்மையான முஸ்லிம்கள் யார்? இஸ்லாத்திற் குள் அரசாட்சி இருக்கிறதா? மன்னர்களும் சுல்தான்களும் சக்ரவர்த்திகளும். முஸ்லிம் தேசங்களில் ஏன் இப்படி ராணுவ ஆட்சி? அப்புறம் இந்திய முஸ்லிம்களின் பிரச்சினைகள்: இது, இந்தியப் பிரிவினைக்குப்பின் மேலும் தீவிரமடைந்திருக் கிறது. இந்தியாவை இரண்டாகப் பிளந்துவிடக் கூடாதென்று மௌலானா அபுல்கலாம் ஆசாத் கான், அப்துல் கஃபூர்கான், ஷேக் முகம்மது அப்துல்லா, மௌலானா அபுல்அஃலா மௌதூதி போன்ற ஏராளமான முஸ்லிம் தலைவர் சொன் னார்கள். யார் கேட்டார்கள்? அப்படியாக இந்தியா பிளவு பட்டது. பிறகு என்ன நடந்தது? முஸ்லிம்களுக்கென்று பிடிவாத மாக நின்று அடைந்த பாகிஸ்தானில் இஸ்லாம் நடைமுறையி லிருக்கிறதா?

உலக அளவில், மிக அதிகமாக முஸ்லிம்கள் வாழும் தேசம், இந்தியா எனும் இந்த பாரத தேசம்தான். முஸ்லிம் களின் வீரம் அழிக்கப்பட்டு – இறைவா, என்னென்ன அனர்த் தங்கள். பாகிஸ்தானில் ஆறரைக்கோடி முஸ்லிம்கள், பங்களா தேஷில் ஏழரைக்கோடி முஸ்லிம்கள். கொஞ்சம் பழைய கணக்கு தான். தேசம் பிரிக்கப்பட்டதன் மூலம் எந்தப் பிரச்சினைக்குத் தீர்வு கிடைத்தது? முன்பு, ராணுவம்–காவல்துறை, இரண்டி லுமே சரிபாதிக்குமதிகமாக முஸ்லிம்கள் இடம்பெற்றிருந் தார்கள். இப்போது . . ?

ராணுவத்திலும் காவல்துறையிலும் இப்போது யார் இருக்கிறார்கள், காக்கா*மார்களே, காக்காத்திமார்களே.

இறைவா, அறிவைப் பயன்படுத்தாத இந்த இஸ்லாமிய மக்களைக் காப்பாற்ற யார் இருக்கிறார்கள்?

மத - இறை மறுப்பாளர்களைக் குறித்தும் வெறும் உலகாயத வாதம் குறித்தும் என்ன சொல்கிறீர்கள்?

– அதுசரி. இப்போதைய பெரும்பிரச்சினை கடவுள்தான் இல்லையா? கடவுளோ மதமோ இல்லாத ரஷ்யாவிலும் சீனாவிலும் காவல்துறையும் சிறைச்சாலைகளும் நீதிமன்றங் களும் கிடையாதா? தூக்கு மரங்கள் கிடையாதா? சீனாவும் ரஷ்யாவும் ராணுவத்தை எதிரெதிராக அணிவகுத்து நிறுத்தி

---

* அண்ணன்

யிருக்கிறதல்லவா? அவர்களுக்குத்தான் மதமோ கடவுளே கிடையாதே?

விமர்சனம் என்ற பெயரில் குர்ஆனைக் குறைசொல்லும் போக்கைப் பற்றி என்ன சொல்கிறீர்கள்?

– குர்ஆனில் விமர்சிப்பதற்கு எதுவுமில்லை. மொழி பெயர்ப்பை நான் சொல்ல வரவில்லை. அப்புறம், விமர்சிப் பதற்கான இடங்களைக் குர்ஆனின் ஆதரவாளர்கள் என்று சொல்லிக்கொள்பவர்கள் தான் உருவாக்கிக் கொடுக்கிறார் கள். குர்ஆனில் சொல்லப்பட்டவைகளுக்கெதிராகவே அவர் கள் வாழ்க்கையையும் போதனைகளையும் நம்பிக்கைகளையும் உருவாக்கி வைத்திருக்கிறார்கள். மற்றொரு விஷயம், குர்ஆனை வெறும் மொழிமாற்றம் மட்டும் செய்தால்போதாது. குர்ஆன் என்பது அருளப்பட்ட வேதம். அது உலகத்தின் இறுதி நாளை வரை குறிப்பிட்டுச் சொல்லியிருக்கும் ஒரு மார்க்க தரிசனம். எல்லா மொழிகளுக்கும் காலமாற்றங்களுக்கேற்ப மொழியிலும் லிபியிலும் அர்த்த வேறுபாடுகள் நிகழும். அப்படி நிகழ்ந்து மிருக்கிறது. எனவே, குர்ஆன் அருளப்பட்ட காலத்தின் ஒவ் வொரு வார்த்தைகளுக்கும் அக்காலக்கட்டம் சார்ந்து சொல்லப் பட்ட பொருள் எதுவோ அதைப் படித்துப் புரிந்து கொண்டு தான் மொழிமாற்றம் செய்ய வேண்டும். இது மிகச் சிரமமான ஒரு விஷயமும்கூட. டாக்டர் மோரீஸ் புக்காய் இந்த விஷயத் தில் பல முயற்சிகளைச் செய்துமிருக்கிறார். இவரது, ‘பைபிள் – குர்ஆன் சாஸ்திரம்’ படித்திருக்கிறீர்களா? இதில் நான் பத்துப் பிரதிகளை வாங்கி வினியோகித்திருக்கிறேன். சரி, நான் கேட்கி றேனே, இந்த விமர்சகர்களால் எதைத்தான் விமர்சிக்க முடியாது? குர்ஆனை ஆங்கிலத்தில் மொழிமாற்றம் செய்த அல்லாமா யூசுஃபலி, லண்டன் தெருவொன்றில் குடித்துவிட்டு விழுந்து கிடந்ததாகச் சொல்லிப் பிரச்சாரம் செய்தார்களே சிலர்? யூசுஃபலி, குடிப்பதற்காகவென்றே லண்டனுக்குப் போயிருக் கிறார். ஸ்ரீநகரிலோ டெல்லியிலோ, பம்பாயிலோ, கல்கத்தா விலோ அவருக்கு அது கிடைக்கவில்லை போலிருக்கிறது. லண்டன் தெருவொன்றில் யூசுஃபலி தளர்ந்து விழுந்ததும் அவரை மருத்துவமனைக்குக் கொண்டு சென்றதுமான சம்பவம் உண்மைதான். அவர் நோய்வாய்ப்பட்டிருந்தார். தளர்வாதமோ எதுவோ. அவரை எனக்குத் தெரியும். காஷ்மீரின் அடிவாரக் கிராமம் ஒன்றில் ஒரு கூடாரம் அமைத்து அதில் வைத்துக் குர்ஆனை மொழிபெயர்த்துக் கொண்டிருக்கும்போது நான் அங்கே போயிருந்தேன். அவர் மொழிபெயர்த்த குர்ஆனின்

ஒரு ஜுசு*வின் காப்பியை எனக்குத் தந்துமிருக்கிறார். அக்காலக்கட்டத்தில்தான் நான் முகம்மது அஸதுடன் பரிச்சயமாகிறேன். 'ரோடு டு மெக்கா', 'இஸ்லாம் ஆன் த க்ரோஸ் ரோடு' போன்ற நூல்களின் ஆசிரியர் இந்த முகம்மது அஸத். இவர் ஆஸ்திரியாவைச் சேர்ந்த ஒரு யூதர். லியோ போல்ட் வெயிஸ். இஸ்லாத்தை ஏற்றுக்கொண்டு அரேபியாவுக்குச் சென்று அரபு மொழியைப் படித்துவிட்டுக் காஷ்மீருக்கு வந்து ஸ்ரீநகரில் தங்கியிருந்தார். ஹதீஸ்களை ஆங்கிலத்தில் மொழிபெயர்த்துக்கொண்டிருந்தார் அப்போது. துணைக்கு, கண் பார்வையற்ற ஒரு அரபிப் பண்டிதருமிருந்தார். 'இஸ்லாம் ஆன் த க்ரோஸ் ரோடு' என்ற நூலையும் ஹதீசின் முதல் தொகுப்பையும் எனக்குத் தந்தார். அப்போது நான், ஷேக் அப்துல்லாவின் விருந்தினனாக இருந்தேன். ஒரு மகானைப் போன்ற மனிதர் ஷேக் அப்துல்லா. ஷேக் அப்துல்லாவுடையவும் அஸத், மௌதிகளுடையவும் ஆன்மாவுக்கு அல்லாஹு நித்ய சாந்தி அருள்வானாக. இஸ்லாமிய மக்கள் அறிவைப் பிரயோகித்துச் சிந்தனை செய்வதில் அல்லாஹு நாட்டம் செலுத்தி அருள்புரிவானாகட்டும்.

* அத்தியாயம்

அன்புள்ள . . .

(கல்ஃப் கைரளி வருடப் பதிப்பு – 1984)

அன்புள்ள காதியாளம் அபூபக்கர்,

மனித குலத்தின் வாழ்க்கை அபிவிருத்திக்கான வழிப்பாதையில், கருணையே வடிவான அல்லாஹு நன்மைகளின் பூக்களை மட்டும் விரியச் செய்வானாக!

பயங்கர மந்திரவாதியான ஹைதரலி டாட்டா புரத்தைக் காட்டி என்னைப் பயமுறுத்த நினைக்க வேண்டாம். குரு, பேப்பூர் சுல்தான், உஸ்தாது, ஆச்சாரியன், ரிஷி – எல்லாமே இப்போது காலாவதி யாகிவிட்டன. இப்போது அவுலியா. பொதுவாகச் சொல்வதென்றால் மரத்தடிச் சித்தன்.

நல்ல பாம்புகள், பெரும் சாரைப்பாம்புகள், பெரும் பெரும் கருந்தேள்கள், மரநாய்கள், நரிகள், அக்னிக்கண் களுடன் ஷைத்தான்கள், காஃபிர் ஜின்னுகள், குட்டிச் சாத்தான், ஒற்றை முலைக்காரி, அறுகொலை, குலவாதை. அப்புறம் இஸ்லாமிய ஜின்னுகள் – என்னைச் சுற்றி எல்லோருமே இருக்கிறார்கள். பயமுறுத்தவெல்லாம் வேண்டாம். கல்ஃப் கைரளியை இங்கே உள்ள ஜின்னுகள் வரை வாசிக்கின்றன. மேலும் நன்றாக அமைய வாழ்த்துக்கள்.

திரு. சி. அச்சுதமேனோன், நாஸ்திகர். கம்யூனிஸ்ட், முழு காஃபிர். ஆனால் எனது நண்பர். பெரிய பண்டிதர்.

பத்து நாற்பதாண்டுக் காலப் பழக்கம். நல்ல முதலமைச்ச ராகவுமிருந்தார். நல்ல மனிதர். கேரளாவின் முதலமைச்சராக இருந்தபோது என் வீட்டிற்கு வந்திருந்தார். வேறு யாராவது இப்படி வருவார்களா? அவரும் குடும்பத்தினர்களும் நீண்ட ஆயுளுடன் வாழ்வதாக!

'தடம்புரள வைக்கும் அம்சங்கள்... பொருள் தேடும் அதிகார மோகங்கள்...' நினைத்துப் பார்க்கத் தோன்றுகிறது. ஏதாவது செய்தாக வேண்டுமே. மீண்டும் நினைத்துப் பார்க்கிறேன்... நாமெல்லாம் மனிதர்கள், நாம் அனைவரும் ஒன்று.

வாழ்த்துக்கள்

கோழிக்கோடு – 15   வைக்கம் முகம்மது பஷீர்

நன்மைகளின் பூக்கள் மலரட்டும்

(விமன்ஸ் மாகஸின், 1984 ஜூன்)

அன்புள்ள ஸ்ரீதேவி கே.கே.,

அழகான கடிதம் கிடைத்தது. பெரும் குஷி! எனது மணவாட்டியுடன் நேர்முகப் பேன் கொல்லும் பே(ா)ட்டி நடத்தவேண்டுமல்லவா? நடத்தலாமே. ஒரு ரகசியம் சொல்கிறேன். கேட்க விருப்பம்தானா? விமன்ஸ் மாகஸினுக்கு வாழ்த்துக்கள். பேரழகியாகத் திகழ்வதாக! சகலமான விமன்சும் அழகுபெற வாழ்த்துகிறேன். கூடவே, தீர்க்காயுசும் உடல் ஆரோக்கியமும்.

அன்புள்ள ஸ்ரீதேவி,

நான் வழக்கம்போல மரத்தடியில்தான். அது, இங்கே எங்கேயாவதுதான் நிற்கும். இந்த இரண்டேக்கர் தோட்டத்தின் நான்கு சுற்றுக்குள் சௌபாக்கியவதிகளான பல விமன்ஸ் இருக்கிறார்கள் அல்லவா? ஸ்கேன்டல் எக்சேஞ்ச், உலகச் செய்திகள், பேச்சுப் போட்டி போன்றவைகளில் முழுகிப்போயிருப்பாள். அல்லது பேன் பார்த்தல், குசுகுசு சமாஜம், ஸாரி, ஸாரி – மகிளா சமாஜம். இதில் ஒரு முக்கிய புட்னிக் அல்லவா எனக்கு வாய்த்த இந்தப் பெண்ணாகப் பிறந்தவள். அங்கன்வாடி, முதியோர் கல்வி, சமையல் வகுப்பு, தையல் வகுப்பு, குழந்தைப் பராமரித்தல், தொள்ளாயிரம் விதங்களான சிகையலங்காரங்கள், பூச்சூடல், உடையலங்காரம், சுத்திகரிப்புப்போட்டி; உடலையும் மனதையும் வீட்டையும் சுற்றுப்புறங்களையும் எப்படிச் சுத்தமாக வைக்கவேண்டும் போன்றவைகளில் மூழ்கித் திரியும் மாதர்குலத் திலகங்கள். உல்லாசத் தாரகைகள்.

கனவு சுந்தரிகளே, மாய மோகினிகளே, இன்பத்தடாகங் களே, இது உங்களுக்காக ஒரு மாகஸின் வாசித்து வாசித்து ஆனந்த நடனம் புரிவீர்.

முசுடுகளாகிய நாங்களும் வாசிப்போம், என்ன? கணவர் கள் எப்படி வேண்டுமானாலும் போகட்டும். நாங்கள் ஆண்கள் (குறிப்பாகக் கணவர்கள்) பஞ்ச பாவங்கள். 'எங்களுக்குச் சுதந்திரம் வேண்டும். சமத்துவம் வேண்டும்.' இதுதானே மாய மோகினி களாகிய பெண்மணிகளின் கோஷம்.

விமன்சுவாகிய நீங்கள்தானே உலகை ஆள்கிறீர்கள்; கூடவே எங்களுடைய வயிறுகளையும். அப்புறம் சமத்துவம் குறித்த விஷயங்களைத் தாடி மீசை வழுக்கத் தலையர்களாகிய எங்க ளிடம் சொல்ல வேண்டியதில்லை. பிரதாபசாலிகளான சேவல்கோழி, ஆண் மயில், ஆண் சிங்கம், கொம்பு வைத்த யானைகளிலிருந்து தாழ்மையுடன் தொடங்குங்கள். உங்கள் பெண் சுதந்திரத்தை. டுகுடு. பிடித்தெழுவதற்கு உதவுங்கள், உங்களது வளையிட்ட மிருதுவான கரங்களால்.

வேண்டுமென்றால் ஒரு ரகசியத்தைச் சொல்கிறேன். நான் இங்கே மரத்தடியில் சாய்வு நாற்காலியில் கூனிக்குறுகி யிருந்து உடனே இறந்துவிடப் போவதுபோல் அமர்ந்திருக்கிறேன். அப்போது இந்தப் பாவப்பட்ட கணவனாகிய என் முதுகில் பயங்கரமான ஊரல் – நமைச்சலோ நமைச்சல்.

நகங்கள் இருக்கின்றனதான். கை எட்டவில்லை. தாங்க முடியாத ஊரல், எக்ஸெட்ரா.

பிராணசகியை, தொண்டை புடைக்க, இந்த இரண்டேக்க ரில் வாழும் நல்லபாம்புகளும் சாரைகளும் குள்ளநரியர்களும் பேய்ப்பிசாசுகளும் பறவையினங்களும் எலிகளும் மாமரங் களும் குலை நடுங்குமளவுக்கு அலறி விளிக்கிறேன்.

நோ ரிப்ளை!

முதுபெரும் இம்முதுகைச் சொறிந்துவிட யார் இருக்கிறார்?

சின்ன இல்லாள் ஒருத்தி இங்கு பக்கத்தில் இருந்திருந் தால்.

அப்போது ஒரு அசரீரி உயர்ந்தது.

புத்திஹீனனே, படுகிழவா, முன்யோசனையற்றவனே!

ஆசையை விடு. நிரந்தரமாக விதிக்கப்பட்டது ஒரேயொரு நம்பர்தானே? அழகான நாக்கு. அழகான தலையணை மந்திரம், கண்ணீர், தழுதழுப்பு, ஏக்க அழுகை, எக்ஸெட்ரா நினைத்துக் கொண்டே இரு, மடையா. எழுந்து மெதுவாக, மிக மெதுவாகச் சென்று சொர சொரப்பான மங்குஸ்தான் மரத்தின்மீது முதுகைச்

சாய்த்து உரசி உரசி ஊரலையும் நமைச்சலையும் போக்கிச் சுகமாக வாழு. வாழ்த்துக்கள்!

அப்படியே செய்தேன். பரம சுகம்.

மீண்டுமொரு தடவை வாழ்த்துகிறேன் : *கலா கௌமுதி விமன்ஸ் மாகஸின்* வெற்றிபெறட்டும். ஊழியர்களின் அச்சடிப்ப வர்களின் முகவர்களின் அத்தனை வாசகர்களின் வாழ்க்கை முனனேற்றத்தின் வழிப்பாதையில் கருணை மயமான ஈஸ்வரன் நன்மைகளின் வாசம் வீசும் பூக்களை மட்டுமே விரியச் செய்யட்டும்

வாழ்த்துக்கள்

வைக்கம்முகம்மது பஷீர்
கோழிக்கோடு

N.B.: கடவுள் இல்லவே இல்லை என்று நினைப்பவர்களு மிருக்கிறார்கள் அல்லவா பெண்களும் ஆண்களும். அவர்களது வாழக்கையின் முன்னேற்றப் பாதையில் தாங்களே நன்மைகளின் வாசம் வீசும் பூக்களை விரியச் செய்வார்களாக!.

சுபம்

தூலிகா*

அன்புள்ள வக்கம் அப்துல்காதர்,

தூலிகா!

மாத இதழின் பெயர் அருமை. நோக்கம் நல்லது. நெடுநாளைய தூக்கத்திலிருந்து தாங்கள் விழித்துக் கொண்டதுபோலிருக்கிறது. கடிதத்தில் சற்று உயிரும் உற்சாகமுமெல்லாம் தெரிகிறது. புதிய ஒரு விளக்கு தங்களினுள் பிரகாசத்துடன் எரிவதுபோல். அந்த ஒளி அணையாமல் அப்படியே நிலைபெறட்டும்.

வரலாறு நினைவிருக்கிறதல்லவா?

எல்லையில்லாச் சூன்ய வெளியிலிருந்து அனைத்துமே உருவாயின. காஸ்மிக் டஸ்டரிலிருந்தே உருவாகட்டும். அல்லது தி பிக் பாங்க்

அவ்வளவு தூரம் ஏன் போக வேண்டும்?

சூரிய சந்திரர்கள், நட்சத்திரக்கோடிகள் . . . கிரகக் குடும்பங்கள் – பிரபஞ்சம். அனைத்தையுமே மறந்துவிடுவோம்.

எரிந்து பிரகாசிக்கும் நமது சூரியன்.

இரவுகளும் பகல்களும் உருவாகச் சூனிய வெளியில் சுற்றிக் கொண்டு நிற்கும் நம் பூமி. இதில் மகா சமுத்திரங்கள், பெரும் மலைகள், பெரும் நதிகள், விருட்ச தாவராதிகள், அடர்வனங்கள், பாலைவெளிகள், நீர் நிலைகள், புற்பூண்டு பெருவெளிகள், கிருமிகள், விலங்கினங்கள், பறவைகள், காய்கனிகள், கிழங்கு வகைகள், தானியங்கள், மலர்கள் . . . இவற்றையும் தவிர்த்துவிடலாம். நமது இந்த பூகோளத்திற்கு என்ன வயதிருக்கும்? மனித

---

* தூரிகை

இனம் உருவாவதற்கு முன் நம்முடைய இந்த பூகோளத்தில் உயிர்கள் இருந்தனவா?

நினைத்துப் பார்த்தால் வேடிக்கையாக இருக்கும். 'வல்லுனர்களாகிய விஞ்ஞானிகள் சொன்னதாக அறிகிறோம் – நம்முடைய இந்த பூகோளம் முந்நூற்றுக்குமதிகமான கோடி வருடப் பழைமை . . . வயதான பூமி. நான் கேள்விப்பட்டதோ வாசித்துத் தெரிந்துகொண்டதோதான். முந்நூற்றுக்குமதிக மான கோடி வருடங்கள்.

அப்படியென்றால் மனித உயிர்?

அதே அறிவியல் வல்லுனர்கள் சொல்கிறார்கள் – இந்த பூகோளத்தில் மனித உயிர்களுக்கெல்லாம் தொடக்கமான ஆதிமனிதன் தோன்றிப் பத்து லட்சம் வருடங்களாகின்றன . . . வெறும் பத்து லட்சம் வருடங்கள்.

மனிதன்!

எழுதுகோலால் மனிதனுக்கு எழுதக் கற்றுத்தந்த உன் இறைவனின் பெயரால் வாசிப்பாயாக.

மின்னிப் பிரகாசிக்கும் நட்சத்திரங்கள். வளர்பிறை. தெளிந்த விசாலமான வானப்பரப்பு. அற்புதமான, அமைதியும் நிசப்த மும் நிறைந்த பாலைவனங்கள். பாறைக்கூட்டங்கள் நிரம்பிய சிறு மலை. அதிலுள்ள குகைகள். குகைகளில் தியானத்திலாழ்ந் திருந்த எழுத்தறிவற்ற மனிதர்கள்.

இரவின் கடைசி ஜாமம்.

தியானத்திலிருந்து விடுபட்டுப் பீதியுடன் பார்க்கும்போது திறந்து வைக்கப்பட்டிருந்த ஒரு ஏடு. அதில் எழுத்துக்களிருந்தன. ஆனால் எப்படி வாசிப்பது?

"எனக்கு வாசிக்கத் தெரியாது."

"நான் வானவர் . . . வாசிப்பீராக!"

"எனக்கு வாசிக்கத் தெரியாது."

பலமாக ஒருமுறை ஆலிங்கனம் செய்தபிறகு பயத்தைத் தூண்டக்கூடிய ஒரு சப்தம்.

"எல்லா ஜீவராசிகளையும் சிருஷ்டித்த உனது பாதுகாவலன் பெயரால் வாசிப்பீராக."

"மனிதர்களை சிருஷ்டித்திருப்பது இரத்த அணுக்களி லிருந்து."

"எழுதுகோலால் மனிதனுக்கு எழுதக் கற்றுத் தந்திருக்கும் மகா பெரியவனாக இருக்கிறான் உன்னுடைய பாதுகாவலன்."

"அறியப்படாத விஷயங்களை அவன் மனிதனை அறியச் செய்திருக்கிறான்."

"வாசிப்பீராக"

நிசப்த வெளியிலிருந்து உயர்ந்த அந்தக் குரல் கேட்டு ஆயிரத்து நானூற்றுக்குமதிகமான வருடங்கள் கடந்து போய் விட்டன ... அந்த ஏட்டிலிருந்த எழுத்துக்கள். அதை எழுதிய எழுதுகோல்.

அது என்ன?

எழுதுகோல்.

நான் என் வலுவற்ற எழுதுகோலைக் கீழே வைத்தேன் ... அற்பத்திலும் அற்பமான இந்த எழுதுகோலைத் திரும்பவும் கையிலெடுத்துவிட்டு நீண்ட நேரமாக அப்படியே அமர்ந் திருந்தேன். துர்பலமான உயிர். எந்த நிமிடமும் சாய்ந்து விடலாம். இந்த நிமிடமோ மறுநிமிடமோ. இன்றோ மறுநாளோ. என்னுடைய எழுதுகோல். வெறுமொரு துருத்தல்போல் தோன்றுகிறது எதை எழுதுவது?

முன்பு நான் இந்த எழுதுகோலால் எழுதியிருக்கிறேன்.

சிறு மூளையால் கிரகித்துவிட இயலாத மாபெரும் பிரச்சினை. என் உள்ளங்கையிலிருக்கும் சிறு மலரின் அழகைப் பார்த்துணர முடியாத நான் அற்புதங்களுக்கெல்லாம் பேரற்புதமான பெரும் சாகரத்தை நீந்திக் கடக்க ... வேண்டாம், வேண்டாம். எனக்கு அறிவெல்லாம் தேவையில்லை. ஏதாவ தொரு விலங்காக இருந்தால் போதும். ஏதாவது பறவையாக. ஒரு விருட்சமாக. ஒரு புற்கொடியாக, சிறியதொரு மலராக மாறினால்போதும்.

வேடிக்கையான விஷயமாகவே தோன்றுகிறது.

மலர்கள் பூமித்தாயின் புன்னகை.

இதைச் சொன்னவர் யார்? நானேதான்! ... நான் மலராக மாற வேண்டாம். ஊர்ந்து செல்லும் உயிரியாகவோ தவளை யாகவோ எலியாகவோ, ஈயாகவோ, எறும்பாகவோ மாறினால் போதும். அதுகூடத் தேவையில்லை. வெறுமொரு ஒட்டடையாக மாறினால் போதும்.

ஆனால், நான் மனிதனாக இருக்கிறேன்.

மனிதன்!

எழுதுகோல் ஏந்திய கரங்கள் லட்சோப லட்சம் உருவா யின. நூல்களும் கோடிக்கணக்காக! மனித குலம் முன்னேற்றத்தி லிருந்து முன்னேற்றத்தை நோக்கிக் குதித்துப் பாய்கிறது. சிறகு

களில்லாத மனிதன் எல்லையற்ற தொலைவுகளைக் கடந்து ... சந்திர மண்டலத்திலிறங்கி நடக்கிறான்.

மனிதன்.

அதி அற்புதமான மகா பிரபஞ்சத்தின் வெளிச்சம் ... கற்பனை செய்யவும் இயலாத, அற்ப உயிரான மனிதனின் ஒரு புதிய கால் சுவடு. ஒரு புதிய யுகம் மலர்ந்திருக்கிறது.

புதிய யுகம்.

மிகப் பழைமையான சூரியன். பழைய சந்திரகோளம். பழைய பூமிப்பந்து. காற்று, நீர் அனைத்துமே பழையன. கோடிக் கணக்கான வருடங்கள் பழைமை கொண்டவை.

இருந்தாலும் இது புதுயுகம்தான். எல்லா நேற்றுகளும்கூடப் புதிய யுகங்கள்தான் என்பது வேறு விஷயம். மனித குலத்தின் வலுவான கால் சுவடுகள் பதிந்தவை. ஆசீர்வதிக்கப்பட்டவர் கள். தொடர்ந்து செல்லுங்கள். மனிதனின் பாத ஸ்பரிசங்களை ஏற்கக் காத்திருக்கின்றன கோளங்கள். அனேகக் கோடி – உலகங்கள்.

“வாசிப்பீராக!”

“தியாகிகள் சிந்தும் வீரக்குருதியை விடவும் புனிதமானது ஞானிகளின் எழுதுகோல் மை.”

ஞானிகள்.

அவர்கள் எங்கே?

நேற்றிலா அல்லது நாளையிலா?

நேற்று – இன்று – நாளை.

காலாவதியாகிப்போன நம்பிக்கைகள். திட்டமிட்டுக் கட்டியமைத்த பொய்க் கதைகள். நேற்றுமிருந்தன. இன்று மிருக்கின்றன.

நாளை.

கடந்துபோன லட்சோபலட்சம் வருடங்களில் ஒவ்வொரு நேற்றும் நாளையாகவே இருந்தது. அந்தப் பழைய நாளைகள் எங்கே?

இந்த இன்றைய நாளில் அவை நிலையை உறுதி செய்து கொண்டிருக்கின்றன.

பிறப்பும் இறப்பும்.

போர்களும் கனவுகளும்.

இச்சைகளும் இச்சாபங்கங்களும்.

நன்மையும் தீமையும்.

அனுக்கிரகமும் சாபமும்.

கொல்லுங்கள்!

எங்கோ உயரத்தில் சந்திரகோளத்தில் மனிதன் கால் பதித்தபோது இங்கே மனிதன், மனிதனைக் கசாப்பு செய்து கொண்டிருந்தான். வீடுகளைத் தீக்கிரையாக்கினான். கைகளைப் பின்புறம் உறுதியாகப் பிணைத்து வரிசையாக நிறுத்திய பெண்களையும் குழந்தைகளையும் சுட்டுக் கொன்று விட்டு உடல்களை நதியில் வீசியெறிந்தார்கள்.

பிணங்கள்!

கொடுங்கோலனாகிய மனிதன் அதிகாரத்தின் சிம்மாசனங்களில் அகங்காரங்களுடன் அமர்ந்திருக்கும் நம்ரூதுகளாக!

ஆட்டம், ஹைட்ரஜன், நியூக்ளியர். அழிவுகளின் எல்லா ஆயுதங்களுடன், ஆகாய மார்க்கமாக, நீர் வழிப்பாதையாக, நீரில் மூழ்கியபடி இரத்த வியூகங்களைத் தயார்படுத்தி நிறுத்தியிருக்கிறான். யாரைக் கொல்வதற்காக.

'உணவும் உடுதுணிகளுமற்ற ஏழைகள் ஓலைக் குடில்களில் நரக வாழ்க்கை வாழுகிறார்கள்.

யாருமற்றவர்களின் பரிதாபக் குரல்களின் ஓலம்.

மனித சஞ்சாரமுள்ள பாதைகளிலிருந்து யாருமே முட்களை எடுத்து நீக்குவதில்லை.

ராப்பட்டினி கிடப்பாரே வாருங்கள் எனது இல்லத்தில் உங்களுக்கான உணவு காத்திருக்கிறது. வாருங்கள். எந்த விசுவாசிகளுடையவும் ஆசுவாசக் குரல் கேட்காமல் கணக்கில்லா இரவுகள் கடந்து போகின்றன.

மனித குலத்தின் பாதுகாப்புணர்வுகள் நசித்துப் போய் விட்டன. நாளை நம்முடைய தலைகள் உடல்களின் மீதமர்ந்திருக்குமா? சந்தேகம்தான். இருந்தாலும் தூங்குகிறோம். சிலர் நிரந்தரமாக!

ஒருபோதுமே விடியாத நாளைகள் வருகின்றன.

எனது!

எனது தாய் தந்தையர் இனி இங்கே விழிக்க மாட்டார்கள். அவர்கள் இங்கே இறந்து பட்டவர்கள்.

நான் இந்நிமிடத்தில் அனாதை.

எத்தீம்.

வேடிக்கையாக இருக்கிறது. ஒரு வகையில் ஜீவஜாலங்கள் அனைத்துமே அனாதைகள்தான்.

அனாதைகள்தானா?

நினைத்துப் பார்த்தால் . . . தைரியமிருக்கிறது. வேடிக்கை போல்தான். அறிவும் கற்பனைத் திறனுமிருக்கின்றன. இதுகூட வேடிக்கையானதுதான். அறிவு, நேற்றும், இன்றும், நாளையும் . . . மிகவும் சுவாரஸ்யமான ஒரு ஏற்பாடுதான். அறிவைத் தேடுகிற ஒரு புனிதப் பயணம்தான் வாழ்க்கை. முன்னேற்றத்தின் அடையாளம்தான் எழுதுகோல்.

மங்களம்.

15.04.1970 **வைக்கம் முகம்மது பஷீர்**

N.B.: *தூலிகா*வைப் பற்றி இன்னும் ஏதேதோ சொல்லவேண்டும் போலிருக்கிறது. நினைவுபடுத்தியதும்கூட மறந்துபோய்விட்டது. வாழ்க்கை முழுவதுமாகக் குலைந்துவிட்டது போல். மனரீதியிலான அமைதி இல்லாமல் போயிருக்கிறது. இதை எழுதத் தொடங்கி நீண்ட பல நாட்களாகிவிட்டன. காலம் அபகரிக்கப்படுகிறது. நான் முன்பு எதிலோ எழுதியதுபோல். முடிவில்லாத காலம் அல்லாஹுவின் கஜானாவில் மட்டும்தான் இருக்கிறது.

என்னிடம் நேரமில்லை.

அற்ப ஜீவி. எந்த நிமிடமும் சாய்ந்துவிடலாம். இந்த பூமியில் எனது சஞ்சாரம் கிட்டத்தட்ட முடிவடையப்போகிறது. அந்திம நிமிடம் இனி எப்போதோ?

இந்த நிமிடத்திலுமாகலாம். அடுத்த நிமிடத்திலுமாகலாம். இப்போதும் வேடிக்கையான ஒரு விஷயம்.

ஆன்மாவினுள் ஒரு சிறு ஆசையிருக்கிறது. கேட்டால் சிரிப்பாகச் சிரிப்பீர்கள், கேளுங்களேன்.

அனைத்துக் கோளங்களையும் எல்லாப் பிரபஞ்சங்களையும் நான் ஒரு தடவை சுற்றிப் பார்க்க வேண்டும்.

தங்களுக்கும் மற்றெல்லாவருக்கும் நன்மைகள் விளைய வாழ்த்துகிறேன். *தூலிகா*விற்கு நம்முடைய தூலிகா . . . நன்மைகள் மற்றும் தீமைகளின் குறியீடு. ஆக்கல் மற்றும் அழித்தலின் அடையாளம்.

வாழ்த்துக்கள் விழைகிறேன். எல்லா நன்மைகளினதும் சின்னமாக விளையட்டும் *தூலிகா.*

கோர முஸல்மானும் குட்டி நம்பூதிரிகளும்

அன்பார்ந்த பிரமஸ்ரீ காட்டுமாடம்,

தாங்கள் அனுப்பியிருந்த தமாஷ் நிறைந்த கடிதம் குறிப்பிட்ட நேரத்தில் கிடைக்க, நான் அதைக் 'கடைக் கண் பார்த்து' அருளினேன். "பிரஜைகள் சேர்ந்து வெளி யிடப்போகும் சுவனீரில் ஐயனின் ஒரு திருக்கட்டுரையைச் சேர்த்துக் கொள்ள அனுமதி தர வேணுமென்று இறைஞ்சு கிறேன்."

இறைஞ்சுதல் ஏற்றுக் கொள்ளப்பட்டிருக்கிறது. எதைப் பற்றி எழுதலாம்? மாலிக்கானைப் பற்றியும் தாமிரப் பத்திரங்களைப் பற்றியுமெல்லாம் எழுதினால் என்ன? மாலிக்கான் தந்து கொண்டுதானிருக்கிறார். மாதந்தோறும். இது இந்தியச் சுதந்திரத்திற்காக பிரிட்டிஷ் அரசாங்கத் தோடு போராடிச் சிறைவாசம் அனுபவித்த வீரர்களுக் கானது. இதற்கான தாமிரப்பத்திரமும் கிடைத்திருக் கிறது. மட்டுமல்ல, இலக்கிய ஃபெல்லோஷிப்பிற்கான தாமிரப்பத்திரமும் கிடைத்திருக்கிறது. இந்த இரண்டு தாமிரப்பத்திரங்களுடனும் அப்படி சுகமாக வாழ்ந்து கொண்டிருக்கிறேன்.

சுவனீர் வெற்றிகரமாக அமையவும் இதற்காகப் பாடுபடுபவர்கள் நலமுடன் வாழவும் வாழ்த்துகிறேன். இதை மட்டும் எழுதி முடித்ததும் முழு நிர்வாணத்துடன் இரண்டு வயதான என் மகன் நேராக என் முன் வந்து நின்று சோகத்துடன் அழைக்கிறான் :

"டாற்றா வா."

அவனுடன் விளையாடுவதற்குக் கூப்பிடுகிறான். நான் போகவில்லை. அவன் பேனாவைப் பிடித்து

வாங்கி விட்டு மடியிலேறி அமர்ந்தான். நான் அவனை எடுத்துக் கொண்டுபோய் அவனுடைய உம்மச்சி*யின் கையில் ஒப்ப டைத்துவிட்டு வந்து எழுதுகிறேன். மகனுடைய பெயர்கள்: மோன்குட்டன்*, ஹக்கு முத்தப்பா*, அனீஸ்குட்டி, அனீஸ்பஷீர் இத்தியாதிகள். எழுதவும் வாசிக்கவுமான சௌகரியங்கள் ரொம்பக் குறைவு. நான் ஒரு நோயாளியாக வாழ்ந்து கொண்டிருக்கிறேன். இப்போது கண்களிலும் பாதிப்பேற்பட்டிருக்கிறது. கூடவே குடும்பப் பொறுப்புகளும். பெண்ணும் பெட்டைக் கோழியும் பிள்ளைகளும் இருப்பிடமு மில்லாமல் ஒற்றைத் தடியாக நம்பூதிரிகளுடன் சேர்ந்து அலைந்து திரிந்த அந்தக் காலத்தைப் பற்றி நினைத்துப் பார்க்கிறேன். கூடவே இப்போது மற்றுமொரு சிந்தனை. ஹிந்துக்கள் தங்களது குழந்தைகளுக்கு ஏன் முஸ்லிம் பெயர்களைச் சூட்டுகிறார்கள்? என் மகனுக்கு ஒரு பெயரிடப் பார்த்துக் கொண்டிருந்தேன். மகளுக்கு ஷாஹினா பஷீர் என்று பெயரிட்டிருக்கிறேன். மகனுக்குச் சூட்டுவதற்கு ஒரு நல்ல பெயர் வேண்டும். நிறைய யோசனை செய்தபிறகு கடைசியில் அனீஸ்பஷீர் என்று பெயர் சூட்டினேன். அப்போது என் மனைவி சொன்னாள்:

"பக்கத்திலுள்ள ஒரு ஹிந்து வீட்டிலும் ஆண் குழந்தைக்கு அனீஸ் என்று பெயரிட்டிருக்கிறார்கள்."

நான் சொன்னேன்:

"திருட்டு! ஹிந்துக்கள் ஏன் முஸ்லிம்களின் பெயர்களைச் சூட்டுகிறார்கள்? அனீஸ் என்ற சொல்லுக்கான அர்த்தம் என்னவென்று அவர்களுக்குத் தெரியுமா?"

"என்ன அர்த்தம்?"

"அவர்களிடமே கேள். முஸ்லிம் பெயர்களுக்கு அர்த்த மிருக்கும் விஷயத்தை அவர்கள் உணர வேண்டும். அவர்கள் இப்போதெல்லாம் லைலா, ஆயிஷா, ரஹீம், சலீம், ஜமீலா, அனீஸ் என்று பெயரிடுகிறார்கள். இனி இந்த நம்பூதிரிகள் தங்கள் பிள்ளைகளுக்கு ஃபாத்திமா என்றும் பஷீர் என்றும் பெயரிடுவார்கள்."

என் மனைவியின் பெயர் ஃபாத்திமா பீவி. நான் அதை ஃபாபி பஷீர் என்று மாற்றியிருக்கிறேன்.

---

* உம்மா (தாய்)
* செல்லக்குட்டி
* ஹக்கு – பால் கேட்கும் குழந்தையின் தெளிவற்ற ஓசை

நான் சொன்னேன்:

"இனிக் கொஞ்ச காலத்திற்குப் பிறகு பெயரை வைத்து ஜாதியைக் கண்டுபிடிக்க இயலாத ஒரு நிலைமை வரும். ஆடையாபரணங்கள்கூட ஒரே மாதிரியாக மாறிவிட்டது. அந்த நல்லதொரு காலக்கட்டம் உருவாகட்டும்."

"அனீஸ் என்றால் அர்த்தமென்ன?"

"ரம்மியமானவன், ஒத்துவாழ்பவன் என்றெல்லாம் அர்த்தங் களிருக்கின்றன. மகனுக்கு அனீஸ்பஷீர் என்ற பெயரே இருக் கட்டும். ஹிந்துக்களோடு சவால் விடுவதுபோல்! கூடவே மோன்குட்டன் என்றும் இருக்கட்டும்.

"பஷீர் என்பதற்கு என்ன அர்த்தம்?"

"அடியே, கிராசே! இவ்வளவு காலம் என் தர்மபத்தினி யாக நீ வாழ்றது இதைக்கூடத் தெரிந்து கொள்ளாமல்தானா? பஷீர் என்றால் வாழ்த்துக்களைச் சுமந்து வருபவன் என்று அர்த்தம்."

பிரமஸ்ரீ காட்டுமாடமாகிய தாங்கள் எழுதுகிறீர்கள்:

– மகா கனம் பொருந்திய ராஜராஜஸ்ரீ பேப்பூர் சுல்தான் இந்த நாட்டிலுள்ளோர்களுக்குத் தெரிவிக்க விரும்புவதை ஒரு காகித வடிவத்தில் அடியேனுக்கு அனுப்பித்தந்து அருள் புரிய வேணும்.

ஒரு நம்பூதிரியாகப் பிறந்த நான் ஒரு முஸல்மானிடம் இப்படியாக விண்ணப்பிக்க நேர்ந்ததற்காக வருத்தப்படுகிறேன்.

அதுசரி! ஜோராக இருக்கிறது. அப்படியென்றால் மகா னாகிய நம்பூதிரி மகிழ்ச்சியாகவே இருங்கள். என் பெயரைக் கேட்கும்போதெல்லாம் படைத்தவனுக்கு ஸ்துதி சொல்லுங் கள். பிஞ்சு நம்பூதிரிகளைப் பொரித்தும் வறுத்தும் பிரியாணி போட்டும் சாப்பிடவிருந்த ஒரு கோர முஸல்மான் நான்.

அந்த வரலாற்றைச் சொல்வதற்குமுன் ஒரு ரகசியத்தைச் சொல்லிவிடுகிறேன்: சுவனீருக்குக் கதையெழுத இப்போது வசதிப்படாது. நான் ஒரு குறுநாவல் எழுதிக் கொண்டிருக் கிறேன். மனதில் இப்போது அந்தக் கதைதான். நான் எழுது வதை முடக்குவதற்கான சகல ஏற்பாடுகளும் இங்கே இருக்கிறது. பார்வையாளர்கள், வாசகர்கள், அரசியல் ஞானிகள், மனைவி, மக்கள், பசுக்கள், ஆடுகள், கோழிகள், பூனைகள், நாய்கள். அப்புறம் பாம்பு, நரி, மரநாய் இப்படியாக வாழ்ந்து கொண் டிருக்கிறேன். இவற்றிற்கிடையிலிருந்துதான் நான் எதையாவது

எழுதவேண்டியது. பிறகு, சொன்னேன் அல்லவா? ஆரோக்கியக் குறைவு சிலவேளைகளில் மரணம் நெருங்கி வந்துவிட்டதாகத் தோன்றும். பிரார்த்தனை செய்வேன்:

"யா அல்லா, என்னை ஆரோக்கியத்துடன் மேலும் கொஞ்ச காலம் வாழ அனுமதிப்பாயாக. என் பிள்ளைகளான ஷாஹினாபஷீரும் அனீஸ்பஷீரும் குழந்தைகள் என்பதை நீ அறிவாய்தானே?"

இப்படியாக வாழ்ந்து கொண்டிருக்கிறேன். நீங்கள் வங்கிக்காரர்கள். தாராளமாகப் பணமிருக்கும். வாழ்த்துகிறேன். இன்னும் நிறைய பணம் சேரட்டும். நான் இந்த ஊருக்கு வந்த பிறகு சில மாற்றங்கள் நிகழ்ந்திருக்கின்றன. சட்டுபுட்டுனு மூன்று வங்கிகள் திறக்கப்பட்டன. அதிலொன்று எங்கள் வீட்டு முற்றத்திலிருப்பதுபோல். பணமிருந்தால் காப்பீடு செய்து கொள்ள மிகவும் வசதி. நிறைய பணம் கேட்டு நான் இறைவனிடம் மன்றாடுவது கிடையாது. மனதுக்கு நிம்மதி தரக் கேட்டுப் பிரார்த்தனை செய்வேன். எழுதுவதற்கான வசதியையும்.

நம்பூதிரிகளும் முஸல்மானும் என்றொரு கட்டுரை எழுதலாமாக இருந்தது. இந்த இரண்டு கூட்டத்தினரும் சிறுநீர் கழித்தால் கழுவும் வழக்கமுடையவர்கள். ஆதிகால நம்பூதிரிகள் கழுவுவார்கள். அப்புறம், வேதம். வேதத்தில் ஏதோ ஒரு இடத்தில் ஈஸ்வரனைப் பற்றி, 'கண்களால் அவனைக் காண இயலாது. கண்களை அவன் காணுகிறான்' என்று சொல்லப்பட்டிருக்கிறது. இது குர்ஆனிலுமிருக்கிறது.

நான் நிறைய நம்பூதிரிகளுடன் தங்கியிருந்திருக்கிறேன். ஒரு நம்பூதிரியும் நானும் சேர்ந்து ஒரே வீட்டில் சாப்பிட்டு நீண்ட காலமாகத் தங்கியிருந்தோம். நான் சப்பாத்தி தயார் செய்வேன். நம்பூதிரி கூட்டு வைப்பார். அல்லது நான் கூட்டு வைப்பேன். நம்பூதிரி சோறு சமைப்பார். இது ஒரு புராதன மான சிவாலயத்தின் பக்கத்தில் தங்கியிருந்தபோது. பகல் நேரங்களில்கூட ஆள் நடமாட்டம் குறைவாக இருக்கும். இரவானால் ஏகாந்த அமைதிதான். அந்த சிவாலயத்தின் வேலியும் நாங்கள் இருந்த இடத்தின் வேலியும் ஒன்றுதான். அதுவும் பழுதடைந்து விழுந்திருந்தது. சாயங்காலம் குளித்து முடித்து ஒரு சாயாவும் குடித்துவிட்டு நான் சிவாலயத்தின் எதிரில் ஒரு மரத்தினடியில் சென்று பீடி குடித்தபடியே அமர்ந்திருப்பேன், இரவு நீண்ட நேரம் வரைக்கும். எந்த இடத்திலுமே வெளிச்சமிருக்காது. கூரிருட்டு. சிவனும் நானும் மட்டும். ஆந்தன் விளக்குடன் வருவார். அதெல்லாம் பழைய

காலங்கள். அப்போது நான் திருச்சூரில் வாழ்ந்து வந்தேன். புத்தகங்கள் எல்லாம் மங்களோதயத்தில். மானேஜிங் டைரக்டர் பிரமஸ்ரீ ஏ.கே.டி. கே.எம். வாசுதேவன் நம்பூதிரிபாடு, ஐந்தாம் தம்புரான். கொச்சு மகாராஜாவின் சகோதரியைப் பாணிக் கிரகணம் செய்து அரண்மனையிலிருந்து கொண்டுபோய்த் தேசமங்கலம் இல்லத்தில் வாழ்ந்த வீரப்பராக்கிரமசாலியான மகா நம்பூதிரி. அவரது எதிரில் மடித்துக் கட்டிய வேட்டியை அவிழ்த்திடாமல் அமரக்கூடிய ஒரேயொரு ஆள் இந்த நான் மட்டும்தான். அதிகாரமல்ல, அறியாமை! என்மீது தனிப்பட்ட ஒரு பரிவிருந்தது அவருக்கு. நிறைய எழுதச் சொல்லுவார். ஆனால் அவர் தந்த கிராம ஃபோனில் பங்கஜ் மல்லிக்கின் பாட்டைக் கேட்டபடியே இருந்துவிடுவேன். குஸர் கயா வஹ்ஸமான கைஸா கைஸா.

நான் அதிகம் எழுதுவதில்லை. ஏனோ தானோ வாழ்க்கை. தங்கியிருக்கும் இடத்தின் குறைபாடாகவுமிருக்கலாம். அவர் என்னைக் கொண்டுபோய்ப் பத்து ஐம்பது நம்பூதிரி மாணவர்கள் தங்கியிருந்த இடத்தில் தங்க வைத்தார். அங்கே அப்போது மானேஜராக ஆந்தன் நம்பூதிரி இருந்தார். ஆந்தனுடன்தான் சாப்பாடு. அக்கம் பக்கங்களிலிருந்தவர்கள் என்னையும் நம்பூதிரியென்றே நினைத்துவிட்டார்கள். சின்ன நம்பூதிரிகளின் தொந்தரவு. நான் தினமும் அறையை மாற்றுவேன். சின்ன நம்பூதிரிகளின் சத்தமும் ஆர்ப்பாட்டமும். ஒருநாள் என் அறையின் முன் கூப்பாடுபோட்டுக் கொண்டிருந்த சின்ன நம்பூதிரிகளை நான் கூப்பிட்டுப் பயங்கரமான, பளபளக்கும் பிச்சுவாக்கத்தியை எடுத்துக்காட்டியபடி மெதுவாகக் கேட்டேன்.

"சத்தம் போடுகிற சின்ன நம்பூதிரிகளே, நான் யாரென்பதைப் புரிந்து கொண்டீர்களா?"

"நீங்க யார்?"

"கோர முஸல்மான், வைக்கம் முகம்மது பஷீர். ஆடு, மான் போன்ற அனைத்தையுமே பொரித்துத் தின்பவன். ஆடும் மானும் எதைத் தின்று வளருகின்றன? தர்ப்பைப் புல், மாந்தளிர், வெண்டைக்காய் போன்றவற்றை. சின்ன நம்பூதிரிகளின் ஆகாரம் எது? வெண்டைக்காய் போன்றவைதான். ஆகவே, ஆடு, மான் போன்ற சின்ன நம்பூதிரிகளையும் நறுக்கித் துண்டுகளாக்கி, கழுவி, மிளகும் உப்பும் வெங்காயமும் சேர்த்துப் பொரித்து மொறுமொறுவென்று தின்றுவிடுவேன். ஜாக்கிரதை.

இந்த பட்டாக்கத்தி பஷீரைப் பற்றிச் சின்ன நம்பூதிரிகளுக்கு எதுவுமே தெரிந்திருக்கவில்லை. அவர்கள் என்னையும்

ஒரு நம்பூதிரியென்றே நினைத்துவிட்டார்கள். இப்போது இதோ வெளியே தெரிந்துவிட்டது. கோர முஸல்மான், பிச்சுவாக்கத்திக்காரன்.

சின்ன நம்பூதிரிகள் ஆந்தனிடம் போய்ப் புகார் செய்தார்கள். ஆந்தன் புத்திமதி சொன்னார் :

"நீங்க யாரும் பஷீரின் அறை வாசலில் போய் ஆரவாரம் செய்யக்கூடாது. அவர் ஒரு கோர முஸல்மான். நம்பூதிரிக்குட்டிகளை அறுத்துப் பொரித்துத் தின்றுவிடுவார்."

அன்று முதல் சின்ன நம்பூதிரிகள் அமைதியாகி விட்டார்கள்.

அன்று நான் பொரித்துத் தின்பதற்கு முயற்சி செய்த சின்ன நம்பூதிரிகளில் ஒருவர் இப்போது ஒரு கல்லூரிப் பேராசிரியர். மற்றொருவர் மேற்படிப்பிற்காக அமெரிக்காவிலிருக்கிறார். ஏ.கே.டி.கே.எம். இப்போது இல்லை. அவரது ஆன்மாவுக்கு நித்ய சாந்தி கிடைக்கட்டும்.

நலம் விழைய வாழ்த்துக்களுடன்

பேப்பூர், **வைக்கம் முகம்மது பஷீர்**
22.02.1974.

N.B.: ஆண்களுக்கும் பெண்களுக்கும் சர்வமான அனைவருக்கும் மங்களம் உண்டாவதாக.

– பஷீர்

இருட்டில்தான்

(மலையாள இலக்கியத்தின் அற்புதம் வைக்கம் முகம்மது பஷீர். பஷீரின் தூரிகை என்பது கற்கண்டு, வைடூரியம். சலவைக்கல் என்றுகூடச் சொல்லலாம். அந்தத் தூரிகை நகரத்தொடங்கினால் ஒரு விசேஷமான பிரபந்தம் மேலெழுந்து வந்து வடிவம்கொள்ளும் இதோ ஒரு கடிதம் மற்றவர்களால் எழுதவியலாத ஒரு இலக்கியப் படைப்பு. *சாயுஜ்யம்*, திருவனந்தபுரம் பத்திரிகை அதிபர். கைனிக்கரை கர்மசந்திரன்.)

அன்புள்ள கர்மசந்திரன்,

என்னுடைய வியாதிகள் அனைத்தும் பழையது போல் உற்சாகத்துடன்தான் இருக்கின்றன. வேதனைகள், இரைப்பு – சுவாசத்தடையை ஏற்படுத்தக்கூடிய இரைப்பு. இந்த இரைப்பை நல்லதொரு முனகலாக வெளியாக்குகிறேன். நிறைய வயதாகிவிட்டது. பயங்கரமான உடல் சோர்வு, சுருண்டுபோய்ப் படுத்துவிடத்தான் தோன்றும். படுக்கமாட்டேன். உட்கார்ந்தே இருப்பேன். சிரிக்க முடிகிறது. இறைவன் தந்த மிகப்பெரிய அனுக்கிரகம் தான் சிரிப்பு என்பதாக முன்பு ஏதோ ஒரு இடத்தில் குறிப்பிட்டிருந்தேன். வேடிக்கைதான். வாழ்க்கையே வேடிக்கையான விஷயம்தானே? கண்களிலிருந்த பிரச்சனை குறைந்திருக்கிறது. வாசிக்கமுடிகிறது. *சாயுஜ்யம்* முழுவதுமாக வாசித்துக் கொண்டிருக்கிறேன். நன்றாக வந்திருக்கிறது. மென்மேலும் மெருகுடனும் வீரத்துடனும் தொடர வாழ்த்துக்கள்.

திரு. இ.ஏ.எம். பாபு என்னைப்பற்றி எழுதியிருப்பதை வாசித்தேன். ரொம்ப நல்லது. பாபுவுக்கு நன்றி.

இதுவரையிலும் என்னுடைய பல புத்தகங்கள் வெளி வந்திருக்கின்றன. எனக்குத் தாமிரப்பத்திரங்களும் கிடைத்திருக் கின்றன. இலக்கியத்திற்கானதும் அரசியல் பங்களிப்பிற்கானது மாக! அரசியல் என்றால் இந்தியாவின் சுதந்திரத்திற்காக பிரிட்டிஷ் அரசாங்கத்துடன் மோதி நிறைய சிறைத் தண்ட னைகள் அனுபவித்த சுதந்திரப் போராட்ட வீரர் என்ற நிலையில். இதற்கான ஓய்வூதியமும் கிடைத்துக் கொண்டிருக் கிறது. என்னுடைய சகோதரியின் பெயர் பாத்தும்மா என்று மட்டும்தான். வீட்டுக்கதையாக நான் 'பாத்துமாவின் ஆடு' என்றொரு புத்தகம் எழுதி இருக்கிறேன்.

கோழிக்கோடு, கண்ணூர், திருவனந்தபுரம் ஆகிய ஊர் களில் சிறைவாசம் அனுபவித்திருக்கிறேன். மதறாசிலும், கோட்டயத்திலும், கொல்லத்திலும், கோழிக்கோட்டிலுமுள்ள போலீஸ் லாக்கப்புகளில் நீண்ட காலமாக இருந்திருக்கிறேன். திருவிதாங்கூர் போலீஸ் என்னை அடித்ததில்லை. மலபார் போலீஸார் என்னைக் கொடூரமாக அடித்திருக்கிறார்கள்.

பத்திருபது வருடங்களுக்கு முன் எனக்கு மனப்பிறழ்வு ஏற்பட்டது. பைத்தியம்! ஏராளமான சிகிச்சைகள் நடந்தன. மென்டல் நர்சிங்ஹோமில் நீண்ட நாட்கள் இருந்தேன். கே. பரமேஸ்ரவன் நாயர் (சோபனா பரமேஸ்வரன் நாயர்), பாறமேல்வாசு, காதர், வைத்யநாத ஐயர், பெருண்ண தோமஸ். ஆகியோர் இரவுபகல் பாராமல் என்னுடனேயே இருந்தார்கள். எங்களுடைய நண்பரான திரு. சி.ஆர்.பி. பணிக்கரின் வீட்டி லிருந்து எனக்கு உணவு கொண்டுவருவார்கள். சரஸ்வதி, லட்சுமி, தங்கம் ஆகியோர் பெரும்பாலான நாட்களும் என்னை வந்து பார்ப்பார்கள். லட்சுமியும் வைத்யநாத ஐயரும் கொண்டு வந்து தரும் இட்லியின் கதையை நான் 'ஓர்மையுடெ அறைகள்' என்னும் புத்தகத்தில் எழுதியிருந்ததாக நினைவு. நோய் விவரமும் மற்ற விஷயங்களும் 'பாத்துமாவின் ஆடு' என்ற புத்தகத்தின் முன்னுரையில் எழுதியிருக்கிறேன். அந்த முன்னுரையை நான் சொல்லச் சொல்லப் பரமு (சோபனா) எழுதினார். தலையோலப் பரம்பில் வைத்துப் பரமு எழுதினார். அதைப் பைத்தியம் பிடித்திருந்தபோது எழுதினேன். சிகிச்சை முடிந்து நோய் ஏறத்தாழக் குணமடைந்த போது நோய்க்கு முன்பிருந்த நெடுங்கால வாழ்க்கை முழுமையாக மறைந்து போயிருந்தது. கம்ப்ளீட் ப்ளாங்!

மின்னல் வெட்டுவதைப்போல் சிலநேரங்களில் சில விஷயங்கள் ஞாபகத்தில் வரும். ஆச்சரியமாக இருக்கும். இது நான்தானா?

வாழ்க்கையின் பெரும்பகுதி இருட்டிலாழ்ந்துவிட்டிருந்தது. அந்த இருளின் மறுபுறத்திலும் நானிருந்தேன்.

நான் மிகத் தாமதமாகத்தான் திருமணம் செய்து கொண்டேன். எனக்கு இரண்டு குழந்தைகள். ஒரு பெண்ணும் ஒரு ஆணும்.

இரண்டாமவன் அனீஸ்பஷீர், பத்து வயதாகிறது. கோழிக்கோடு செயின்ட் ஜோசப் உயர்நிலைப் பள்ளியில் ஐந்தாம் வகுப்புப் படிக்கிறான். தினசரி மூன்றுரூபாய் செலவில் அவனை பஸ்ஸில் கூட்டிச்சென்று திரும்ப அழைத்துக் கொண்டு வரவேண்டும். ஒரு ஆளுக்கான வேலை. எனது உடல் நிலை சரியில்லை என்பதால் மனைவிதான் இந்த வேலையைச் செய்துவருகிறாள்.

வீட்டின் அருகிலேயே அரசு உயர்நிலைப் பள்ளிக்கூடமெல்லாம் இருக்கிறது. குழந்தைகள் படிப்பதற்கான வசதிகள்தான் இல்லை. பெரும்பாலான நாட்களிலும் போராட்டங்கள் நடக்கும். மகத்தான அரசியல் கட்சிகள் அனைத்தும் மாணவர்களைப் பங்கிட்டு எடுத்திருக்கிறார்களே!.

போராட்டம், கெரோ, அண்டிப்பிடுக்கு, தர்ணா, டுங்க்ருடு, பந்த் போன்ற பெருங் கைங்கரியங்களை நடத்தவேண்டாமா? நான் படித்தது ஐந்து மைல் தூரம் நடந்துபோய்த்தான். மத்தியானம். பட்டினி, பச்சைத் தண்ணீர்தான் ஆகாரம். ஆசிரியர்களைக் கண்டாலே பயம் வரும். ஏனென்றால் ஒவ்வொரு வகுப்பிலும் விரல் தடிமனுள்ள முற்றிய பிரம்புகளிருக்கும்.

இன்று பிரம்புகள் கிடையாது. மதியம் உப்புமாவும் பாலும். ஒவ்வொரு வீடுகளின் எதிரிலும் ஒவ்வொரு உயர்நிலைப்பள்ளிகள். நல்லது கெட்டது தெரியாத குழந்தைகள் சுதந்திரமாக வாழுகிறார்கள். முழுச் சுதந்திரம். யாரிடமும் பயம் கிடையாது. படிப்பது எதற்காக? முதல் விஷயம் அதற்கான நேரமுமில்லை. பஸ்களையும் கார்களையுமெல்லாம் எரிக்கவேண்டாமா?

பந்த் முழு வெற்றியடைந்தது. மாணவர்களும் சமூக விரோதிகளும் சேர்ந்து தீவைத்தும் தகர்த்தும் எறியும்போது எதுவுமே வெற்றியடைந்துவிடும். எல்லாப் போராட்டங்களுமே முழுவெற்றி. இப்படியே முந்நூற்று அறுபத்தைந்து நாளும் தொடர்ந்து போராட்டங்கள் நடைபெறட்டும்

மக்கள் தலைவர்கள் என்று சொல்லப்படுகிற சித்தாந்தப் பெருச்சாளிகள்! அவங்க அம்மாமார்களோட பந்த். மக்கள் தலைவர்கள் என்று சொல்கிறார்கள்... எனக்கு எதுவும் சொல்லத் தோன்றவில்லை. வாயெடுத்தால் பொய். ஜனநாயக மக்களாட்சி டுங்குடு. தலைவர்களின் அருமை சந்தானங்கள் லௌடாவில், டெல்லியில், ரஷ்யாவில், லண்டனில், அமெரிக்கா

வில் என்று நிம்மதியாகப் படிக்கிறார்கள் என்று கேள்விப்படுகிறோம். வருங்காலத்திலும் நமது மகத்தான தேசத்தையாளத் தலைவர்களான சித்தாந்தப் பெருச்சாளிகள் தேவைப்படுகிறார்களல்லவா, நன்றாகப் படிக்கட்டும்.

களிமண் பிள்ளையார்களாகிய நமது மாணவர் கூட்டத்துக்கு வருங்காலத் திருடர்கள், பிக்பாக்கெட்டுகள், கொலைகாரர்கள், கள்ளக் கடத்தல்காரர்கள், கறுப்புச் சந்தை, கள்ள நோட்டு, டாப்பர் மாமா போன்ற பதவிகள் காத்திருக்கின்றன. தங்கக்குடங்களே உங்களைத்தான்.

ஏதாவதோரு சித்தாந்தித்தலை இறந்து போனால் உடனே அந்த திருட்டு முதலைக்கு நினைவு மண்டபம் எழ வேண்டும், எழட்டும். பறவைகளுக்கு வசதியாக உட்கார்ந்து வெளிக்குப் போகவேண்டுமல்லவா எழட்டும், சித்தாந்தச் சீங்கண்ணி* களின் ஸ்மாரகங்கள்*.

மன்னித்துக் கொள்ளுங்கள். தாங்கமுடியாத வேதனையால் சொல்லிவிட்டேன். மன்னித்துவிடுங்கள். அனைத்தையும் எந்த நிபந்தைனையுமின்றி வாபஸ் வாங்கியிருக்கிறேன்.

என்னைப்போலுள்ள தரித்திரவாசிகளால் அமெரிக்காவுக்கும், லண்டனுக்கும், ரஷ்யாவுக்குமெல்லாம் பிள்ளைகளை அனுப்பிப் படிக்கவைக்க முடியுமா?

ஆகமொத்தம் பேப்பூரிலுள்ள இந்த இடம் மட்டும்தான் என் உடைமையாக இருக்கிறது. வேறு எதுவுமே கிடையாது.

எனது புத்தகங்களை ஆங்கிலத்தில் மொழிமாற்றம் செய்தவர்களில் முக்கியமானவரான டாக்டர் ரொனால்டு ஆஷர் இந்த வீட்டிற்கு இரண்டு தடவை வந்திருக்கிறார். இரண்டு தடவையும் சுவையான மலையாளப் பதார்த்தங்களுடன் விருந்து படைத்தேன். ஒவ்வொரு தடவையும் சாப்பிட்டு முடிக்க இரண்டு மணி நேரமானது. கையால் அல்லவா அள்ளித்தின்ன வேண்டும். டாக்டர் ஆஷர், எடின்பரோ, யூனிவர்சிடியில் ஓரியண்டல் லாங்வேஜ் துறைத்தலைவர் என்பதாக நினைவு. இவரது மனைவி சீனாக்காரி. இரண்டு பிள்ளைகளிருக்கிறார்கள். இவர் கூடிய சீக்கிரமாகக் கேரளத்திற்கு வருவதாகக் கடிதம் எழுதியிருக்கிறார். புத்தகங்களை மொழிபெயர்த்த மற்ற இரண்டுபேர்கள் –

அச்சாம்மா கோயில்பரம்பு மலையாளி. சந்திரசேகரன் – அச்சாம்மாவின் கணவர். தெலுங்கர். இரண்டுபேருமே அமெரிக்காவில். கல்லூரிப் பேராசிரியர்கள் என்பதாகக்

* முதலை

* நினைவகம்

கேள்விப்பட்டேன். டாக்டர் ஆஷரும் அச்சாம்மாவும் சந்திர சேகரனும் மொழிபெயர்ப்பதற்குக் காசு வாங்குவதில்லை. இலவசம்.

எங்களுடைய இந்த வீடு மிகவும் பழையது. வைக்கம் தலையோலப் பரம்பில் அழகான ஒரு கட்டிடம் கட்டி நிம்மதி யாக வாழ்ந்து கொண்டிருந்தோம். திடீரென்று அப்போது மனைவியின் பெற்றோர்கள் இறந்துவிட்டார்கள். என் மனைவி தான் குடும்பத்தில் மூத்தவள். அவளுக்கு இளையவர்களாக நிறைய பேரிருந்தார்கள். கோழிகோட்டின் பக்கத்தில் ஃபரூக்கில் செறுவண்ணூரில்தான் மனைவியின் வீடு. தலையோலப்பரம்பிலுள்ள வீட்டையும் தோட்டத்தையும் விற்றுவிட்டுப் பேப்பூரிலுள்ள இந்த வீட்டையும் தோட்டத்தை யும் வாங்கினேன். பேருந்து போகும் வழித்தடத்திலிருந்து கொஞ்சம் உள்வாங்கிய இடத்திலுள்ளது இந்த வீடும் தோட்ட மும். ஒரு குறுக்குச் சந்தில். இது இரண்டேக்கர் தென்னந்தோப்பு, மாமரங்கள், பலா மரங்கள், பைன்மரங்கள். விற்கக் கொஞ்சம் தேங்காய், மாங்காய், பலா எல்லாம் கிடைக்கும். தோட்டத்தைச் சுற்றி முள்ளாலு மூங்கில் வாரிக் கம்புகளாலும் நாங்களே வேலி கட்டிப் பாதுகாப்பாக வைத்திருக்கிறோம். அடுத்த தடவை வேலி கட்டும்போது 2500 ரூபாய் தேவைப்படும். முள்ளும் மூங்கிலுமெல்லாம் தங்கத்தின் விலை. எல்லாப் பொருளுமே தினம் தினம் விலையுயர்ந்து கொண்டே போகிறது. கூலியும்தான். நாங்கள் இங்கே வந்தபோது ஒரு தொழிலாளி யின் தினக்கூலி இரண்டு ரூபாய். இப்போது, அதாவது இன்றைய தினம் அது இருபத்தைந்து முதல் நாற்பது ரூபாய் வரை உயர்ந்திருக்கிறது. சாயாவும் மதிய உணவும் இந்தக் கணக்கில் உட்படாது. நாளைய தினக்கூலி இன்னும் அதிகமாக லாம். இங்கே பட்டினிச்சாவுகள் நிகழ்வதாகப் பத்திரிகைகளில் வாசிக்கிறோம். அது உண்மைதான். செத்துப்போனவன் பட்டினிதான். உயிரோடிருப்பவனுக்கு வேலை கிடைக்கிறது. நல்ல ஊதியமும் கிடைக்கிறது. இது போதாதா?

இங்கே, மனைவி ஃபாபிபஷீரும் குழந்தைகளும் நானுமிருக்கிறோம். பசுக்கள், ஆடுகள், கோழிகள், பூனைகள், நாய் போன்றவர்களுடன் ஏராளமான பறவைகளுமிருக் கின்றன. கூடவே கறுத்ததும் வெளுத்ததுமான நல்லபாம்புகள் பெரிய பெரிய சாரைப்பாம்புகள், நீளமான கருந்தேள்கள். ஆயிரக்கணக்கான எலிகள், பெருச்சாளிகள், ஓநாய்கள் பனவெரு என்று சொல்லப்படும் மரநாய்கள் அப்புறம் துடிப்பான தோழர்களாகிய நரியார்கள்.

இரவு மூன்று மணிவரை நான் தூங்காமலேயே அமர்ந் திருப்பேன். நரிகள், கோழிகளைப் பிடிக்கும் சத்தம் கேட்கும்.

நான் அசையமாட்டேன். ஏன் அசைய வேண்டும்? ஆதியில் நரி தம்பதியரைப் படைத்த ஆண்டவன் சொன்னான்: "குழந்தைகாள், உங்களுக்காகவும்தான் கோழிகளைப் படைத்திருக்கிறேன். விருப்பம்போல் நீங்கள் கோழிகளைத் தின்று சந்தான விருத்தி செய்து கொள்வீர்களாக." இந்த சிருஷ்டி ரகசியம் அறிந்திருக்கும் நம்மால் வேறு ஏதாவது செய்ய இயலுமோ? மட்டுமல்ல, இந்த கோழிகள் உட்பட்ட வீட்டு விலங்குகள் என் மனைவியின் பிரைவேட் புராபர்ட்டீஸ். முட்டையெல்லாம் எனக்கு அவ்வளவு சுலபமாகக் கிடைப்ப தில்லை. விற்றுவிடுவாள். கோழிகளின் அய்யோ அம்மோ என்ற கொலை விளியைக் கேட்டதும் இல்லாள் குதித்தெழுந்து வந்து நின்று என்னை முறைத்துப் பார்ப்பாள். "சிலைபோல இங்கே தான் உட்கார்ந்து இருக்கீங்களா?" கம்பு, குத்தீட்டி, வெட்டுக்கத்தி, பெரிய டார்ச் போன்றவற்றுடன் சென்று நரிகளைப் பார்த்துக் கண் சிமிட்டி ஓட வைப்பேன்,

நரிகளும் பாம்புகளும் பெரும்பாலான நாட்களிலும் வந்துவிடும். பறவைகளின் சத்தமும் கோழிகளின் கொக் கரிப்பும் கேட்கும்போது எனக்குத் தெரியும். ஐயா வருகிறார். நல்லபாம்பு. நான் மண்ணை அள்ளி எறிந்தும் ஓட வைப்பேன். சில வேளைகளில் படம் விரித்து எழுந்து நிற்கும். வீட்டுக்குள் பாம்பு மூன்று தடவை வந்திருக்கிறது. மரணம் இரண்டங்குல இடைவெளியில் வந்து நின்றது. வராந்தாவில் அரைச்சுவர் கட்டிப் பாதுகாப்பாக இருந்தோம். நரிகளும் மரநாயும் எனக்கு ஏற்கனவே அறிமுகமானவர்கள்தான். மரநாயின் தலை சிறியதாக இருக்கும். இதில் ஒன்று ஒருநாள் கோழிக்கூண்டி லேறிக் கோழியைச் சாப்பிட்டுக் கொண்டிருந்தது. நான் அதன் வாலைப் பிடித்துக்கொண்டேன். மனைவி அதை இரும்புத் தடியால் குத்தியதும் நான் பிடியை விட்டேன். ஐயா ஒரு வழியாக உயிர்பிழைத்து ஓடினார். நரிகளைப் பகல் நேரங் களிலும் பார்க்கலாம். பெரிய அல்சேஷன்களைப் போன்ற இளநீல நிறம். பெரும்பாலும் தினமும் சுமார் அறுபது நரிகள் வீட்டின் கேட்டின் அருகில் வந்து நின்று இட்டோ இர்ரோ என்று சத்தமாகக் கூவத்தொடங்கும். நானும் எழுந்து நின்று குரலெழுப்புவேன்.

இந்தத் தோட்டமும் வீடும் ஒரு தபோவனம்போல் அமைதி நிரம்பியது. சாந்தமான அழகு என்று கூடச் சொல்லலாம்.

நானிப்போது மீசைக்காரன். கர்மசந்திரனுக்கும் மற்ற அனைவருக்கும் ஆரோக்கியமும் நீண்ட ஆயுளும் பெற வாழ்த்து கிறேன்.

மங்களம்.

வைக்கம் முகம்மது பஷீர்

முன்னுரைகள்

பசி

கதைகள் எழுதத்தொடங்கி வருடங்கள் பல கடந்து விட்டன. தொடக்கம் எப்போது? ஆயிரத்துத் தொள்ளாயிரத்து முப்பத்தேழு என்று நினைக்கிறேன். அப்போதிருந்து நான் எரணாகுளத்தில்தான் வசித்துவருகிறேன். எழுதுவது மட்டும்தான் வேலை. நிறையவே எழுதினேன். பத்திரிகைகளில் பிரசுரமாகிவிடும். ஆனால், யாருமே காசு தரமாட்டார்கள்.

1937 முதல் 1941 வரை நான் எழுதிய இந்தக் கதைகள் அனைத்துமே அந்தக் காலத்தில் திருவனந்தபுரத்திலிருந்து வெளிவந்த *நவஜீவன்* வார இதழில் பிரசுரம் செய்யப்பட்டன.

அது ஒரு காலம். கால் ரூபாய் இருந்தால் போதும், ஒருநாள் செலவைத் தாராளமாகக் கழித்து விடலாம். கால் ரூபாய்..! கால் ரூபாய் இருக்கட்டும், கால் காசுகூடக் கிடைக்காத காலமாகவும் அது இருந்தது. வாரங்கள், மாதங்கள், வருடங்கள் ... ஒவ்வொன்றையும் எதிர்பார்ப்புகளுடனும் மன வேதனையுடனும் வாழ்ந்து கொண்டிருந்தேன். ஒளி மயமான எதிர்காலத்தின்மீது பெரும் நம்பிக்கை வைத்து வாழ்ந்து கொண்டிருந்தேன்.

நான் இப்போது எழுதிக் கொண்டிருக்கும் மை கடன் சொல்லி வாங்கியதுதான். காகிதமும் கவரும்கூடக் கடன்தான் வாங்கினேன். நான் மிகுந்த சிரமத்தில் இருக்கிறேன். எனக்கு ஏதாவது அனுப்பித்தரும்படி கேட்டுக் கொள்கிறேன். இப்படியாக நான் பத்திரிகை அதிபர்களுக்குப் பல தடவை எழுதியிருக்கிறேன். ஆனால், யாரும் உதவியதில்லை. ஆனாலும் எழுதினேன். நிறைய கதைகள் எழுதினேன். எழுதி எழுதியே உயிர் வாழ்ந்தேன்.

எழுதுவதில் பிரச்சினையில்லை. எழுதியதை அப்போது பத்திரிகைக்கு அனுப்பி வைப்பதற்கு நூல் அஞ்சல் செய்ய நாலு பைசா வேண்டும். நாலு பைசா... நாலு பைசா... நாலு பைசா... ஆண்டவனே, இந்த நாலு பைசாவுக்காக நான் எத்தனையெத்தனை பேர்களைத் தேடி ஓடியிருக்கிறேன்.

அப்படியாக யாசகம் பெற்ற நாலு பைசாவுக்கு ஸ்டாம்ப் வாங்கி, கதையை நூல் அஞ்சல் செய்வேன். பிறகு, மனப் புகைச்சலுடன் எதிர்பார்த்திருப்பேன், அடுத்த வாரம் பத்திரிகை வருவதை எதிர்பார்த்து. பத்திரிகை அதிபர்கள் யாரும் அப்போது எனக்குப் பத்திரிகை அனுப்பி வைப்பதில்லை. எழுத்துக்கான கூலியென்பதுவும் கிடையாது. வாசிப்புச்சாலைக்குப் போய்ப் பார்ப்பேன், கதை பிரசுரமாகியிருக்கிறதா என்று.

ஹோ... எவ்வளவு மகிழ்ச்சியான விஷயம். கதை பிரசுரமாகியிருக்கிறது.

அந்தக் காலத்தில் ஒரு சிங்கிள் சாயாவின் விலை காலணா. இந்தக் காலணா கிடைப்பதற்கான எந்த வழியுமில்லை. காலணா இல்லாமல், சாயா குடிப்பதற்கு வழியில்லாமல் நினைத்து நினைத்து நான் அழுதிருக்கிறேன்.

என்னால் சிரிக்கவும் புன்முறுவல் புரியவுமெல்லாம் இயலாமலிருந்த காலக்கட்டம் அது.

வருடங்கள் பல உருண்டோடிவிட்டன.

இன்று புன்னகையுடன் நான் இந்தக் கதைகளை அன்பார்ந்த வாசகர்களின்முன் புத்தகமாக வெளியிட்டிருக்கிறேன். ஏற்றுக் கொள்வீர்கள் என்ற நம்பிக்கையுடன்.

நான், எனது வாசகர்கள் அனைவரும் எல்லா நலன்களும் நீண்ட ஆயுளும் நிம்மதியும் பெற்று வாழ வாழ்த்துகிறேன்.

18.04.1954

உண்மையும் பொய்யும்

அன்புள்ள நந்தகுமார்,

நீங்கள் இந்தப் புத்தகத்தை எடிட் செய்யலாமென்று ஏற்றுக் கொண்டதாக திரு.வித்யாதரன் சொன்னார். ரொம்ப சந்தோஷம். விருப்பம் போல் எடிட் செய்து கொள்ளுங்கள். இதில் கேள்வி பதில்கள், கடிதங்கள் ஆகியவற்றை மட்டுமே சேர்த்துக் கொள்ளவேண்டும். சேர்க்க வேண்டியவற்றை மட்டும் நான் எடுத்து வைத்து விட்டு மற்றவற்றை ஒதுக்கிவிட்டேன். கேள்வி பதில்களும் கடிதங்களும் இன்னும் உண்டு. அதைப் பிறகு பார்த்துக் கொள்ளலாம். இந்தப் புத்தகத்தின் பெயரை நேரும் நுணையும் (உண்மையும் பொய்யும்) என்று வைத்துக் கொள்ளலாம். நீங்களும் ஆர்ட்டிஸ்ட் ராகவன் நாயரும் பள்ளிச்சன்மாரோ* பட்டேக் காடன்மாரோ* அல்ல. தனி உயர்வாகக் குறிப்பிடும் சொல் கிரியத்து நாயர்கள்** என்பதை நான் தங்களது யாத்ரா என்ற பத்திரிகையைப் பார்த்து அறிந்து கொண்டேன். இது குறித்து வைக்கம் சந்திரசேகரன் நாயர் எனும் பிரபஞ்ச கிரியத்து நாயர் என்ன அபிப்ராயம் வைத்திருக்கிறார் என்று கேட்ட பிறகு மீதியைச் சொல்கிறேன்.

பண்டொரு காலத்தில், தங்களைப்போன்ற சோட்டாச் சோட்டா நாயர்கள் பிறப்பதற்கு முன், சென்னை மாநகரிலுள்ள ஜெயகேரளம் எனும் நாயர் பத்திரிகையில் என் சார்பாக ஒரு பத்தி வெளிவந்து கொண்டிருந்தது. 'உண்மையும் பொய்யும்'. அதில், கேள்வி பதில்களும் கதைகளுமெல்லாம் வந்து

---
* இழிவாக குறிப்பிடப்படும் சொற்கள்
** உயர்வாக குறிப்பிடப்படும் சொற்கள்

கொண்டிருந்தன. லங்கோடு மட்டும் தரித்துப் பிரமாண்ட மான ஒரு பேனாவுடன் டாங்குகள், பீரங்கிகள், குண்டுகள், அழகான இளம் நிர்வாண மங்கையர் இத்யாதிகளுடன் நான் நிற்கும் ஒரு படத்தை என்.வி. தேவன் (நாயர் அல்ல) முன் பக்கத்தில் வரைந்து வைத்திருந்தார். இந்தக் காலக் கட்டத்தில் திருவாளர்கள். பி. பாஸ்கரன் (நாயர்), ராம்ஸ்கி (நாயர்) ஆகியவர்கள்தான் பத்திரிகையின் அதிபர்கள். பாஸ்கரனை விஸ்கி பாஸ்கிராஸ்கி என்றுதான் அப்போது நான் சொல்வேன். பாஸ்கரனின் 'தேர்வு செய்த காதல்கள்' அப்போது என்னிடம் இருந்தது. இன்றும் அது என்னிடம் தானிருக்கிறது. (இந்திரா மன்னிக்கவும். சாப்பாட்டின், குழம்பு வகைகளின் சுவையை மறந்து போய்விட்டதாகவெல்லாம் நினைனத்துவிட வேண்டாம்.) அந்தக் காலத்திலும் காதல் கவிதைகளின்மீது எனக்கு ஆர்வம் கிடையாது. நாங்கள் அப்போது நுங்கம்பாக்கத்தில் தங்கியிருந்தோம். எனக்கு மட்டும்தான் தனி அறையிருந்தது. நான் அறையை மூடிவிட்டு உள்ளே தாழ்ப்பாளுமிட்டு அமர்ந்திருப்பேன். சாயுங்காலத் திற்குப் பிறகு வாசல் கதவைத் தட்டும் சத்தம் கேட்கும். நான் திறந்து பார்ப்பேன். விஸ்கி பாஸ்கிராஸ்கிதான். அவர், குளித்துத் திருமண் தரித்துப் பக்தனாக, கூர்மையான முக பாவத்துடன் நின்றிருப்பார். காதல் கவிதையை என்னிடம் வாசித்துக் காட்டுவதற்காக.

"உள்ளே வரலாமா?"

இறுக்கமான முகத்துடன் நான் சொல்வேன்:

"வரலாம். பழகித் தொலைச்சுட்டமே?"

பாஸ்கரன் உள்ளே வந்து செயரில் அமர்ந்துவிட்டுக் கேட்பார் :

"பஷீர், ஒரு புதிய காதல் கவிதை எழுதியிருக்கேன். எடுத்துட்டு வரவா?"

நான் உடனே சொல்வேன் :

"வேண்டாம்."

"எனக்கு மனப்பாடமா தெரியும்" என்று சொல்லிவிட்டுச் சட்டுபுட்டுனு கவிதையைச் சொல்லத் தொடங்கிவிடுவார். பாலானுஜனும் நானும் படுபயங்கரமாக விமர்சனம் செய்வோம். ஆர்.எம். மாணிக்கத்து, வாரியர், கே. பத்மநாபன் நாயர், ராம்ஸ்கி போன்றவர்கள்தான் ஜெயகேரளத்தை நடத்திக்கொண்டிருந்தவர்கள். அந்தக் காலக்கட்டத்தில்தான் எங்களைக் கம்யூனிஸ்ட்காரர்கள் என்ற குற்றத்தின் பெயரால்

மதறாஸ் போலீஸ் கைது செய்து லாக்கப்பில் தள்ளியது. (அது, சர் சி.பி.ராமசாமி ஐயர் திருவிதாங்கூரை அடக்கி, ஆண்டு ராஜஸ்துதி மங்களம் பாடிக்கொண்டிருந்த காலக் கட்டம்.) பிறகு, லாக்கப்பிலிருந்த அனைவரையும் விடுதலை செய்தார்கள். என்னையும் பாஸ்கரனையும் தவிர. கடைசியில், டாக்டர். சி.ஆர்.கிருஷ்ணபிள்ளை வந்து எங்களை விடு வித்தார். இந்தக் காலத்தில் நான் எனது வசிப்பிடத்தை *ஜெயகேரளம்* அலுவலகத்திற்கு மாற்றியிருந்தேன். தினமும், டாக்டர் சி.ஆர்.கிருஷ்ணபிள்ளை என்னை வந்து பார்ப்ப துண்டு. இருந்தாலும் அவருக்குத் தினமும் அந்த சந்தேகம் தோன்றிக்கொண்டே இருக்கும். பி.கேசவதேவ், பொன்குன்னம் வர்க்கி, வைக்கம் முகம்மது பஷீர் – இவர்களில், இப்போது வந்தவர் யார்? இந்த சந்தேகத்தை உருவாக்கிக் கொடுத்தவனும் நானேதான். டாக்டர் கிருஷ்ணபிள்ளை சில தமிழர்களுடன் பேசிக்கொண்டிருக்கிறார். கழுத்தை இறுக்கிப் பட்டன் அணிந்த ஷெர்வாணி. சிவந்த முகம். நான் வாசலில் போய் நின்று கொண்டு, பி.கேசவதேவ் என்று சொல்கிறேன். “வாங்க தேவ்” என்கிறார். அன்று நான் கேசவதேவாக அவரிடம் பேசிக் கொண்டிருக்கிறேன். மறுநாள், பொன்குன்னம் வர்க்கியாகப் போகிறேன். அப்போதும் “வாங்க, வர்க்கி” என்றபடி கூர்ந்து பார்த்துவிட்டு” வழுக்கை கொஞ்சம் அதிகமாயிட்டுது இல்லியா? முடி குறைந்த பிறகு அதிகமா வெளுத்துப்போய் தெரிகிறது.”

தமிழ்நாட்டில் இப்படியெல்லாம் இருந்துவிட்டு எரணா குளத்திற்கு வந்தேன். ஆர்ட்டிஸ்ட் ராகவன் நாயரின் நர்மதா வில் கொஞ்ச காலம் ‘உண்மையும் பொய்யும்’ போட்டுக் காய்ச்சியெடுத்தேன்.

ஆயிரத்துத் தொள்ளாயிரத்து நாற்பத்திரண்டில் சர் சி.பி.ராமசாமி ஐயர் என்மீது ராஜதுரோகக் குற்றம் சுமத்தி, கொல்லம் கஸ்பா போலீஸ் லாக்கப்பில் அடைத்திருந்தார். அப்போது அங்கே ஒரு ஹெட் கான்ஸ்டபிள்போல் பெருமை யுடன் நான் வாழ்ந்து கொண்டிருந்தேன். எனது இந்த வலது கையை அடித்து ஒடித்துவிட வேண்டுமென்று உத்தரவிடப்பட் டிருந்தது. அப்போது கஸ்பா போலீஸ் ஸ்டேசனில் நிறைய போலீஸ்காரர்கள் இருந்தார்கள். அவர்களில் யாருமே என் வலது கையை ஒடித்து விடவில்லை. அங்கே என்னைப் பார்ப்பதற்கு நிறைய பையன்கள் வருவார்கள். பட்டத்துவிளை கருணாகரன், வித்யாதரன் போன்றவர்கள். பட்டத்துவிளை கருணாகரன் அமெரிக்காவுக்கெல்லாம் போய்ப் பெரிய பெரிய படிப்புகள் படித்துவிட்டுத் திரும்பிவந்து கோழிக்கோட் டில் நல்ல உத்தியோகத்தில் வாழ்ந்து வருபவர். இப்போது

பெரிய வீடும் நல்ல மனைவியும் குழந்தைகளும் காரும் ஃபோனுமெல்லாம் இருக்கின்றன. கதாசிரியரும் கூட.

நான் வைக்கம் தலையோலப்பரம்பில் ஒரு புதிய வீடு கட்டினேன். அதை விற்றுவிட்டு இப்போது மனைவியும் குழந்தையுமாகப் பேப்பூரில் வைலாலில் வீட்டில் தங்கியிருக் கிறேன். ஒருநாள் திரு. வித்தியாதரன் என் வீட்டுக்கு வந்தார், வயதான ஆள் போன்ற தோற்றத்துடன். "வாழ்க்கை நடத்து வதற்கு எந்த மார்க்கமும் இல்லை சார். சார், எனக்கு ஒரு புத்தகம் தரவேண்டும். சார் எழுதிய கேள்வி பதில்கள், கடிதங் கள் – நான் அதைப் புத்தகமாகப் போடுகிறேன். என்னிடம் பணம் எதுவுமில்லை. உதவி செய்வதாகச் சிலர் சொல்லி யிருக்கிறார்கள். சார் எழுதியதை எல்லாம் நான் சேகரித்துக் கொள்கிறேன்."

சம்மதம் தெரிவித்துவிட்டுச் சொன்னேன்:

"உண்மையும் பொய்யும் முதல் பதிப்பை இலவசமாக மூவாயிரம்* பிரதிகள் அச்சடித்து விற்றுக்கொள். பட்டத்து விளை கருணாகரனிடம் ஒரு புத்தகம் கேள். நான் சொன்ன தாகக் கேள். வைக்கம் சந்திரசேகரன் நாயரிடமும் ஒரு புத்தகம் கேள்."

வைக்கம் சந்திரசேகரன் நாயரின் பெயரைச் சொன்னதும் தான் ஒரு விஷயம் நினைவுக்கு வந்தது. அவர் மீதான ஆட்சேபகர மான சில கடிதங்கள் இதிலிருக்கின்றன. இப்போது அவருக்கு எந்த வியாதியும் கிடையாது. விசேஷ அழகுடன் திரிகிறார். உலகத்தின் ஒரேயொரு 'வைக்கம்', தனி கிரியத்து நாயர்.

நான் தலையோலப்பரம்பில் பளிங்குபோல் ஒரு மாளிகை கட்டி வாழ்ந்து கொண்டிருக்கிறேன். மகள் அப்போது பிறக்க வில்லை. ஃபாபியும் நானும் தான். மறந்து விட்டேன்... நந்தன் கே.ஏ. ஜப்பாருடன் அங்கே வந்திருக்கிறீர்களே. வெள்ளை மணல் தூவிய முற்றத்தில், செடிகளினிடையில் அமர்ந்து கனவு காணும் என் மனைவி ஃபாபியைப் பற்றிக் கூட நீங்கள் எதையோ எழுதியிருந்தீர்கள். மீன் குளத்தில் வாழும் இறால் தம்பதிகளின் கதையும். ஃபாபி, அப்போது தான் மகள் ஷாஹினாவைக் கர்ப்பமாக இருந்தாள்.

அந்த வீட்டின் வாஸ்து பலியெல்லாம் முடிந்து நாங்கள் முறையாகக் குடியிருக்கத் தொடங்கிய சுபதினம்! அன்று, சோறு, சாம்பார், வடுமாங்காய், அப்பளம், தயிர் இத்யாதி

---

* வித்தியாதரன் மூவாயிரம் பிரதி அச்சடித்து விற்றார்: பஷீர்

களுடன் சாப்பாடு. ஒரு ஆளுக்கான அரிசியை அதிகமாக உலை வைக்கும்படி மனைவியிடம் சொல்லியிருந்தேன். ஆனால், அவள் அதையும் செய்யாமல் இரண்டுபேருக்கான அரிசியி லிருந்தும் பிடி அரிசியை எடுத்துச் சேமித்தும்விட்டாள். பெண் வர்க்கமல்லவா, சொல்லி என்ன நடக்கப்போகிறது?

நான், கல்சட்டியில் அருமையான சாம்பார் வைத்தேன். நான் வைக்கும் சாம்பார் எவ்வளவு ருசியாக இருக்கும் என்ற விஷயம் எல்லா நாயர்களுக்கும் தெரியும். சந்தேகமிருப்ப வர்கள் கே.ஏ. ராஜன் அன்ட் பார்ட்டி எனும் நாயரிடம் கேட்டுப் பார்க்கலாம். அல்லது, எம்.பி. கிருஷ்ணபிள்ளை என்ற நாயரிடம் கேட்டுப் பாருங்கள்.

மிகுந்த ரசனையுடன் நான் கடுகு தாளித்தேன். வற்றல் மிளகை நறுக்கிப் போட்டு. மிளகு, பொன்னிறப் பருவத்திற்கு வந்ததும் கடுகைப் போட்டுத் தாளித்தேன். படபடவென்று கடுகு பொரியத் தொடங்கியதும் கருவேப்பிலையையும் கொத்த மல்லிக் கீரையுமிட்ட சாம்பாரை எடுத்துச் சீனச்சட்டியில்* ஊற்றினேன். திரும்பவும் அதை, கல்சட்டியில் கொட்டி வைத்தேன். அப்படியாக, மூக்கைத் துளைக்கும் சாம்பார் வாசம் அயல் புறமெங்கும் பரவியபோது கேட்டை யாரோ இரண்டு மூன்று தடவை தட்டும் பயங்கரமான சத்தம் கேட்டது.

முகத்தை உர்ரென்று வைத்துக்கொண்டு கேட்டினருகில் போய்நின்று 'யார் அது' என்று கேட்டேன். நல்ல உயரமும் அகலமுள்ள கேட் அது. இருபுறமும் நிற்பவர்கள் பரஸ்பரம் பார்த்துக்கொள்ள முடியாது.

பதிலில்லை.

நான் கேட்டைத் திறந்தேன். ஒரு, நாயர் மந்திரி குமாரனும் ஸ்ரீமான் வைக்கம் சந்திரசேகரன் நாயரும்தான். காரும் நிற்கிறது. இதுவரை பார்த்துப் பரிச்சயமில்லாதவர் களைப்போல் பரஸ்பரம் முறைத்தோம். கொஞ்ச நேரம் சென்ற பிறகு ஒரு புளித்த சிரிப்புச் சிரித்துவிட்டு வைக்கம் சந்திர சேகரன் நாயர் சொன்னார்.

"எங்களுக்குச் சோறு வேணும் பஷீர்".

"அதற்கான எந்த வழியும் இல்லை". நான் சொன்னேன்:

"இது, கண்ட கண்ட நாயர்மார் வந்து இஷ்டம் போல உட்கார்ந்து சாப்பிட்டுட்டு போறதுக்கான அன்னச் சத்திர

* வாணலி

மொண்ணுமில்லே. கார் இருக்குதானே, வைக்கத்துலெ போய்ச் சாப்பிடுங்க".

"வைக்கத்துலெ இருந்துதான் வாறோம்".

"அது சரி". நான் சொன்னேன் : "ஒண்ணு செய்யலாம். நீங்க இந்த மந்திரி மவனையும் கூட்டிட்டு அக்கம் பக்கத்திலே உள்ள நாயர்மார் வீடுகளுக்குப் போய் மந்திரிமவனுக்குப் பொண்ணு பாருங்க. சோறு கெடைக்கும். மணி ஒண்ணுதான் ஆகுது. சீக்கிரமாப் போங்க வேணும்னா நானும் வர்றேன்".

"கொஞ்சம் பச்சைத் தண்ணியாவது கெடைக்குமா?"

நான் சொன்னேன்:

"சிரமம்னுதான் நெனைக்கிறேன்."

அவர்கள் உள்ளே நுழைந்து மூக்கை விரித்து வாசம் பிடித்தபடி தங்களுக்குள் சொன்னார்கள்:

"சாம்பார்."

இரண்டு பேரும் வராந்தாவில் வந்து வெறுந்தரையில் சம்மணமிட்டு அமர்ந்தார்கள். விஷயத்தையறிந்து கொண்ட மனைவி, ஐந்தாறு வழுதலங்காய் பறித்துத் துவரன் வைக்கத் தொடங்கினாள். கூடவே ஒரு நாற்பது அப்பளமும் பொரித் தாள். அவர்களுடன் நானும் அமர்ந்து சாப்பிட்டேன். வைக்கம் சந்திரசேகரன் நாயர் சாம்பாரில் அப்பளத்தைப் பொடித்துப் போட்டு அத்தனையும் தின்றார். குடித்தார்.

முதல் நாளும் அதுவுமா மனைவி கொலைப்பட்டினி. அந்த வீட்டை விற்றுவிட்டு இருநூறு கிலோமீட்டருக்கு மதிகமான தூரத்தில் இப்போது பேப்பூரில் வாழ்கிறோம். வைக்கம் சந்திரசேகரன் நாயர் பேப்பூருக்கும் வருவதுண்டு. கூடவே, ஆர்.கிருஷ்ணஸ்வாமி, கே.எஸ். சந்திரன், ஆனந்தக் குறுப்பு போன்ற மானஸ்தர்களுமிருப்பதால் அவருக்கு முன் போல் ஆர்ப்பாட்டம் செய்ய முடிவதில்லை. வைக்கம் சந்திர சேகரன் நாயர் எனக்குச் செய்த எல்லாத் துரோகங்களுக்கும் பதிலாக நானும் அவரது வீட்டுக்குச் சென்று பழி தீர்த்திருக் கிறேன்.

இந்த 'உண்மையும் பொய்யும்' என்ற புத்தகத்திலிருப்பவற் றில் பெருமளவும் உண்மைகள்தான். வேடிக்கை! எழுதும் போது வேடிக்கையாக மட்டும்தானிருந்தது. இதிலுள்ள பெரும்பா லான கதாபாத்திரங்களும் இப்போது மரணமடைந்து விட்டார்கள். பரிகாசங்களும் வரலாற்று நிகழ்வுகளும் துண்டு துண்டுகளாகிப்போய் விட்டிருக்கின்றன. நந்தன் இதை அழகாக

எடிட் செய்து கொள்ளவும். எல்லாவற்றையுமே நான் ஏற்பாடு செய்திருக்கிறேன். என் கை வேதனை கொஞ்சம் குறைந்திருக் கிறது. இதில் இன்னும் ஒரு விஷயம் சேர்க்க வேண்டியதிருக் கிறது. கம்யூனிஸ்ட் தலைவரும் வழக்கறிஞருமான திரு.கே.சி. ஜார்ஜ் எம்.ஏ., எல்.எல்.பியின் கடிதம்தான் அது. அதை இன்னும் எழுதவில்லை. உடனே எழுதமுடியும் என்று நினைக்கிறேன். வேறு விசேஷங்கள்எதுவுமில்லை. நாயர்களின் விருந்தினர்களாக மனைவியும் மகளும் நானும் இத்யாதிகளும் வரப்போகிறோம். திருச்சூரில் கெ. பரமேஸ்வரன் நாயர் அன்ட் சரஸ்வதி என்பவரது வீட்டில் தங்குகிறோம். மற்றும் வைத்யநாத ஐயர் அன்ட் லட்சுமியின் வீட்டிலும், நாயர் இல்லாத ராமுகாரியாத் அன்ட் ஸதியின் வீட்டிலும். அதன் பிறகு எரணாகுளத்திற்கு வந்து நாயரான நந்தன், நந்திச்சி – ஆர்ட்டிஸ்ட் ராகவன் நாயர் அன்ட் டாக்டர் மிஸஸ் ஆர்ட்டிஸ்ட். பிறகு, திருப்பூணித்துறை சி.ஆர்.பி. பணிக்கர் அன்ட் சுவர்ணரேகா ஆகியவர்களின் வீட்டிற்கும் வந்தே தீருவோம். வேறும் வீடுகள் இருக்கின்றன. ஏ.பி. கிருஷ்ணபிள்ளை, குட்டப்பன் (கிருஷ்ணன் நாயர் வாட்ச் கம்பெனி) இவர்களுக் கெல்லாம் முன் கூட்டியே அறிவிக்க வேண்டாம். நந்தன் இதில் எதை எடிட் செய்யப்போகிறீர்கள்? விருப்பமானதை எழுதுங்கள்.

அனைவருக்கும் மங்களம் நேரப் பிரார்த்தனைகளுடன்

வைக்கம் முகம்மது பஷீர்
23.3.1969

பார்கவீ நிலையம்

கடைசியில், பார்கவீ நிலையம் திரைக்கதை வசனம் . . . புத்தகமாக வருகிறது. இது முன்பே, ரொம்பக் காலத்திற்கு முன்பே திரைப்படமாக வந்திருக்கிறது. எத்தனை ஆண்டுகளுக்கு முன் ?.. சரியாக நினைவிற்குக் கொண்டு வர முடியவில்லை. பழைய விஷயங்கள் பலதும் இப்போது மறந்துபோய்விட்டன. மனநிலை சரியில்லாமலிருக்கிறது. பழைய விஷயங்கள் திடீரென்று மின்னல்போல் . . . சில நேரங்களில் . . . சில, நினைவில் மேலெழும். அப்படியாக நினைவுக்குக் கொண்டுவந்து 'பார்கவீ நிலையம்' திரைக்கதைக்கு ஒரு முன்னுரை எழுதத்தொடங்கினேன். ஃபுல்ஸ்கேப் பேப்பரில் எழுபது பக்கங்கள்வரை எழுதினேன். ஒரே இருப்பில் அல்ல, கொஞ்சம் கொஞ்சமாக! நீண்ட, ஒரு வருடக் காலமாக! முடிக்கவேண்டுமென்றால் முப்பது நாற்பது பக்கங்கள் இன்னும் எழுதவேண்டும். தேவைதானா? யோசித்துப் பார்த்துத் தேவையில்லையென்று முடிவு செய்தேன். எழுதியவற்றிலிருந்து அங்கிருந்தும் இங்கிருந்துமெல்லாம் எடுத்துச் சேர்த்து ஒரு சிறு குறிப்பை மட்டும் தயார் செய்தேன்.

'நினைவிலிருப்பது – பதினாறோ பதினேழோ வருடங்களுக்குமுன், ஒருநாள் பெட்டியையும் மேஜையையும் ஃபைல்களையும் எல்லாம் வரிசைக்கிரமமாக ஒழுங்கு செய்துகொண்டிருந்தேன். இரண்டு மூன்று தினசரிப் பத்திரிகைகளில் குப்பை, கூளம், கண்டது, கடியது, என ஒதுக்க வேண்டியவைகளை அள்ளிப்போட்டுப் பெரிய ஒரு பார்சலாகக் கட்டிவைத்து, இடத்தைச் சுத்தம் செய்தேன். பிறகு என் மனைவியைக் கூப்பிட்டு அந்த பார்சலைக் கையில் கொடுத்துவிட்டுச் சொன்னேன்:

“கொண்டுபோய் அடுப்பில் போட்டு மண்ணெண்ணெய் ஊற்றி எரித்துச் சாம்பலாக்கிவிடு.”

பார்சலை இரண்டு கைகளிலும் தாங்கிப் பிடித்தபடி போனாள்.

அதில் என்னவெல்லாம் இருந்ததென்றா கேட்கிறீர்கள்? ஞாபகத்திற்கு வருவது : ஃபார்கவீ நிலையம் திரைக்கதையும் வேறு சிலதும்.

பார்கவீ நிலையம் . . . பயமுறுத்த வைக்கும் புராதனமான ஒரு இல்லம் . . . பார்கவீ நிலையம்.

பேய் பங்களா என்று கூடச் சொல்லலாம். அழகான ஒரு இளம் பெண் – பார்கவி. அவளது ஆவிதான் அந்த இல்லத் திலிருந்தது. பார்கவீ நிலையம். இலேசான பயத்துடன்தான் நினைவுபடுத்திப் பார்க்கவே முடிகிறது . . . பார்கவீ நிலையம்.

மனித வாசனையில்லாமல் நீண்ட காலமாகக் காலி யாகக் கிடந்த வீடு. பேய் உபத்திரவம் இருக்கிறது. யோசித்துப் பாருங்கள்: பேய் இருக்கிறதா? .. மோகினிப் பேய்கள், ஆண்பேய்கள், இஃப்ரீத்துகள், ஜின்னுகள். . . உண்டென்றும் இல்லையென்றுமெல்லாம் சொல்கிறார்கள். உண்டு . . . இல்லை. இவை, ஆயிரமாயிரம் இலட்சோப லட்சம் வருடங்களாக நிலவிக் கொண்டிருக்கும் நம்பிக்கைகள். இறுதி முடிவைத் தீர்மானிப்பவர்கள் யாராக இருக்கும்? அறிய முடியாதவைகள்தானே அதிகமும் . . . பூலோகம், சூரிய சந்திராதிகள், கோடானு கோடி விண்மீன்கள், ஒளிப்பிர வாகம், அண்டவெளி, நட்சத்திரங்களின் மகா சமுத்திரங்கள், ஒளிவீசும் கிரகதாரைகள். கறுத்த, பெரும் மறைவுப் பிர தேசங்கள். ஜனனம்; மரணம். நட்சத்திரங்களின் பீதிபடுத்தும் பிரமாண்ட பிணநிலம், கிரகங்கள், சூரியர்கள், சூரியனை விடவும் இரண்டாயிரத்து ஐந்நூறோ ஐம்பதினாயிரமோ, இலட்சமோ மடங்கு பெரிதான படுபயங்கரமான மகா சூரியர் கள். உலகம் உட்பட்ட அண்டவெளி போன்ற எத்தனையெத் தனை கோடி . . . அண்டங்கள். அண்ட சராசரங்கள். எவ்வளவு பிரபஞ்சங்கள். அதிசயங்கள். அதிசயங்கள். மகாப்பிரபஞ்சம்.

அதன் சிறு மண்துகள்தானே, உயிர்கள் அனைத்தும் ஜனனமாவதும் மரணமடைவதுமான இந்தப் பூமிப்பந்து? இங்கே என்னவெல்லாம் வாழ்கின்றன? அணு உயிர் முதல் பறவைகள் ஈடாக! சிறு விஷப்பாம்புகளை விழுங்கி உயிர் வாழும் பெரிய விஷப்பாம்புகள், யானை, புலி, சிங்கம், ஒட்டகம் குதிரை, மலைப்பாம்பு, ஈ, கொசு, சிலந்தி, திமிங்கலம், புற்பூண்டுகள், செடிகொடி தாவராதிகள் முதல்

மனிதர்கள்வரை. அப்புறம்?... இறந்தவர்களின் ஆன்மாக்கள் எனப்படும் பேய்கள். பிறகு, மோகினி ரூபங்கள் பிற அமானுஷ்யர்கள், இஃப்ரீத்துகள், ஜின்னுகள் ... இப்படியாகக் கண்ணுக்குத் தெரியாத உயிர்களும் இங்கே வாழ்கின்றனவா?

நினைத்துப் பார்க்கிறேன்: ஆயுள்காலத்தின் ஒரு பகுதி – ஒன்பது பத்து வருடங்கள் – நான் இந்த பூமிப்பந்தின் மிகக் குறைவான பிரதேசங்களைச் சுற்றி வந்திருக்கிறேன். அலைந்து திரிந்திருக்கிறேன். இரவுபகலாக! தனிமையில்!

கிராமங்கள், நகரங்கள், மாநகரங்கள், காடுகள், மலைகள், குகைகள், தகர்ந்துபோன பெருநகர்களின் மிச்ச சொச்சங்கள், இடிந்துபோன மிகப் புராதனமான தேவாலயங்கள், புண்ணிய ஸ்தலங்கள், நிர்வாணத் துறவியர், சூஃபிகள், கணவாய்ப் பிரதேசங்கள், கடலோரங்கள், பாலைவனம், சுடுகாடுகள், அருவிகள், ஆட்கள் வசிக்காத வீடுகள் ... ஞாபகங்கள் ... ஞாபகங்கள் ... இரவுகளில் எங்கெல்லாமோ படுத்துத் தூங்கி யிருக்கிறேன் ... என்னென்ன அனுபவங்கள் ... நான் வீரனு மல்ல, கோழையுமல்ல. பேடி என்றும் சொல்லலாம். ஆனால், எது வேண்டுமானாலும் நடக்கட்டுமென்பது போன்ற ஒரு மனநிலையும் இருக்கிறதல்லவா? வாழ்க்கை ஏனோ இப்படி யாகத்தான் இருந்தது. எப்போதுமே அனுபவங்கள் எல்லாருக் கும் ஒரேமாதிரியாக வாய்க்க முடியாதல்லவா? விவரிக்க வியலாத அனுபவங்கள் சிலரது வாழ்க்கையில் நிகழும். அதை, சமநிலை தவறிய மனதில் மாயத்தோற்றங்கள் என்று சொல்ல லாமா?

பார்கவீ நிலையம். மனித நடமாட்டமற்ற ... சொல்லி யிருக்கிறேனே? வாடகைக்கு வீடு தேடிவிட்டுத் திரும்பி வரும் போது ஆறுதல்போல், கடைசியாகக் கண்டுபிடித்த இருள டர்ந்த அழகான பழைய வீடு. கேட்ட வாடகை முழுவதையும் முன்பணமாகக் கொடுத்து, சாவியை வாங்கி நானே அடித்துத் துடைத்துச் சுத்தம் செய்துவிட்டுப் பிறகு கழுவிவிட்டேன். ஜன்னல்களையெல்லாம் திறந்துபோட்டு வெளிச்சம் வரச் செய்தேன். வீடு முழுவதையும் சுத்தம் செய்தபின், பெட்டி படுக்கையுடன் கேட்டுக்குள் வந்து நிற்கும்போது ரொம்பவும் மகிழ்ச்சியுடனிருந்தேன். தனியாக நின்றிருந்த பார்கவி நிலை யத்தைப் பார்த்துச் சற்று உரத்த குரலில் உற்சாகத்துடன் சொல்லிக்கொண்டேன்:

“எனக்காகக் காத்திருந்த ... அழகிய இளம் பெண்ணைப் போல் ... எனக்காக இவ்வளவுகாலம் காத்திருந்த ... அழகான வீடே! உனக்கு வணக்கம். எனக்கு நீ ஆசீர்வாதங்கள் அருள்வா யாக”

ஆளில்லாத வீட்டைப் பார்த்து நான் ஏன் இப்படிச் சொன்னேன்? தெரியவில்லை. ஏற்கனவே கொஞ்சம் கோளாறும் இருந்ததல்லவா? இதுபோன்றெல்லாம் இதற்கு முன்பும் சொல்லத் தோன்றியிருக்கிறது. மரத்தைப் பார்த்து, மிருகங்களிடம், பறவைகளிடம், கட்டடங்களைப் பார்த்து, வெட்டவெளியிடம்.

மகிழ்ச்சியான மனநிலை அல்லவா? சில பாடல்களை முனகியவாறே பெட்டிபடுக்கை, புத்தகங்கள், கிராமஃபோன், விளக்கு, சாய்வு நாற்காலி, ஸ்டூல், பிச்சுவாக்கத்தி போன்ற எல்லாவற்றையும் அந்தந்த இடங்களில் வைத்துவிட்டு வாசலையடைத்துப் பூட்டினேன். கீழேவந்து கேட்டையும் அடைத்துவிட்டு மெயின்ரோட்டுக்கு வந்தேன்... ஒரு சிலரைப் பார்த்துப் புதிதாகக் குடிவந்திருக்கும் வீட்டைப் பற்றிப் பேசியபோது – அப்போதுதான் தெரியவருகிறது பதற வைக்கும் அந்தத் தகவல்.

பார்கவீ நிலையம் – வீடு சரியில்லை. மனிதர்கள் வாழ முடியாதது. ஆட்களின் குரல்வளையை நெரித்துக் கொன்றுவிடும். இரத்தக் காட்டேரி! பயங்கரமான பேய்வாழும் வீடு!

பயம் தோன்றாமலிக்குமா? தோன்றியது. பயந்துதான் போனேன். என்ன செய்ய முடியும் ? அப்போதுதான் அடுத்த தகவல் வருகிறது. பெண்பேய். பார்கவீ நிலையத்திலுள்ள ஆழ் கிணற்றில் குதித்துத் தற்கொலை செய்த ஒரு பெண்! காதல் தோல்வி! இளம் பெண்! அழகானவள்! பார்கவி.

பெண்ணா?

பெண்மனம்... சிறிதளவாவது ஈரமிருக்கும், பேயாக இருந்தாலும் கூட! சொல்லிப்பார்ப்போம். கொல்வதாக இருந்தால் கொல்லட்டும். அழகானவளின் திருக்கரங்களால் அல்லவா..? பூலோக வாசம் க்ளீன் ஸ்டாப்! மங்களம்; சர்வ மங்களம். நான் வருகிறேன்.

அப்படியாக, நான் எதுவும் ஆகட்டுமென்று அங்கே குடிவந்தேன். பாசத்துடன், சூன்யத்தைப் பார்த்துப் பார்கவிக் குட்டீ என்றெல்லாம் கூப்பிடத் தொடங்கினேன். பேசவும் செய்தேன். கொஞ்சம் கொஞ்சமாகப் பார்கவிக்குட்டியின் உண்மையான வரலாற்றை ஒப்பேற்றியெடுக்கத் தொடங்கினேன். ஆட்களின் குரல்வளையை நெரித்துக் கொல்லும் பயங்கரியான அந்த பார்கவிக்குட்டி என்னை என்ன செய்கிறாள்? அந்த வரலாறுதான், பார்கவீ நிலையம்.

இது எல்லாமே உண்மைதானா?

உண்மை . . . ?

ஒரு விஷயத்தை நான் இங்கே குறிப்பிடத் தேவையில்லை என்று நினைக்கிறேன். நான் எழுதத் தொடங்கி நீண்ட கால மாகிவிட்டது. அரை நூற்றாண்டுக்கும் அதிகம் – நிறைய எழுதியு மிருக்கிறேன். நிறைய புத்தகங்களாகவும் வெளியாகியிருக் கின்றன. இதில் பெரும்பாலானவையும் என் அனுபவங்கள் தான். ஃபர்ஸ்ட் ஹாண்ட் எக்ஸ்பீரியன்ஸ். நான் என்று நான் எழுதுவது அனைத்துமே இந்த என்னைத்தான் குறிப்பிடுகிறது. வேறு யாரையும் அல்ல. ஒரு வேளை, செத்துப் போகாம லிருந்தால், எழுதுவதற்கான மன அமைதி வாய்த்தால் நான் இன்னும் எதையாவது எழுதலாம். பிரசுரமாகவும் செய்ய லாம். இதுவரை வெளிவந்தவற்றிலும் இனி வரவிருப்பவற்றி லும் . . . அதுபோல் எல்லாமே முழு உண்மைகள்தானா? . . . எப்படி உண்மைகளாக இருக்க முடியும்? . . . உண்மை?

ஒருவேளை அவற்றில் கலப்பில்லாத உண்மைகளும் இருக்கலாம். உண்மைகளில்லாத . . . கலப்பில்லாத . . . மேலும் . . . முக்கால் உண்மை, அரை உண்மை, கால் உண்மை, உண்மை யின் சிறு அம்சம் . . . இப்படியாகச் செல்கிறது சிந்தனை. முழுக் கற்பனை? இதிலும் சிறிதளவிலாவது உண்மை ஒட்டி யிருக்குமல்லவா? பெருமளவும் அதுபோன்ற உண்மைகள் தான். அப்புறம் . . . வாசிக்கும்போது . . . வாசகர்களுக்குத் தோன்றுவது எப்படியோ அப்படி, அவ்வளவுதான்!

அடுப்பில் போட்டு, மண்ணெண்ணெய் ஊற்றி, எரித்துச் சாம்பலாக்கிவிடச் சொல்லி என் மனைவியிடம் கொடுத்த பார்சலில் இருப்பதாகத் தோன்றியவற்றில் . . . காதலனின் நாட்குறிப்புகளும் உண்டு. காதலனின் நாட்குறிப்புகள்! இதில் ஒரு எழுத்துக்கூட விடாமல் அத்தனையும் உண்மை யான விஷயங்கள்.

அவ்வப்போது என்றே சொல்லலாம். சூடு ஆறுவதற்குள் எழுதிவைத்த இரகசியக் குறிப்புகள் . . . நினைத்துப் பார்க் கிறேன்: பத்து நாற்பத்தைந்து வருடங்களுக்குமுன், வாழ்க்கை, இளமையின் நீர்ச்சுழியிலும் மனது, காதல் உணர்வுகளின் பிரவாகத்திலும் ததும்பி நின்ற காலக்கட்டத்தில். அழகான ஒரு பெண்.

சந்தித்தோம். சிரித்துப் பேசினோம். பழகினோம். பரஸ் பரம் ஆகர்ஷிக்கப்பட்டோம். காதல் அரும்பியது. வாழ்க்கை களின் அழகு நிரம்பிய இனிமையான பொழுது. மனங்களில் கொடுங்காற்று. இருவேறு நம்பிக்கைகள். ஆணும் பெண்ணும்

தான். விலகி நிற்கும் இரண்டு ஜாதியினர். ஹிந்து – முஸ்லிம். இருந்தாலும் ... காதல். மிக மிகத் தீவிரமாகக் கவரப்பட்டிருந் தோம். பரஸ்பர இணைவிற்கான பெருந்தாகம். மனந்திறந்த முதல் கடிதம்.

பெண்ணின் வாசம் ... பல வருடங்களாகத் தனிமையில் வாழும் சுத்தப் பிரம்மச்சாரி ... இதயம் படபடா...! மீண்டும் மீண்டும் வாசித்தேன். நடுச்சாமத்தில் படுக்கையிலிருந்து எழுந்து விளக்கைப் பற்றவைத்துத் திரும்பத் திரும்ப வாசித்தேன். நெஞ்சின் அருகில் வைத்துக்கொள்வதா, தலையணையின் அடியில் வைத்துக்கொள்வதா? இரவு தூங்கினேனா?

காலையில், அதிகாலையில் எழுந்து தினக்கடன்களை யெல்லாம் பதற்றத்துடன் செய்து முடித்தேன். கடிதத்தை மீண்டும் வாசித்தேன். விலைமதிக்க முடியாத பொக்கிஷம். பதிலெழுத வேண்டுமே? திரும்பவும் வாசித்தேன். போதை யூட்டும் வஸ்து! பதிலெழுதும்போது நுட்பமாகக் கவனிக்க வேண்டும். நுட்பமாக ...! எழுத்துக்களினூடே இதயம் முழு வதும் பரிமாறப்பட வேண்டும். எங்களையும் இந்தப் பிரபஞ்சங் கள்அனைத்தையும் படைத்த இறைவா ... பரிமாறப்பட விருப்பது இதயம் மட்டுமல்ல, என்னையே முழுமையாக.

என்ன பதில் எழுதினேன் என்பது பற்றித் தெளிவான குறிப்புகள் வேண்டுமல்லவா? முதல் முதலாகச் சந்திக்க நேர்ந்தது, பரஸ்பரம் பார்த்துக்கொண்டது, குரல், சிரிப்பு, அறிமுகம் ... இப்படியான காட்சிகளையெல்லாம் ஒரு முன்னுரைபோல் எழுதினேன். வருடம் – மாதம் – தேதி வைத்து. மிகவும் அழகான கடிதத்தாள். (இதே காகிதத்தைத்தான் பிறகு நீண்டகாலமாக வாங்கிக் கொண்டிருந்தேன்.) பளபளப்பான லெட்டர் பேடு. வெள்ளைக்கவரில் அழகிய சிவந்த ரோஜா மலர்கள்.

முன்னுரையின் இறுதியில் முதலில் வந்த கடிதத்தை அப்படியே சேர்த்தேன். தொடர்ந்து பதிலையும் அதிலேயே எழுதினேன். அதன் நகலையே பதிலாகவும் அனுப்பிவைத்தேன். கவரிலிட்டு முகவரி எழுதி ஸ்டாம்ப் ஒட்டிப் பக்தியுடன் அனுப்பிவைத்தேன். பிறகு அதற்கான பதில் பரஸ்பரம் சந்திக்க நேர்ந்தது. பேசியது, கடிதங்கள், பதில்கள் மனத்துடிப்புடன் நெருங்கியது என எல்லாமே ... எல்லாவற்றையுமே அவ்வப் போது குறித்துவைக்கத் தொடங்கினேன். காதலர்கள், ஆட்க ளில்லாத இடத்திலோ இருட்டிலோ சந்திக்கும் போது நிகழும் பல விஷயங்கள் ... ஏராளமான பலவீனங்கள் ... பூமியில் வாழும் உயிர்களல்லவா ...? இரத்தமும் சதையும் உணர்ச்சி களும் ... பெண்ணும் ஆணுமல்லவா...? ரசனையுடன் கூடிய முட்டாள்தனங்கள் ... துர்பல நிமிடங்கள் இருக்கத்தானே

செய்யும்? மனிதர்களிடம் மட்டுமல்லவே – பறவை மிருகாதி களிடமும் ஊர்வன, நீர்வாழ் உயிரினங்கள் போன்றவற்றிலும் எறும்பு கறையான், சிலந்தி, ஈ, தேள், பூரான், அட்டை, வண்டு வயிற்றுக்குள் வளரும் நாக்குப்பூச்சி, கரப்பான்பூச்சி, பேன்... கொசு... மூட்டைப்பூச்சி, வண்ணத்துப்பூச்சி... கிருமிகள் – என எல்லாவற்றிலுமே இந்த பலவீனங்கள் உண்டு. இவை பலவீனங்கள்தானா? இறைவா, இவையெல்லாம் பலவீனங்களா?

இந்த உணர்ச்சிகள் அனைத்தும் இன்று நேற்றுத் தோன்றிய வைகளா? ஆயிரமாயிரம் இலட்சோபலட்சம் கோடானுகோடி வருடங்கள்... ஜீவராசிகள் இணைகள்... சூரியன் எரிந் தடங்கியது. அனைத்துமே கூரிருளில்... இருள்... அந்தகார இருள்.

அதுவரை பறவை விலங்கினங்களும் மற்றவைகளும்... மானுட வர்க்கமிருந்திருந்தால் – காதல் போன்றவைகளும்... கவர்ச்சியும் அழுகையும் சிரிப்பும், சோகமுமெல்லாம் இருந் திருக்க வேண்டும். எதுவுமே புதியவையல்ல... எதுவுமே புனிதமுமல்ல. பிற்பாடு உருவானவை. பிற்பாடு உருவானவை தானா? ஆதியில், படைப்பின் புனிதமான சுபவேளையில் கற்பிக்கப்பட்டவையல்லவா? ஆணும் பெண்ணும்... இரு பாலினர்... துர்பலம் நிறைந்த இராக்கால வேளைகள், பகல்பொழுதுகள்... தகிப்புடனான சூழல்கள், ஆரத்தழுவிய முத்தங்கள், பெருமூச்சுகள், கட்டுண்டு, குரல் தழுதழுக்க, விரக தாபத்துடன். இதையெல்லாம் எதற்குக் காகிதத்தில் பதிவு செய்ய வேண்டும்? இதில் என்ன புதுமையிருக்கிறது? எல்லாமே பழைமைகள்தானே? ஆனால் ஒரிஜினல்...! அனேகக் கோடி வருடங்களாக ஜீவராசிகளினூடே குறிப்பாக. மானுட குலத்தின்... ஆண் பெண்களின் பாலின விகாரங்கள். தாபங் கள், மோகங்கள், குரூரம், அகந்தை, பொய், பகைமை, தின்பது, குடிப்பது, போட்டி, கொலை, அன்பு, இணைசேரல், வாரிசு உற்பத்தி, பக்தி, பரிவு, தயை, அனுதாபம், தூக்கம், மரணம் – எல்லாமே பழையவை, ஒவ்வொன்றும் மறுபடியும் மறுபடியும் நிகழ்ந்துகொண்டே இருக்கின்றன. தலைமுறை தலைமுறையாக!

அப்படி... எனக்கு மட்டுமே புத்தம் புதிதாகத் தோன்றிய ரகசியக் காதல் நாடகத்தின் ஒவ்வொரு காட்சிகளையும் சூடாறுவதற்குள் அவ்வப்போது காகிதத்தில் பதிவு செய்து வைத்தேன். எதற்காக? யாரிடம் காண்பிப்பதற்காக?

எல்லாமே முடிவுக்கு வந்துவிட்டதல்லவா? திரை விழுந்து விட்டது. மாய்ந்து மறைந்து போனவை அனைத்தும்

அப்படியே போகட்டும். நினைவுகளை மட்டும் ஏன் பாது காத்து வைத்திருக்க வேண்டும்? மாய்ந்து மடிந்து போகும் மனிதர்களல்லவா? யாருமே அறிய வேண்டாம். பார்க்கவும் வேண்டாம். எரித்துவிடலாம். எரித்துச் சாம்பலாக்கிவிடலாம். அப்படித்தான் பார்கவீ நிலையத்தையும் காதலனின் நாட்குறிப்புகளையும் சேர்த்த பெரிய காகிதக் கட்டை என் மனைவியிடம் கொடுத்தேன் என்பதாகவே ஞாபகம்... எரித்து விடச்சொல்லி ஒப்படைத்த பார்சலில் வேறும் சில விஷயங்கள் இருந்தன. என்னைப் பற்றிப் பத்திரிகைகளில் வந்த கட்டுரைகள், அரைகுறையாக எழுதப்பட்டிருந்த கதைகள், கடிதங்கள், எழுதிமுடித்த கதைகளும் இருந்தன. எழுதிமுடித்த பலவற்றையும் நானே கிழித்துத் துண்டுகளாக்கி மரத்தின் கீழ் குழிதோண்டிப் புதைத்துமிருக்கிறேன். 'பைத்தியக்கார உலகம்' எனும் பெரிய கதையொன்று. ஒரு நாவல் என்றே சொல்லலாம் – வாசிப்பவர்களுக்கும் பைத்தியம் பிடித்துவிடுமோ என்று எனக்குத் தோன்றியது. எனக்கு முழுப்பைத்தியம் பிடித்திருந்தபோது எழுதியது. உண்மைக் கதை. பைத்தியத்தின் கொடுங்கரங்கள். படுபயங்கரமான கனவுகள். அலறல்கள், வேதனைகள், அழுகைகள், பதற்றங்கள், குபீர்ச்சிரிப்புகள்... சொன்னேனே? தாளம் தவறிய மனதின் மாயத்தோற்றங் கள்... இதில் சிலவற்றைப் பாத்துமாவின் ஆடு. முன்னுரையில் சேர்த்திருக்கிறேன். பைத்தியம் பிடித்திருந்தபோது எழுதியது தான் 'பாத்துமாவின் ஆடு', அதை எழுதிவைத்திருந்து நான்கைந்து வருடங்களுக்குப் பிறகுதான் வெளியிடக் கொடுத்தேன். பைத்தியக்கார உலகம், அறுநூறு பக்கங்கள் கொண்ட நாவ லாக வருமளவுக்கு பெரியதாக இருந்தது. அதை நானே மண்ணெண்ணெய் ஊற்றி எரித்துச் சாம்பலாக்கினேன். எழுதி முடித்த பல கதைகளையும் நான் அழித்திருக்கிறேன். பெண் எனும் ஒரு நாவலை வேம்பநாடு நதியில், படகிலிருந்து துண்டு துண்டாகக் கிழித்து நதியில் தவழவிட்டதை ஏற்கனவே சொல்லியிருக்கிறேன் அல்லவா? சில நேரங்களில் சில விஷயங்களை எழுதவேண்டும்போல் தோன்றும். எழுது வேன்... கவனமாக, தனியாக அமர்ந்து. முழுமை செய்யப் படாமல் சில அப்படியே இருக்கும். முழுமை செய்யப்படாத தற்கு ஏற்றுக்கொள்ள முடியாத காரணங்களும் இருக்கு மல்லவா...? எழுதி முடித்த நிறைய கதைகள் தொலைந்து போனதுமுண்டு. கொல்லம் கஸ்பா போலீஸ் ஸ்டேஷன் லாக்கப்பில் கைதியாக இருந்த காலத்தில் எழுதிய டைகர், இடியன் பணிக்கர், போலீஸ்காரனின் மகன் போன்றவை தொலைந்துவிடவில்லை. இவற்றை, பேராசிரியர் எம்.பி. போள் அல்லது போஞ்ஞிக்கரை ராஃபி இவர்களில் யாருக்கோ

ஒருவருக்கு அனுப்பிக் கொடுத்ததாகவே ஞாபகம். திருவனந்த புரம் மத்தியச்சிறையில், கடுந்தண்டனை விதிக்கப்பட்டுக் கைதியாக இருந்தபோது ஆயுள்தண்டனைக் கைதிகளுக்கு வாசிப்பதற்காக நிறையக் கதைகள் எழுதிக் கொடுத்திருந்தேன். அதில், 'பிரேமலேகனம்' (காதல் கட்டுரை) மட்டும்தான் சிறையிலிருந்து திடீரென்று விடுதலையான பிறகு கைக்கு வந்தது. நிறைய கதைகள் இப்படிக் காணாமல் போய்விட்டன. எதுவுமே சந்திரசூரியர்கள் உள்ள காலம்வரை நிலை நிற்கும் விஷயங்கள் அல்லவே? சில கதைகளைத் திருவனந்தபுரத்தி லிருந்து வெளிவரும் ஒரு வாரப்பத்திரிகை தொலைத்திருக்கிறது. வெளியிடாதபோதும் கூடத் தொடர்ந்து எழுதி அனுப்பிக் கொண்டே இருப்பேன். கோட்டயத்தில் இயங்கி வந்த இப்போது வெளிவராமல் நின்றுபோன ஒரு வாரப்பத்திரிகை ஒரு நீள் கதையைத் தொலைத்துவிட்டது. 'மரணத்தின் நிழலில்.' இதை நான் திரும்பவும் நினைவுபடுத்தி இரண்டாவது தடவை எழுதினேன். பொதுவாக, எழுதுவதெல்லாம் பூர்த்தி யாகாமல் அப்படியே இருக்கும். கொஞ்ச நாட்களுக்குப் பிறகு எடுத்து வாசித்துப் பார்ப்பேன். தேவையில்லையென்று அப்போது தோன்றும். புதிதாக எழுதுவேன். எழுதிப் பூர்த்தியானதைக் கொஞ்ச நாட்களுக்குப் பிறகு திரும்ப வாசித்துப் பார்ப்பேன். பிறகு யோசிப்பேன். இதை வெளியிடலாமா? காசு சம்பந்தப் பட்ட விஷயங்கள்தான். இருந்தாலும் வேண்டாமென்று தோன்றினால் ஒதுக்கிவிடுவேன். பணம் சம்பாதிப்பது மட்டு மல்லவே வாழ்க்கையின் நோக்கம். தேவையில்லை என்று தோன்றினால் தேவையில்லை. அவ்வளவுதான்... பெரிய ஒரு பார்சலாகக்கட்டி மனைவியிடம் எரித்துவிடச் சொல்லிக் கொடுத்த விவரத்தை ஏற்கனவே சொன்னேன் அல்லவா? பதினாறோ பதினேழோ வருடங்களுக்கு... முன்பு அப்படித் தான் ஞாபகம்...

ஃபாபிபஷீர் அதை எரித்துச் சாம்பலாக்கினாளா? சாம்பலைத் தென்னை மூட்டில் போட்டிருப்பாள் என்றுதான் நினைத்திருந்தேன். அதன் பிறகு நிறைய சம்பவங்கள் நடந்து முடிந்திருக்கின்றன அல்லவா? உலகிலும் ஏராளமான மாற்றங்கள். சிறுசிறு போர்கள், பூகம்பம்... இமயத்தின் சிகரமான எவரெஸ்டில் முதன்முதலாக மனிதர்கள் ஏறி னார்கள். பிரபஞ்ச உற்பத்திக்குப் பிறகு முதன்முதலாக மனிதன் சந்திரனில் கால்பதித்து இறங்கி நடந்திருக்கிறான்.

இதெல்லாம் எப்போது நிகழ்ந்தன? ஞாபகத்தில் வருவது... என் மனைவி, மகளுக்குப் பிறகு ஒரு மகனையும் பிரசவித்தாள். அனீஸ்பஷீர். அவன் வளர்ந்து பள்ளிக்கூடத்துக் கெல்லாம் போகிறான். சைக்கிள் ஓட்டுகிறான். பாட்மின்டன்,

ஃபுட் பால் விளையாட்டுகள், மரத்தில் ஏறுவது – வாசிப்பு – அப்படியாக நடக்கிறான். மகள் ஷாஹினாவுக்குத் திருமணமாகி விட்டது. கணவன், முகம்மது ஹபீபு. ஒரு மகனுமிருக்கிறான் – முல்லு ஹபீபு. அவன் எல்லாக் குழந்தைகளையும் போலவே மகாச் சுட்டியாக நர்சரி ஸ்கூலில் படிக்கிறான். நான் மேலும் பல புத்தகங்கள் எழுதி வெளியிட்டிருக்கிறேன். நோயும் தளர்ச்சியுமாக இருந்தபோதும் – சுகமாக அமைதியுடன் அப்படியே வாழ்ந்து கொண்டிருக்கும்போது 'படா' ரென்று என் தலையில் ஒரு அணுகுண்டு வந்து விழுகிறது.

டாக்டர் எம்.எம். பஷீர். நினைத்துப் பார்க்கும்போது சிரிப்புதான் வருகிறது. நண்பர்களில் பெரும்பாலானவர்களையும் கேலி செய்யும் ஒரு வழக்கம் எல்லோரிடமும் உண்டல்லவா? அதையெல்லாம் நானும் செய்திருக்கிறேன். அவர்களைப் பற்றிச் சில கதைகள். இதில் உண்மையின் சிறு அம்சங்களும் ஒட்டியிருக்கும் ... நூலன் வாசு, கடாரி* வாசு என்றெல்லாம். இவர் ஒரு பிரமுகர். எம்.டி. வாசுதேவன் நாயர். கூடவே, என்.பி. முகம்மதுவும். இவர்களை எனக்குப் பண்டு முதலே தெரியும். வாசு அப்போது நூல்போல் இருப்பார். முகம்மதுவும்தான். என்.பி.யைப் பற்றிய கதைகள் கொஞ்சம்தான். வாசுவும் நானும் சேர்ந்து நிறையச் சுற்றியிருக்கிறோம். இந்த வாசு ஒரு கடாரிப் பிரியன். இருபத்திரண்டு கடாரிகள். அதிலொன்று ராமுகாரியாத் எனக்குத் தருவதற்காக வாசுவிடம் கொடுத்தனுப்பிய, விசேஷமான ஒரு சிவப்புக் கடாரி. கம்யூனிஸ்ட் கடாரி. செக்கோஸ்லோவியாவிலோ யூக்கோஸ்லோவியாவிலோ என்னமோ ராமுவும் வாசுவும் சேர்ந்து திரிந்தபோது ராமுவுக்குக் கிடைத்ததாம். ராமு சொன்னாராம் : "வாசு, நான் இந்தக் கடாரியைக் குருவுக்குக் கொடுக்கப் போகிறேன்." வாசு அதை வாங்கி வைத்துக் கொண்டு, "குருவிடம் நானே கொடுத்துவிடுகிறேன்" என்று சொல்லியிருக்கிறார். பிறகு, அந்தக் கடாரியைப் பற்றிக் கேள்விப்படுவது, வாசுவின் கடாரி சேகரிப்பில் அது இருபத்திரண்டாவது கடாரியாக சோபித்துக் கொண்டிருக்கிறது என்பதை. 'கடாரி வாசுவும் என்.பி. முகம்மதுவும்' என்றொரு அற்புதமான கதையை நான் எழுதிவைத்திருந்தேன். அதை இப்போது காணோம். யாரோ திருடியிருக்கிறார்கள். ஞாபகத்திலிருந்து வேண்டுமானால் சொல்ல முடியும். ஆனால், இந்தக் குறிப்பு நீண்டுவிடும். ஆகவே, விஷயத்தை மட்டும் வேகமாகச் சொல்லி முடித்து விடுகிறேன். டாக்டர் எம்.எம்.பஷீர், வெறும் விளக்கெண்ணெய் எம்.எம். பஷீராக அலைந்து திரிந்த காலம் அது. உலகோர்,

---

* பிச்சுவாக்கத்தி

மேற்படியாரைப் பிடித்துக் கல்யாணம் செய்து வைத்துவிடலா மென்று முடிவு செய்தனர். மங்கை நல்லாள், அழகாக இருப்பாள். சுஹரா, எனது நண்பரான வி. அப்துல்லாவின் தர்ம பத்தினி யான உம்மி அப்துல்லா எனும் சமையல் ராணியின் அருமாந்த இளைய சகோதரி. நிக்காஹ் எனும் புடவைக் கொடையின் போது கூடிய பெருங்கூட்டத்தில் நானுமிருந்தேன். 'சாட்சாத் பஷீர்தான் இவளைக் கட்டியிருக்க வேண்டும்' என்றொரு அபிப்பிராயமும் அங்கே உருவானது. எனக்கென்று ஒரு பெண்டாட்டியும் அவளுக்கென்று சில பெட்டைக் கோழி களுமெல்லாம் சேர்ந்து இருந்ததால் நான் இதில் அவ்வளவாக உற்சாகம் காட்டிக்கொள்ளவில்லை. சம்பவங்கள் ஒத்துத்தீர்ப்புச் செய்யப்பட்டு, எம்.எம். பஷீர், சுஹாராவைப் பாணிக்கிரகணம் செய்து தாலி கட்டினார். அவர்கள் பிறகு க்ஷேமமாக அப்படி வாழ்ந்து கொண்டிருக்கவே, மகாகவி குமாரனாசானின் கொஞ்சம் ஸ்லோகங்களைச் சொன்னதால், மேற்படியான் பஷீர் இப்போது டாக்டர் பஷீராகிப் பெரிய இலக்கியவாதி யாக ஸ்கூட்டரில் திரிகிறார். வேலை, காலிகட் யூனிவர்சிட்டி யில். அந்தக் காலக்கட்டத்தில் புரொஃபசர் அன்ட் டாக்டர் சுகுமார் அழிக்கோடின் பணியும் இதே யூனிவர்சிட்டியில் தான். இவர் கார் வைத்திருந்தார். ஸ்கூட்டரும் காரும். இரண்டு விமர்சர்களும். அப்படியாக வாழ்ந்து கொண்டிருக்கும்போது ஒரு பெரிய சம்பவம். டாக்டர் சுகுமார் அழிக்கோடின் இல்லத்தில் திருடன் புகுந்தான். ஃப்ரிட்ஜ், பெரிய இரும்பு அலமாராக்கள், கிரைண்டர், கல்லுரல், எதுவுமே திருட்டுப் போகவில்லை. ஒரு ஸ்கூட்டரில் வைத்துக் கொண்டு போகு மளவிலான பொருட்கள்தான் திருட்டுப் போயின. ஆகவே, டாக்டர் சுகுமார் அழிக்கோடு பழிக்குப் பழியாக காரில் போய் திருடத் தீர்மானிக்கிறார். களவுக் கலையில் சிறிதும் கைதேர்ச்சி இல்லாத காரணத்தால் புகழ்பெற்ற ஒரு திருட்டு நிபுணரைப் பணிக்கு அமர்த்திக் கொண்டார். நேரம்: நடுச் சாமத்தைக் கடந்த சுபமுகூர்த்தம். அடர்ந்த இருள். உலகோர் அனைவரும் நல்ல உறக்கத்திலாழ்ந்திருந்தனர். உறங்காதவர் களாக நானும் சில நாய்களும் சில நரிகளுமிருக்கிறோம். கூடவே, டாக்டர் சுகுமார் அழிக்கோடும் வீர தீரப்பராக்கிரமி யான அந்தப் பெருந்திருடரும். டாக்டர் சுகுமார் அழிக்கோடு, ஸ்டார்ட் செய்து நிறுத்தியிருந்த காரில் பதற்றத்துடன் காத்திருக்க அந்த மாபெருந்திருடர் டாக்டர் எம்.எம். பஷீரின் இல்லத்தில் நுழைந்தார். நல்ல தருணம். அனைவருமே ஆழ்ந்த தூக்கத்தில்! பென்சில் பிராண்ட் டார்ச்சின் சிறு வெளிச்சத் தில் திருடர் வீடு முழுவதையும் சோதனை செய்தார். மேஜை யின் மீதிருந்து ஒரு பத்துப் பைசாத் துட்டுக் கிடைத்தது.

அதையும் கையில் எடுத்துக்கொண்டு சுற்றித் திரிந்துவிட்டு ஒரு இரும்பு அலமாரா கதவின் கைப்பிடியைப் பிடித்த திருட்டு நண்பர் நடுங்கிப்போய் விட்டார். விஷயம்... அப்போது, திசையெட்டும் நடுநடுங்கும் ஒரு அலறல் சத்தம். அட்டகாசம். முழக்கம். பயங்கரமான ஓசைகளின் பெரும்பிரளயம்.

பயந்தரண்டு போன பெருந்திருடர் உயிர் தப்புவதற்காகப் பாய்ந்துவந்து காரின் கதவைத் திறந்து அமர்ந்து பதற்றத்துடன் டாக்டர் சுகுமார் அழிக்கோடிடம் கேட்டார்: “அது என்ன சார் கொலைக் கூப்பாடு? நான் நடுங்கி மயக்கம்போட்டு விழுந்துடப்பார்த்தேன். அந்த வீட்டிலேருந்து ஏன் சார் இப்படி ஒரு அலறல் சத்தம்?”

டாக்டர் சுகுமார் அழிக்கோடு காரை வேகமாக ஓட்டிய படியே சொன்னார்: “எந்த வழியுமில்லை. சத்தத்தைக் கேட்டு ஆட்களெல்லாம் விழித்திருப்பார்கள். டாக்டர் எம்.எம். பஷீர், நடுச்சாமத்தில் எழுந்திருந்து குமாரனாசானின் கவிதை வரிகளைச் சொல்கிற சத்தம்தான் அது. பயப்படவேண்டிய தில்லை. சரி, ஏதாவது கிடைத்ததா? “ஒரு பத்துப் பைசா.” சரி, அதை முழுவதும் நீயே வைத்துக்கொள். டாக்டர் பஷீர் மகாக்கருமி. கஞ்சமகாப்பிரபு.”

கார் வேகமாகச் சென்றது.

டாக்டர் எம்.எம்.பஷீரின் குமார கவிதைப் பாராயணக் கோலாகலம்... இங்கே, பேப்பூர்வரை கேட்டதாக நான் பதிவு செய்திருக்கிறேன். இங்கே நாய்கள் திடீரென்று குரைக்கத் தொடங்கின. நரிகள் ஊளையிட்டன. விஷயம், அதுதான்.

இந்த அற்புதமான வரலாற்றை அழகாக நான் எழுதி டாக்டர் எம்.எம். பஷீரிடம் கொடுத்தேன். அவர் அதை மகிழ்ச்சி யுடன் வெளியிட்டார். இப்படிப்பட்ட ஒரு ஆள்தான் இந்த டாக்டர் எம்.எம். பஷீர்.

அந்த மகான்தான் இப்போது என் எதிரில்!

நான் வழக்கம்போல் மரத்தின் கீழ், சாய்வு நாற்காலியில் அமர்ந்திருந்தேன். எதிரில் சில செயர்களும் சாயா ஃப்ளாஸ்கும், எக்ஸ்ட்ரா தம்ளர்களுமிருந்தன.

லோகா ஸமஸ்தா சுகினோ பவந்து... தியானத்தில் மூழ்கி அமர்ந்திருந்தேன் நான்.

அவராகவே சாயாவை ஊற்றிக் குடித்துவிட்டு என்னைக் குலுக்கி எழுப்பி மகிழ்ச்சியான ஒரு தகவலைச் சொன்னார்.

“பார்கவீ நிலையத்தை கரண்ட் புக்ஸின் மானேஜர் பி.மோகன்குமார் கையெழுத்துப்படியெடுத்துக் கொண்டிருக் கிறார். அந்த வேலை முடிந்ததும் ஒரிஜினலை நான் யூனிவர்சிட்டி யில் கொண்டு போய் வைத்துப் பாதுகாக்கப்போகிறேன்– காதலனின் நாட்குறிப்புகளை நாங்கள் புத்தகமாக வெளியிடப் போகிறோம்.

ஏதாவது புரிந்ததா? எனக்கு எதுவுமே புரியவில்லை. பைத்தியம், நோய்கள், முதுமை பலவீனம் ... அப்புறம்? சிரிக்கவா, அழவா?

என்ன சொல்கிறார் ... சண்டாளியவள் மண்ணெண்ணெய் ஊற்றி எரித்து, சாம்பலைத் தென்னை மூட்டில் போட வில்லையா? நான் அங்கலாய்ப்பிலானேன். இலக்கும் லகானு மில்லாதநிலை என்பது போல். தலைசுற்றுவதுபோல், மயக்கம் வருவதுபோல் ... இரவா, பகலா... அப்போது அசரீரிபோல் ஒரு குரல்வந்தது. “பலருடைய கட்டுரைகளையும் சேகரித்து நாங்கள் வைக்கம் முகம்மது பஷீரைப் பற்றி ஒரு புத்தகம் வெளியிட இருக்கிறோம். டி.சி. புக்ஸ் வெளியிடுகிறது. பஷீரின் உலகம் ... அதில் சேர்ப்பதற்குத் தோதுவான பழைய சாதனங் கள் ஏதாவது கட்டுரைகளோ, பேப்பர் கட்டிங்சோ கைவச மிருந்தால் எடுத்துத் தாருங்கள். அலமாரா, பெட்டி ... எல்லா வற்றையும் குடைந்து சோதனை செய்து பாருங்கள்.”

அதுசரி! மண்ணெண்ணெய் விட்டுக் கொளுத்திவிடச் சொன்ன காகிதப்பொட்டலத்தை அவள் டாக்டர் எம்.எம். பஷீ ரின் திருக்கரங்களில் ஒப்படைத்திருக்கிறாள். அதுவே, தாராளம்.

நான் அப்போது எங்கிருந்தேன்? ஏதாவது மெடிக்கல் காலேஜ் ஆஸ்பத்திரியிலோ வேறு எங்காவதோ இருந்திருக்க லாம். ஒரு பிடியுமில்லை. காலங்கள் அனைத்தும் சேர்ந்து கலைந்துப் புரண்டு போய்க் கிடக்கின்றன... மனம் குலைந்து கிடக்கிறது.

நினைவுக்கு வருவதைச் சொல்கிறேனே ...

ஒரு விஷயத்தைச் சொல்ல மறந்து விட்டேன். குமார கவிதை ஆய்வு நூலுக்காக அல்லவா எம்.எம். பஷீருக்கு டாக்டரேட் கிடைத்தது? டாக்டர் எம்.எம். பஷீரை நான் ‘வைத்தியரே’ என்று தான் அழைப்பேன்.

நான் கேட்டேன் : “வைத்தியரே, புத்தகமாக வெளியிடப் போகும் இந்த ‘நாங்கள்’ யார்? சற்றே மொழிவீர்களாயின் ...”

“ஓ..! மொழியலாமே, க்ளாஸிக் புக் டிரஸ்ட்”

“இந்த ஆள் யார்?”

“புதிதாக உதித்தெழுந்த புத்தக வெளியீட்டு மையம். க்ளாஸிக் புக் ட்ரஸ்ட் கொஞ்சம் பணத்துக்கான ஏற்பாடு களைச் செய்து நாங்களே ஆரம்பித்திருக்கிறோம். அலுவலக மும் தொடங்கி பெரிய பெயர்ப் பலகையும் வைத்தாகிவிட்டது. க்ளாஸிக் புக் ட்ரஸ்ட். கோழிக்கோடு க்ளாஸிக் புக் ட்ரஸ்டின் முதல் புத்தகமாக காதலனின் நாட்குறிப்புகளை வெளியிடப் போகிறோம்.”

“இந்த நாங்கள் . . . எந்தெந்த சிங்கங்கள்?”

“டாக்டர் சுகுமார் அழிக்கோடு, டாக்டர் புனத்தில் குஞ்ஞப்துல்லா, டாக்டர் எம்.எம். பஷீர், என்.பி. முகம்மது, எம்.டி. வாசுதேவன்நாயர்.”

“சந்தோசம், என்.பியையும் எம்.டியையும் கூடவே டாக்டர் களாக்கி விடக் கூடாதா?”

“சும்மா போங்க. நீங்களே ஒரு டாக்டராக வேண்டாம் என்று சொல்லிவிட்டீர்களே? யூனிவர்சிட்டி ஏற்பாடு செய் திருக்குமாக இருந்தது. டாக்டர் வைக்கம் முகம்மது பஷீர். பார்க்கலாம். எம்.டிக்கும் என்.பிக்கும் டாக்டரேட் கொடுக்க வேண்டும்.”

“ரொம்ப சந்தோசம், அப்புறம்?”

“க்ளாஸிக் புக் ட்ரஸ்டின் சேர்மன் – எம்.டி. வாசுதேவன் நாயர்.”

“ரொம்ப ரொம்ப சந்தோசம் . . . காதலனின் நாட்குறிப்புகள் இப்போ எங்கே?”

“எம்.டி.வாசுதேவன் நாயரின் கையில் அவரும் என்.பியும் சேர்ந்து திரும்பவும் வாசித்துப் பார்க்கிறார்கள். அவர்களுக்கு ரொம்பவும் பிடித்திருக்கிறது. எனக்கும்தான். காதலனின் நாட்குறிப்புகளைப்போல் ஒன்றை நான் இதுவரை எங்குமே பார்த்ததுமில்லை வாசித்ததுமில்லை. பார்கவீ நிலையம் – அதுவும் அற்புதமாக வந்திருக்கிறது. இரண்டையும் புத்தக மாக்க வேண்டும்.”

“வேண்டாம் வைத்தியரே. பார்கவீ நிலையம் – காதல னின் நாட்குறிப்புகள் . . . இரண்டையும் எரித்துச் சாம்பலாக்கி விடவேண்டும்.”

“தரவில்லை என்றால்?” டாக்டர் எம்.எம். பஷீர் சிரித்த படியே எழுந்தார். “நாங்கள் வருவோம்.”

வந்தார்கள்.

எம்.டி. வாசுதேவன் நாயர், என்.பி. முகம்மது, டாக்டர் எம்.எம். பஷீர்.

மூன்று சிங்கங்களுக்கும் தலா அரைத் தம்ளர் சாயா கொடுத்தேன். கால் தம்ளர் சாயாவை நானும் குடிந்தேன். வாசு ஒரு பீடியைப் பற்ற வைத்து அழுத்தி இரண்டு மூன்று முறை இழுத்து ஊதிவிட்டு அச்சடித்த ஒருபடிவத்தை என்னிடம் நீட்டிவிட்டுச் சொன்னார்:

"குரு, இதிலொரு கையொப்பமிடுங்க."

நான் கேட்டேன்:

"என்ன விஷயம்?"

வாசு சென்னார்:

"அக்ரிமென்ட். க்ளாஸிக் புக் டிரஸ்டின் கன்னி வெளியீடு. *அனுராகத்தின் தினங்கள்.*

"அனுராகத்தின் தினங்களா?" நான் கேட்டேன்: "யார் எழுதியது?"

வாசுவும் முகம்மதுவும் வைத்தியரும் அட்டகாசம் செய்வது போல் சேர்ந்துச் சிரித்துவிட்டுச் சொன்னார்கள் :

"வைக்கம் முகம்மது பஷீர்."

நான் திகைத்துப்போய் கேட்டேன் :

"திஸ் பாய்?"

"ஆமா".

"எனக்குப் புரியவே இல்லை, தங்கக் கடாரியே ... என் வாசுவே, புரியவில்லை. எளிமையாக விவரிக்கும்படி வேண்டுகிறேன்."

"நாங்கள் பெயரை மாற்றிவிட்டோம்." வாசு சொன்னார்: "காதலனின் நாட்குறிப்புகளை விட அனுராகத்தின் தினங்கள் எவ்வளவு அழகாக இருக்கிறது?"

நான் அந்த மூன்றெண்ணங்களின் முகத்தையும் பார்த்தேன். எந்தப் பசுமையுமில்லை. கௌரவம்! மூன்று சிங்கங்கள்.

நான் சொன்னேன்:

"நீங்கள் மூன்று மாபெரும் படைப்பாளிகள் இருக்கிறீர்கள் அல்லவா? உங்கள் மூன்று பேரையும் உற்பத்தி செய்து இந்த

பாவப்பட்ட பூமியில் விடுவதற்கான அபிப்ராயம்கூட இல்லா மலிருந்த ஒரு மோசமான கால கட்டத்தில் . . . நீங்கள் மூன்று பேரும் ஒரு சிறு கிருமியாகக் கூட இல்லாத ஒரு காலத்தில், சூடு தணியாமல் நான் குறித்துவைத்த ரகசியமான பரம ரகசியமான டயரி அது. பிரசுரிப்பதற்காக அல்ல. அப்படி வெளியிடுவதாக இருந்தால் இவ்வளவு காலம் . . . கிட்டத்தட்ட அரை நூற்றாண்டு இருக்காதா?"

"அதெல்லாம் எங்களுக்கு நன்றாகவே தெரியும். நாங்கள் பல தடவை வாசித்துப் பார்த்துவிட்டோம். எங்களுக்குப் பிடித்திருக்கிறது. அழகாக வெளியிட வேண்டும் – அனுராகத் தின் தினங்கள்"

"தங்கக் குடங்களே, அது ஒரு நாவல்போல் உங்களுக்குத் தெரியவில்லையா?"

"வருடம் – மாதம் – தேதி எல்லாமே இருக்கிறதே? டயரி தான். டயரிதான்! அப்படித்தான் வாசிக்கவும் முடியும்."

"நாற்பது, நாற்பத்தைந்து வருடங்களுக்குமுன் குறித்த தல்லவா? நான் சரியாக ஒரு தடவை வாசித்துப் பார்த்து விட்டு வேண்டுமென்றால் நாவலாக எழுதித்தருகிறேனே."

"கிண்டல் பண்ணாதீங்க குரு. கையில் தரமுடியாது. கையொப்பமிட்டுத் தந்து எங்களை ஆசீர்வதியுங்க . . . அனுராகத்தின் தினங்கள்."

காதலனின் நாட்குறிப்புகள் . . . பெயர் மாறிவிட்டது. கடாரி வாசுவும் மம்மதும் வைச்சியரும். வேடிக்கையாகத்தான் இருக்கிறது. சில பழங்கதைகள் ஞாபகம் வந்தன. நாளது காலம் வரை, என்னுடைய புத்தகங்கள், குழந்தைகள், நாய், பூனை போன்ற எல்லாவற்றிற்கும் பொதுவாக நான்தான் யோசனை செய்து பெயர்களைச் சூட்டுவேன். இப்படியல்லாத சில விதி விலக்குகளும் இருந்தன. புத்தக விஷயங்களில்தான். போஞ்ஞிக் கரை ராஃபி, கரண்ட் புக்ஸின் மானேஜராக இருந்த கே.ஆர். மேனோன் போன்றவர்களின் நிர்பந்தங்களுக்கு இணங்கி அவர்கள் பரிந்துரை செய்த பெயர்களையும் புத்தகங் களுக்குச் சூட்டியிருக்கிறேன். ஒரு சிறுகதைத் தொகுப்புக்கு நீல வெளிச்சம் என்று நான் பெயரிட முடிவு செய்தபோது போஞ்ஞிக்கரை ராஃபி சொன்னார்: "அந்தப் பெயர் வேண்டாம் பஷீர், இதேபெயரில் வேறொருவர் சிறுகதைத் தொகுப்பு வெளியிட்டிருக்கிறார். அதில் நீல வெளிச்சமென் றெல்லாம் எதுவுமில்லை. பஷீரின் நீல வெளிச்சம் சிறுகதை வெளியான உடனே அவர் அந்தப் பெயரை தனது தொகுப்புக்கு வைத்திருக்கிறார். நாம் பெயரை மாற்றி விடுவோம்.

அப்படியாக கதைகளின் பெயரைப் பார்த்து ராஃபி அன்று கண்டுபிடித்ததுதான் 'பாவப்பட்டவருடெ வேஸ்யா.' (ஏழைகளின் விலை மாது.)

புத்தகத்திற்கு இந்தப் பெயரை சூட்டுவது எனக்கு அவ்வளவு திருப்தியாகப்படவில்லை.

மனதிற்குள் ஏதோ நெருடல் போலிருந்தது. ஆனால் சொல்வது ராஃபியல்லவா, எனது பழைய சினேகிதனும் கூட. பேசிக் கொண்டிருக்கும்போது நான் புதிதாக வெளியிடப் போகும் எனது சிறுகதைத் தொகுப்பு பற்றியும் பேச்சு வந்தது. இந்த புத்தகத்திற்கு 'தங்கமோதிரம்' என்று பெயரிடப் போவ தாகச் சொன்னேன்.

"தங்கமோதிரமா?" மேனோன் சொன்னார்: "இந்தப் பெயரில் இப்போது இரண்டோ மூன்றோ புத்தகங்களிருப்ப தாகத் தோன்றுகிறது. இந்தப் பெயர் வேண்டாம் பஷீர். தொகுப்பில் என்னென்ன கதைகளெல்லாம் இருக்கிறது?"

நான் கதைகளின் பெயர்களைச் சொன்னேன். பெயர் களைக் கேட்டதும் மேனோன் ஒரு அபிப்ராயத்தை சொன் னார்: "இதில் நல்ல பெயர் எதுவென்று கேட்டால், தொகுப்பி லிருக்கும் 'ஒரு பகவத்கீதையும் குறெ முலகளும்' (ஒரு பகவத் கீதையும் சில முலைகளும்) – இதுவே போதும். இரண்டுமே உயிர்களின் ஆதாரங்களல்லவா?"

நான் விவாதிக்கவெல்லாம் செய்யவில்லை. மனதிற்குள் சிறுநெருடல். இலேசான அதிருப்தி தோன்றியது. சொன்னேனே? மேனோனும் எனது பழைய சினேகிதர்தான். இப்படி, கே.ஆர். மேனோனின் சார்பில் வெளிவந்ததுதான், 'ஒரு பகவத் கீதையும் சில முலைகளும்.'

இப்போது, இதோ *அனுராகத்தின் தினங்கள்.*

நான் அப்படியே யோசனையில் மூழ்கியிருந்தபோது என்.பி. முகம்மது சொன்னார்:

"காதலனின் நாட்குறிப்புகள்... இந்தப் பெயரைவிட அனுராகத்தின் தினங்கள் நன்றாக இருக்கிறது. டாக்டர் எம்.எம். பஷீர், எம்.டி. வாசுதேவன்நாயர், நான், மூன்று பேர்களுக்குமே பிடித்த பெயரல்லவா? ஒப்புக் கொண்டு கையொப்பமிட்டுத் தாருங்கள் குரு. அனுராகத்தின் தினங்கள்."

"குரல்வளையை ஒண்ணும் பிடிக்கவேண்டாம். நான் ஏலாதவன், ஆளுதவியற்றவன், வயதானவன். கையொப்பமிட்டு தந்துவிடுகிறேன்."

அக்ரிமென்ட் படிவத்தைப் பார்த்தபோது புத்தக விலையில் இருபது சதவீதம் ராயல்டியாகக் குறிப்பிடப்பட்டிருந்தது.

நான் சொன்னேன்: "வாசு, இருபது சதவீதமெல்லாம் வேண்டாம். உங்களை எல்லாம் விட அதிகப் புத்தகங்களை வெளியிட்டவர் அல்லவா டி.சி. கிழக்கெ முறி. டி.சி.புக்ஸும் கரண்ட் புக்ஸும் டி.சி.க்கு இருக்கிறதல்லவா? என் புத்தகங்களை அவர்களும் வெளியிடுகிறார்கள் அல்லவா? டி.சி. எனக்கு பதினைந்து சதவீதம்தான் தருகிறார். க்ளாஸிக் புக் ட்ரஸ்டும் அவ்வளவு தந்தால் போதும்."

"இருபதே இருக்கட்டும் குரு. அதுதான் எங்களுக்கு திருப்தியாக இருக்கும்."

"சந்தோசம்." நான் அக்ரிமென்ட் படிவத்தில் கையொப்பமிட்டுவிட்டு திரும்பவும் ஒருமுறை சொன்னேன்:

"ஞாபகமிருக்குமல்லவா? நீங்கள் எல்லாம் இந்த பூமியில் புனித அவதாரமெடுப்பதற்கு முன்பே இருக்கிறது, அனுராகத்தின் தினங்கள். அரை நூற்றாண்டு கால மெருகுடன். அதில் என்னவெல்லாம் குறித்து வைத்திருந்தேன் என்பது ஞாபகமில்லை. இதுநாள் வரை நான் அதை வாசித்துப் பார்க்கவுமில்லை. நான் அதை சரியாக வாசித்துப் பார்த்து நாவலாக எழுதித் தருகிறேன் – அனுராகத்தின் தினங்கள்."

சிரிப்பு. கூட்டச் சிரிப்பு. குலுங்கிக் குலுங்கிச் சிரிக்கிறார்கள்.

"அதெல்லாம் நடக்காத காரியங்கள், குருவே! இப்போது இருப்பதுபோலவே இருந்துவிட்டுப் போகட்டும். அனுராகத்தின் தினங்கள் . . . ராயல்டி, ஃபாபி பஷீருக்கு."

"ரேஷன் வாங்குவதற்கெல்லாம் பணம் செலவு செய்பவன் நான். எனது இரத்தத்திலிருந்து உருவான பணம். அனுராகத்தின் தினங்கள் அச்சாகி, புத்தகமாக வருவதற்கு முன் நான் ஒருதடவை வாசித்துப் பார்க்கவேண்டும். பெயர்களையெல்லாம்."

"ஆட்களின் பெயர்களை முழுவதுமாக மாற்றவேண்டாம். பெயரின் முதல் பகுதியை மட்டும் மாற்றினால் போதும். குருவின் கையில் தரமாட்டோம். பார்கவீ நிலையத்தை மட்டும் பிரதியெடுத்தபிறகு கையில் தருவோம். வாசித்துப் பார்க்கலாம்."

"பார்கவீ நிலையம் சினிமாவை நான் பார்த்திருக்கிறேன்." டாக்டர் எம்.எம். பஷீர் சொன்னார் : திரைக்கதை வசனத்தை

யும் நான் வாசித்துப் பார்த்திருக்கிறேன். மிக நன்றாக இருக்கிறது. இன்றைய திரைப்பட தொழில்நுட்ப முன்னேற்றத்தைப் பயன் படுத்தி பார்கவீ நிலையத்தை கலரில் எடுத்தால் அற்புதமாக இருக்கும். பார்கவீ நிலையத்தை டி.சி. புக்ஸ் வெளியிடுகிற தல்லவா? அனுராகத்தின் தினங்களை நாங்கள் மிக அழகானப் புத்தகமாக வெளியிடுவோம். அதில் எம்.டி., என்.பி.யின் ஒவ்வொரு கட்டுரைகளும் இடம் பெறும்.

"நல்லது. புத்தகமாக வெளிவருவதற்கு முன் நானும் ஒரு தடவை அனுராகத்தின் தினங்களை வாசித்துப் பார்ப்பது நல்லதுதானே?"

"வாசித்துப் பார்ப்பதற்கு குருவின் கையில் தருவோம் என்று மட்டும் நினைக்கவே வேண்டாம்." வாசு முடிவாகச் சொல்லிவிட்டார்." டாக்டர் பஷீர் இறுதிக்கட்டத்தில் கொண்டு வந்து குருவின் பக்கத்திலிருந்து வாசித்துக் காட்டுவார். இது போதாதா? குரு எங்களை ஆசீர்வதியுங்கள்."

"உங்களுக்கு நன்மைகள் உண்டாகட்டும். நம்மனைவருக் குமே இறைவன் அருள் புரிவானாக. வெற்றியடைவீர்கள்! மங்களம்."

அனுராகத்தின் தினங்கள் மர நிழலில் வந்து சேர்ந்தது. அடுப்படிக்குப் போய் சோறு வேண்டுமென்றுச் சொல்லிவிட்டு கையெழுத்துப் பிரதியுடன் என்பக்கத்தில் வந்தமர்ந்து மெதுவாக வாசிக்கத் தொடங்கினார் எம்.எம். பஷீர்.

மனது, கடந்து போன அரை நூற்றாண்டுகளுக்குப் பின்னால் நகர்ந்தது. வாசிப்பதைக் கேட்டுக் கொண்டிருந்தேன். மனதை ஒருமுகப்படுத்தி கவனமாகக் கேட்பதற்கெல்லாம் என்னால் முடியவில்லை என்பதுதான் உண்மை. காதுகளில் விழுந்ததெல்லாம் வார்த்தைகள். வார்த்தைகள். வார்த்தைகள் மட்டும்தான். எல்லாவற்றையும் கேட்டுக்கொண்டிருந்தேன் என்று மட்டும்தான் சொல்லமுடியும். ஆனால், அந்த சந்தோச மும், துக்கமும், பதற்றமும் நிறைந்த காலகட்டம். காட்சிகள், சம்பவங்கள் – போகட்டும். வாழ்க்கையில் என்னவெல்லாம் நிகழ்ந்திருக்கின்றன. நிகழ்ந்து கொண்டிருக்கின்றன. இனி, என்னவெல்லாம் நிகழப்போகின்றன.

எல்லாமே நல்லவையா முடியட்டும்.

புத்தகம் வெளியானது.

வழக்கம் போலவே, நல்லதும் மோசமானதுமான அபிப் ராயங்கள். நிந்தனைகள். ஏச்சுகளும் பேச்சுகளும். தார்மிக ரோசங்கள். பாராட்டுதல்கள், போற்றுதல்கள்.

அனுராகத்தின் தினங்கள்.

மூவாயிரம் பிரதிகள் வேகமாக விற்றுத் தீர்ந்தன. பிறகு பார்க்கும்போது அதில் சேர்க்க வேண்டிய அழகான சில விஷயங்கள் அடங்கிய நாற்பது ஐம்பது பக்கங்கள் இங்கே கிடக்கின்றன. வரட்டும், சரியாக ஒருதடவை வாசித்துப்பார்த்து சேர்க்க வேண்டியவற்றைச் சேர்த்து மேலும் செம்மைப்படுத்தி யெடுக்கலாம். வாசித்தவர்களில் நிறையபேர்கள் எனக்குக் கடிதம் எழுதியிருந்தார்கள். பெண்களும் ஆண்களும்! வாசித்த போது அழுததாகவும் நிறையபேர்கள் எழுதியிருந்தார்கள். பெண்கள்தான் அதிகமும். ஏராளமான கடிதங்கள். வாசித்துக் கோபப்பட்டவர்கள். அழுதவர்கள். எல்லாவற்றையும் பாது காப்பாக வைத்திருக்கிறேன். கடிதங்கள் இன்னும் வந்துகொண்டே இருக்கின்றன.

ஒரு செய்தி :

அபுதாபி மலையாளி சமாஜம்

அபுதாபி.

மதிப்புக்குரிய நண்பரே,

ஒவ்வொரு வருடமும் வெளியாகும் மலையாளத்தின் மிக முக்கியப் படைப்புகளுக்கான அபுதாபி மலையாளி சமாஜம் இலக்கிய விருதுக்காக இவ்வருடம் பத்மஸ்ரீ வைக்கம் முகம்மது பஷீரின் 'அனுராகத்தின் தினங்கள்' என்ற படைப்பு தேர்ந்தெடுக்கப்பட்டிருக்கிறது என்பதைத் தெரிவித்துக் கொள்வதில் மகிழச்சியடைகிறோம். விருதுத்தொகை, ஐயா யிரம் ரூபாய்.

பத்மஸ்ரீ வைக்கம் முகம்மது பஷீருக்கு இவ்விருது வழங்கும் நிகழ்ச்சி 1984 நவம்பர் 17–ஆம் தேதி சனிக்கிழமை மாலை 6.00 மணிக்கு கோழிக்கோடு அழகாபுரியில் நடை பெறும்.

நிகழ்ச்சியில் தாங்களும் கலந்து கொள்ள வேண்டுமென்று கேட்டுக் கொள்கிறோம்.

அபுதாபி மலையாளி சமாஜத்திற்காக,
பி.எம். ஜேக்கப் (கௌரவச் செயலர்)
ஏ.கே.அப்துல்லாமோன்
(நிர்வாகக் குழு உறுப்பினர்)
5.11.1984